# முத்தன் பள்ளம்

ஐந்து விருதுகள் பெற்ற நாவல்



அண்டனூர் சுரா

பாரதி
புத்தகாலயம்

**Muthan Pallam** (In Tamil)
**Andanoor Sura**
First Published : June, 2016
Second Published : June, 2018
Third Published : December, 2022
**Published by**
**BHARATHI PUTHAKALAYAM**
7, Elango Salai, Teynampet, Chennai - 600 018
Email: bharathiputhakalayam@gmail.com | www.thamizhbooks.com

**முத்தன் பள்ளம்**
அண்டனூர் சுரா
முதற் பதிப்பு : ஜூன், 2016
இரண்டாம் பதிப்பு: ஜூன், 2018
மூன்றாம் பதிப்பு: டிசம்பர், 2022

**வெளியீடு**
பாரதி புத்தகாலயம்
7, இளங்கோ சாலை, தேனாம்பேட்டை, சென்னை-600 018.
தொலைபேசி: 044-24330024, 24330024 விற்பனை: 24332924.

## சமர்ப்பணம்

**மூ**த்தன் பள்ளம் கிராமத்திற்கு ஒரு சாலை வசதி, மழைக்கும் வெயிலுக்கும் ஒழுகாத கூரை, பருவப் பெண்களுக்கேனும் ஒரு பொதுக்கழிப்பறை, குடியிருப்பிற்குப் பட்டா, அங்காடி, அங்கன்வாடி, பள்ளிக்கூடம், தேர்தல் காலங்களில் வேட்பாளர்கள் வந்துபோக ஒரு பொதுவழிப் பாதை, ஓர் அச்சமில்லாமல் பெண் எடுத்தல்-கொடுத்தல், மழைக் காலங்களில் கூரைத் தண்ணீர் ஒழுகியோட விலைக்கேனும் ஒரு சாண் நிலம், வெயில் காலங்களுக்கு ஓர் ஒட்டகம், மழைக்குப் பரிசல், வாழும் சந்ததியினருக்குக் குறைந்தபட்ச மரியாதை, ஒன்றிய வரைபடத்தில் தனித்த இடம்... இவற்றில் ஒன்றேனும் இக்கிராம மக்களுக்குக் கிடைக்க யாரேனும் ஒருவர் காரணமாக இருப்பாராயின் அவரது திருவடிக்கு...!

## நன்றி

பயணம் இதழ் விருது,
இலங்கை உதயன் இலக்கிய விருது
கரூர் திருக்குறள் பேரவை விருது
கணையாழி இதழ் நடத்திய நாவல் போட்டியில் முதல் பரிசு
என்சிபிஎச் மற்றும் தமிழ்நாடு கலை இலக்கியப் பெருமன்றம் விருது

## அண்டனூர் சுரா

இயற்பெயர் சு.இராஜமாணிக்கம் (29.05.1983), கந்தர்வகோட்டை, புதுக்கோட்டை மாவட்டம். பட்டதாரி கணித ஆசிரியராகப் பணியாற்றுகிறார். மழைக்குப் பிறகான பொழுது, திற, ஒரு நாடோடிக் கலைஞன் மீதான விசாரணை, பிராண நிறக் கனவு, எண்வலிச் சாலை, எத்திசைச் செலினும், தடுக்கை ஆகிய ஏழு சிறுகதைத் தொகுப்புகள்; கொங்கை, முதல் வகுப்பு பொதுத்தேர்வு இரண்டு குறுநாவல்கள்; முத்தன் பள்ளம், அப்பல்லோ, தீவாந்தரம் மூன்று நாவல்கள்; முட்டாள்களின் கீழ் உலகம், அழிபசி தீர்த்தல், சொல்லேர் மூன்று கட்டுரை நூல்கள் வெளியிட்டுள்ளார். பிராண நிறக் கனவு சிறுகதைத் தொகுப்பிற்காக தமிழ்நாடு அரசின் தமிழ் வளர்ச்சித்துறை விருது பெற்றவர். கொங்கை உலகளாவிய குறுநாவல் போட்டியில் முதல் பரிசு பெற்றது. இதுதவிர என்சிபிஎச் மற்றும் தமிழ்நாடு கலை இலக்கியப் பெருமன்றம் விருது, சௌமா இலக்கிய விருது, லண்டன் புதினம் விருது, இலங்கை உதயன் விருது, நெருஞ்சி இலக்கிய விருது உட்பட பல விருதுகள் பெற்றவர்.

அணிந்துரை

## நகை முரணும் பகை முரணும்

**சி**றுகதைகளாக அண்டனூர் சுரா படைப்புகளை ஆங்காங்கே வாசிக்க நேர்ந்திருக்கிறது. குறிப்பாக 'உயிர் எழுத்து' மாத இதழில். பிற்பாடு அறிந்துகொண்டேன், அவர் கந்தர்வகோட்டை அருகிலுள்ள சிறு கிராமத்தவர் என்பதை. கந்தர்வகோட்டை என்ற ஊர்ப்பெயர் 1972 முதல் 1989 வரை பம்பாய்த் தமிழ்ச்சங்கத்தில் எனது வழிகாட்டியாக இருந்த கவிஞர் கலைக்கூத்தனை நினைவுபடுத்தியது. கூடவே 'மனிதரை நான் பாடமாட்டேன்' முதலாய அவரது மூன்று மரபுக் கவிதைத் தொகுப்புகளும் தமிழிலக்கிய உலகில் அந்தக் கவிஞரின் பெயர், சில பம்பாய் நண்பர்களின் நினைவில் இருக்கக்கூடும். சுவடற்றுப் போகும் இலக்கிய வாழ்க்கை.

இதுவரை நேரில் நான் சந்தித்திராத அண்டனூர் சுரா, ஆசிரியப் பணி புரிகிறவர். இயற்பெயர் சு.இராஜமாணிக்கம். ஏற்கனவே 'மழைக்குப் பிறகான பொழுது', 'திற', 'ஒரு நாடோடிக் கலைஞன் மீதான விசாரணை' எனும் மூன்று சிறுகதைத் தொகுப்புகளும், 'முட்டாள்களின் கீழ் உலகம்' எனும் கட்டுரைத் தொகுப்பும் வெளியிட்டவர்.

'முத்தன் பள்ளம்' என்ற இப்புதிய புத்தகம், நாவலாசிரியராகக் காட்டும் அவரது புதிய முகம். நாவல் எழுதுவதை நிறுத்தி, ஏறத்தாழ இருபது ஆண்டுகளான எழுத்தாளனிடம் எதற்கு முன்னுரைக்க வேண்டினார் எனக்குப் புலப்படவில்லை. ஒரு வேளை போட்டியில் பங்கேற்காதவரே நடுவர் என்பதுபோல ஆகலாம். என்றாலும், வயதான காரணத்தால் எழுத்தை நிறுத்திவிட்டு, எம்மால் பழவண்டி தள்ள இயலாது.

பெரிய வெளியீட்டு நிறுவனங்களின் தாங்குதலும், அவர்தம் பருவ இதழ்களில் விளம்பரமும், எழுதி வாங்கிய மதிப்புரைகளும், பென்னம் பெரிய வெளியீட்டு விழாக்களும், வெளிநாட்டு நிதி ஆதரவுக் கரங்களும், சக்தி வாய்ந்த தினசரிகளின் ஆள்க்கட்டும் சீரக நுனி அளவும் இல்லாத தீவிர, தேர்ச்சி பெற்ற தரமான

எழுத்தாளர்கள் தமிழில் கனபேருண்டு. அவர்கள் உதிரிகளோ மற்றும் பலர் எனும் வரிசையில் வருபவர்களோ இல்லை. அவர்களுக்கு வெளிநாட்டுக் கருத்தரங்குகளில் பங்கேற்கும் வாய்ப்பும் வசதியும் வருவதில்லை. வெளிநாடென்ன, உள்நாட்டு அமைப்புகளே அவர்களைப் பொருட்படுத்துவது இல்லை. மொழிபெயர்ப்பு என்பதோ நிலவில் கால் பதிப்பது. அந்த சாத்தியங்கள் எதுவும் இல்லாது போனாலும் அவர் எவரும் படைப்பூக்கத்தில் பின் தங்கியவர் இல்லை. அதற்கோர் எடுத்துக்காட்டு 'முத்தன் பள்ளம்'.

இந்த நாவலை வாசித்தபின் எனக்குத் தோன்றியது, அழகிய பெரியவன், எம்.கோபாலகிருஷ்ணன், கண்மணி குணசேகரன், சு.வேணுகோபால், கீரனூர் ஜாகிர்ராஜா, வா.மு.கோமு, செல்லமுத்து குப்புசாமி எனும் நீளும் தீவிர நாவலாசிரியர் வரிசையில் மற்றுமொரு படைப்பாளி என்று.

வாசிக்கத் துவங்கும் முன், 'முத்தன் பள்ளம்' என்பதோர் கற்பனைச் சிற்றூர் என்றே எண்ணினேன். ஆனால் சமர்ப்பணம் பக்கத்தை வாசிக்கும் போது எனது ஐயம் தெளிந்தது. இந்த முன்னுரை, பிறகு எப்போதாவது எனது அடுத்த கட்டுரைத் தொகுப்பிலும் இடம்பெறும் என்பதால், அந்தப் பகுதியைத் திருப்பிச் சொல்கிறேன். கூறியது கூறல் குற்றமெனத் தெரிந்தாலும், அந்தக் குற்றம் செய்யவே விழைகிறேன்.

நாவலாசிரியர் பேசுகிறார், "முத்தன் பள்ளம் கிராமத்திற்கு ஒரு சாலை வசதி, மழைக்கும் வெயிலுக்கும் ஒழுகாத கூரை, பருவப் பெண்களுக்கேனும் ஒரு பொதுக்கழிப்பறை, குடியிருப்பிற்குப் பட்டா, அங்காடி, அங்கன்வாடி, பள்ளிக்கூடம், தேர்தல் காலத்திலேனும் வேட்பாளர்கள் வந்து போக ஒரு பொது வழிப்பாதை, ஓர் அச்சமும் இல்லாமல் பெண் எடுத்தல்-கொடுத்தல், மழைக்காலங்களில் கூரைத் தண்ணீர் ஒழுகியோட விலைக்கேனும் ஒரு சாண் நிலம், வெயில் காலங்களுக்கு ஓர் ஒட்டகம், மழைக்குப் பரிசல், வாழும் சந்ததியின்ருக்கு குறைந்தபட்ச மரியாதை, ஒன்றிய வரைபடத்தில் தனித்த இடம் இவற்றில் ஒன்றேனும் இக்கிராம மக்களுக்குக் கிடைக்க யாரேனும் ஒருவர் காரணமாக இருப்பாராயின் அவரது திருவடிக்கு....!"

அந்த ஒருவரின் காலடி மண்ணை எடுத்து நெற்றியில் திருநீறாகவோ திருமண்ணாகவோ அணிய நாமும் சித்தமாகவே இருப்போம். உண்மையில் இந்த சமர்ப்பண வரிகள் நாவலின்

பண்பை, பயனை, போக்கை முன்மொழிகின்றன. நாவலாசிரியரின் சமூகக் கண்ணோட்டத்தை அடிக்கோடு இடுகின்றன. இருப்பையே எவரும் அறிந்திராத எளியதோர் கிராமத்தின் நிர்க்கதியைச் சொல்வதே இந்த நாவலின் நோக்கம். பெரிய காதல் போராட்டங்கள், ஆன்மீகத் தேடல், தத்துவச் சரடு, உள்ளொளி என்று ஏதுமற்ற இந்த நாவல், வாசகனிடம் ஒரு வகைப் பதற்றத்தை ஏற்படுத்தும். இதனுள் புதுக்கோட்டையின் வரலாற்றுப் பின்புலம் உண்டு, வாழ்க்கை உண்டு.

சமகால அரசியல், சமூகம், வணிகம், சாதியம் இவற்றின் பின்புலங்களை ஊடும் பாவுமாகக் கொண்டே இந்த நாவல் புனையப்பட்டுள்ளது. நவீன கருவியின் துணைகொண்டு, முத்தன் பள்ளத்தைக் கண்டடைவதும் கண்டடையும் தேடல் மூலம் அதன் இருப்பை உலகு அறியச் செய்தலுமே இந்த நாவலின் களம், பாடுபொருள். நாடு விடுதலை பெற்று எழுபது ஆண்டுகள் கடந்தபின், ஒரு கிராமத்தின் அவலம் நாவலாசிரியரால் மொழியப் பெறுகிறது. ஸ்வச்சத் பாரத் என்கிறோம், Cashless economy என்கிறோம், வல்லரசுக் கனவு என்கிறோம், வேதப்பண்பாடு என்கிறோம். தாய் தகப்பன் உற்றார் உறவினர் அற்ற, நோய் பற்றிய, வறுமை பீடித்த மானுட உயிர் நலிந்து துடிப்பதைப் போன்று ஈங்கோர் எளிய சிற்றூர். அகண்ட பாரதத்தில் ஏக இந்தியாவில், இதுபோல எத்தனை ஆயிரம் சிற்றூர்களோ?

இந்தப் பரிதாபத்தை நோக்கி வாசகனின் பார்வையைத் திருப்புவதே நாவலாசிரியரின் நோக்கம். எடுத்த பணியைச் செவ்வனே செய்திருக்கிறார். தலைக்கு மூன்று ஸ்மார்ட் ஃபோன் சுமந்து அலையும் நகர வாசகனுக்கு, இவ்விதமான இந்தியக் கிராமங்களின் இருப்பு உறைக்காமல் போகாது, சற்றே சுரணை இருக்குமானால்!

நல்ல நாவலொன்று எழுதுவதற்கு மொழியை உடைத்து நொறுக்கி டப்பாவில் போட்டுக் குலுக்கிக் கவிழ்க்க வேண்டியதில்லை என்று இந்த நாவலின் மொழி அகவுகிறது. நவீன மேனாட்டு இலக்கிய தத்துவ பானங்களின் காக்டெய்லாகவும் அது இருக்க வேண்டியது இல்லை.

அண்டனூர் சுராவின் படைப்பு மொழி, எந்த இளைய வாசகனையும் விரட்டிக் கலங்க அடிக்காத, எந்த தேர்ந்த

வாசகனையும் அலட்சியப் படுத்தாத ஈர்க்கும் இயல்பு மொழி நாடன் படைப்பாளிகளுக்கு மட்டுமே வாய்க்கும் அனுபவச் செழுமை அவர்க்குத் துணை செய்கிறது. மஞ்சாடி மரத்தின் நெற்றுக் காய்கள் வெடித்து சிவந்த மணிகள் தெறிப்பதைப் போன்று, தன்னியல்பாக உதிரும் அங்கதம் நாவலின் கூறு மொழிக்கு வளம் சேர்க்கிறது.

கந்தர்வகோட்டை காந்தி சிலை முக்கத்தில் இருந்து புறப்பட்டு வழி நடத்தும் ஆண்ட்ராய்டு மொபைலின் போக்கிமான் பூச்சி, முத்தன் பள்ளத்தின் குடிசைக்குள் கட்டிலில் படுத்திருந்த நோயாளியின் போர்வைக்குள் சென்று நிற்பது வரைக்கும் அலுப்பூட்டாத சுவைபடச் சொல்லப்பட்ட பயணம். அதிர்வு ஏற்படுத்தும் பயணம். நாவலின் இரண்டாம் பகுதியில் புதுக்கோட்டை பற்றிய வரலாற்றுச் செய்திகளும் ஆவணப் படுத்தப்படுகின்றன.

போக்கிமான் பூச்சியின் பயணத்தில் எதிர்படும் பதாகைகள் அவற்றின் வாசகங்கள், எந்த வியாக்யானமும் தரப்படாமலேயே, தற்கால பண்பாட்டு விமர்சனமாக அமைகிறது. அங்கதச் சுவை பெருக்குகிறது.

ஒட்டகத்தின் மீது அமர்ந்து முரசறைந்து நாவலின் வடிவச் சோதனைகள் பற்றியும் உள்ளடக்கம் பற்றியும் கூவுகிறவர்கள் கவனிக்க வேண்டும். எந்த ஆடம்பரமும் படோடோபமும் இன்றியும் அழகாய் ஒரு நாவலைச் சொல்லிச் செல்ல இயலும் என்பதை. தனது அனுபவங்கள் மூலம் கிராமத்தான் வாழ்க்கையைக் கற்றுக்கொள்கிறான், தன்னியல்புடன். நகரத்தான் வெளிநாட்டுப் புத்தகங்களை மனப்பாடம் செய்து பாடம் நடத்துகிறான். இஃதோர் நகை முரண்; பகை முரண். இந்த நாவல் அதனையும் தெரியக் காட்டுகிறது.

அண்டனூர் சுரா, தான் தேர்ந்தெடுத்துக் கொண்ட பாதையில் தொடர்ந்து பயணப்பட்டு மேலும் படைப்பு வெற்றிகளை ஈட்ட வாழ்த்துவோம்.

மிக்க அன்புடன்

**நாஞ்சில் நாடன்**

கோயம்புத்தூர் – 641042

# என் பதாகை

இதற்கு முன்பு என்னால் எழுதப்பட்ட பல நாவல்களைச் சுக்கு நூறாகக் கிழித்து ஒன்றாகக் குவித்து அதிலிருந்து சில துண்டுகளைப் பொறுக்கி முத்தன் பள்ளம் என்கிற இந்த வரலாற்று நாவலை படைத்திருக்கிறேன். இந்நாவல் முதலில் ஒரு சிறுகதை அளவில் இருந்தது. பிறகு குறுநாவலானது. காலத்தின் தேவை கருதி முழு நாவலாக வளர்ந்திருக்கிறது. இந்நாவலை இன்னும் சற்றும் விரிவாகவும் பரந்து விரிந்தும் எழுத முடியும்தான். இந்நாவலை இதற்கு மேலும் விரிக்கத் தொடங்கினால் பள்ளத்தை மேடு விழுங்கக் கூடும் என்பதால் இந்தளவிற்குள் முடித்துக்கொண்டிருக்கிறேன்.

புதுக்கோட்டை மாவட்டத்தின் சபிக்கப்பட்ட பூமி முத்தன் பள்ளம். அவ்வூர் மக்களின் கனவு கனமானது. ஏமாற்றம் பொதிந்தது. கோடையில் பாலைவனத்திற்குள்ளாக வாழும் அவர்கள் கார்காலத்தில் தீவிற்குள்ளாகவும் வாழ்ந்துவிட முடிகிறது என்றால் இன்றைக்கும் அவர்களுக்கு முத்தரையர்களின் வாழ்க்கையை வாழத்தெரிந்திருக்கிறது என்பதால்தான் அது சாத்தியமாகியிருக்கிறது.

முத்தன் பள்ளம் கிராமத்திற்கு அதன் ஒன்றியத் தலைநகரிலிருந்து எவ்வழியில் பயணிக்க முடியுமோ அவ்வழியிலேயே இந்நாவல் பயணிக்கிறது. இந்நாவலை நீங்கள் வாசிக்கத் தொடங்கிய சில பக்கங்களில் போக்கிமான் என்கிற பதம் உங்களது சுண்டுவிரலைப் பிடித்து நாவலுக்குள் அழைத்துசெல்லும். அந்த போக்கிமான்தான் நான். அந்நாவலின் நெடுந்தூரப் பாத்திரம் கதைசொல்லியாகிய நான் என்பது நீங்கள்.

'அனுமான் தெரியும். மலையமான் தெரியும். ஏன், சக்திமான் கூட தெரியும். இது என்னதாம் போக்கிமான்...?' நீங்கள் கேள்வி எழுப்பலாம். போக்கிமான் பற்றிய குறிப்புகளை நீங்கள் அகராதியில் தேடாதீர்கள். ஒரு நூற்றாண்டிருக்கு மேலாக முத்தன் பள்ளம் என்கிற குக்கிராமத்தில் மக்கள் வாழ்கிறோம் என்கிற பெயரில் வசித்து வருகிறார்கள். ஆனால் அப்படியொரு கிராமம் இருக்கிற விடயமே அதைச்சுற்றியுள்ள கிராமங்களுக்கு

தெரிந்திருக்கவில்லை. முத்தன் பள்ளம் கிராமத்திற்கே இந்த நிலை என்றால் முந்தாநேற்றைக்கு வருகைதந்து நேற்றைக்குக் காணாமல் போயிருக்கும் போக்கிமானிற்கு எப்படி அகராதியில் இடம் கிடைக்கும்...?

போக்கிமான் அமெரிக்க ஆங்கிலச்சொல். தடைசெய்யப்பட்ட ஆண்ட்ராய்டு விளையாட்டும் கூட. இவ்விளையாட்டு தோன்றி காணாமல் போன ஒரு மாத காலத்தில் போக்கிமான் செய்த புரட்சிகள் ஏராளம்! அவ்விளையாட்டு வந்த வேகத்தில் தடைசெய்யப்பட்டதற்குக் காரணம் அதன் வரம்பு மீறலும் கட்டுடைத்தலும்தான்!

போக்கிமான் என்பது இணைய வழி விளையாட்டு. இவ்விளையாட்டை விளையாட கையில் மொபைலை எடுத்த கோடீஸ்வரர்களைக் குப்பத்தில் கொண்டுபோய் நிறுத்தியது. குப்பம்வாசிகளைக் கோடீஸ்வரன்களின் மாளிகைக்குள் நுழைய வைத்தது. ஓர் அன்றாடங்காய்ச்சி இவ்விளையாட்டை விளையாடிக்கொண்டு உலகக் கோடீஸ்வரனான பில்கேட்ஸ் அரண்மனைக்குள் நுழைந்தான் என்றால் பார்த்துகொள்ளுங்களேன்...!.

முத்தன் பள்ளம் குடியிருப்பை எனக்கு அறிமுகப்படுத்தியது போக்கிமான்தான். ஒரு கொலையாளியை காவல்துறையின் மோப்பநாய் கண்டுபிடித்துத் தருவதைப்போல ஒரு சபிக்கப்பட்ட கிராமத்தை இப்போக்கிமான் எனக்கும் உங்களுக்குக் கண்டுபிடித்துத் தந்திருக்கிறது.

இந்நாவல் ஒரு கள ஆய்வு. மூன்று முறை அக்கிராமத்திற்குத் தனியே சென்று பாதியில் திரும்பியிருந்தேன். கடைசியில் என்ன நடந்தாலும் நடக்கட்டுமென்று உயிரைக் கையில் பிடித்துக்கொண்டு பல இடங்களில் விழுந்து எழுந்து அவ்வூரைச் சென்றடைந்திருந்தேன். இந்தக் கணினி காலத்தில் கற்காலத்துடன் வாழும் கிராமம் அது! அவ்வூரிலும் ஊருக்கு வெளியிலும் வாய்வழிச் செய்திகளுடன் பதிவு செய்யப்பட்டிருக்கும் வரலாற்றுப் பதிவுகளையும் புனைந்து இந்நாவலை எழுதியிருக்கிறேன். இந்நாவலில் வரும் எந்தப் பாத்திரங்களோடும் உங்களை நீங்கள் மல்லுக்கட்டிக்கொண்டு நாவலுக்குள் வாழும் பாட்டனைத் திரும்பவும் நாடு கடத்தி விடாதீர்கள் என்பதை அன்பு வேண்டுகோளாக வைக்கிறேன். பாட்டன் வீரத்தில் சூரப்புலியாக இருக்கலாம்! ஆனால், அவன்

பாவம்! அவனுக்குக் கொஞ்சம் ஓய்வு தேவை. கூடவே கொஞ்சம் தூக்கத்துடன் கூடிய நிம்மதியும்...!

நீங்கள் ஒரு கேள்வியை எழுப்பலாம். ஒதுக்கப்பட்ட கிராமம் புறக்கணிப்பிற்கு உள்ளாகத்தானே செய்யும்? நான்கூட முதலில் அப்படியாகத்தான் நினைத்தேன். ஆனால் அவ்வூரில் நான் கால் வைத்ததற்குப் பிறகு எனது புரிதல் அவ்வாறாக இருந்திருக்கவில்லை. அதற்காக நானொரு உதாரணத்தைத் தருகிறேன்.

ஆங்கிலச் சொற்களில் அதிகம் பயன்படும் எழுத்து 'E'. ஆங்கிலக் கலைச்சொற்களில் இவ்வெழுத்தின் பங்கு அளப்பெரியது. ழோர்ழ் பெரெக் 'La Disparition' என்கிற முந்நூற்று இருபது பக்க நாவல் எழுதினார். அவர் 'E' என்கிற ஆங்கில எழுத்தை தவிர்த்துவிட்டு அந்நாவலை எழுதி முடித்தார். பிறப்பால் அவர் பிரெஞ்சு அறிஞர். நான் ஆங்கில மொழி மீது போர்தொடுக்கிறேன், என்கிற அறிவிப்போடு அந்நாவலை அவர் அவ்வாறு எழுதி முடித்திருந்தார். ஒரு மொழி வளர்வதற்குக் காரணமாக இருக்கின்ற ஓர் எழுத்தைத் தவிர்த்துவிட்டு ஒரு படைப்பிலக்கியத்தைப் படைப்பது என்பது அம்மொழி மீது ஓர் எழுத்தாளர் தொடுக்கிற தாக்குதல்தான் இல்லையா!

புதுக்கோட்டை மாவட்ட வளர்ச்சிக்குப் பெரிதும் காரணமாக இருந்தவர்கள் முத்தரையர்கள். முத்தரையர் முதல் தொண்டைமான் ஆட்சி வரைக்கும் அவர்களின் பங்களிப்பும் உயிர்த்தியாகமும் அளப்பெரியது. அத்தகையவர்கள் மட்டுமே வாழ்கின்ற ஒரு கிராமம் தொடர்ந்து புறக்கணிப்பிற்கு உள்ளாகி வருவது என்னைப் பொறுத்தவரைக்கும் ஒரு வகை தாக்குதல்தான்!

முத்தன் பள்ளம் நாவலின் வழியே முத்தரையர்களின் ஆட்சியை, அவர்களை, அவர்களின் பெருமைகளைப் புகழ்பாடவோ அல்லது அவர்களின் வழியே பிறரைத் தாழ்த்தவோ செய்யவில்லை. அதற்கான அவசியமும் இந்நாவலுக்கு இல்லை. இந்நாவலின் நோக்கம் ஒன்றேதான்! முத்தன் பள்ளம் என்கிற கிராமம் உங்கள், எனது, நமது கிராமத்தைப் போல மிகவும் பின்தங்கிய கிராமமாக இருக்க வேண்டுமே தவிர மிக மிகப் பின்தங்கிய கிராமமாக இருக்கக் கூடாது என்பதுவே!

இந்நாவலின் வழியே சிலருக்கு நான் நன்றி பாராட்டக் கடமைப்பட்டுள்ளேன். அவர்கள் தோழர் பழ.ஆசைத்தம்பி, மிடறு முருகதாஸ், புலியூர் முருகேசன். இந்நாவலுக்கு அணிந்துரை தந்து

நாவலை அலங்கரித்திருக்கும், நான் பெரிதென மதிக்கும் சாகித்ய அகாடெமி விருது பெற்ற எழுத்தாளர் நாஞ்சில் நாடன்; இந்நாவலை முதலில் நூலாக்கம் செய்த மேன்மை பதிப்பகத்தார் மு.மணி; இந்நாலை மறுபதிப்பாக்கம் செய்திருக்கும் பாரதி புத்தகாலயம், அதன் மேலாளர் தோழர் க.நாகராஜ் இவர்களுக்கு எனது நன்றிகள்.

இந்நாவலின் ஊடே பயணம் செய்வதற்கு முன்பாக எனது ஒரே ஒரு வேண்டுகோள், இந்நாவலின் வழியே நீங்கள் முத்தன் பள்ளம் கிராமத்திற்குள் இறங்கி ஏறுபவர்களாயின் பாட்டன் உங்களுக்கு நன்றி கடன் பட்டவனாக இருப்பானாக....

**- அண்டனூர் சுரா**

*rajamanickam29583@gmail.com*

# பயணம் – ஒன்று

## காந்தி சிலை முக்கத்திலிருந்து...

**க**ந்தர்வகோட்டை காந்தி சிலை முக்கம். புதுக்கோட்டை, பட்டுக்கோட்டை, தஞ்சாவூர் சாலைகள் முக்கூடலாக சந்திக்கும் இடம். செங்கோணத்தில் கிளையடிக்கும் மூன்று சாலைகள். அச்சாலைகளை மறைக்கும்படியாக மூன்று பெரிய பதாகைகள் நிறுத்தி வைக்கப்பட்டடிருந்தன.

ஒரு பதாகை காந்தி மண்டபத்தை மறைத்துக்கொண்டிருந்தது. அப்பதாகை சதுர வடிவிலானதாக இருந்தது. காற்றில் கிழியாமல் இருக்க ஆங்காங்கே துளையிடப்பட்டிருந்தது. இதுதவிர இன்னும் இரண்டு பதாகைகள் இருந்தன. ஒன்று அம்பேத்கர் சிலையையும், மற்றொன்று இந்திராகாந்தியின் மார்பளவுச் சிலையையும் மறைத்துக்கொண்டிருந்தன. மூன்று பதாகைகளும் வெவ்வேறு நிறுவனப் பதாகைகளாக இருந்தன. ஆனால் அவை ஒரே விடயத்தைப் பேசிக்கொண்டிருந்தன. ‘என்னை நீங்கள் வாங்குங்கள்.... வாழ்க்கைத் தரத்தில் உயர்ந்த மனிதராகக் காட்டிக்கொள்ளுங்கள்....’

காந்தி மண்டபத்திற்குள் காந்தியார் கண், காது, வாய் பொத்திய பொம்மைக் குரங்குகளின் மொத்த உருவமாக உட்கார்ந்திருந்தார். பெரிய சம்மணமிட்டிருந்தார். நிமிர்ந்து பாராமல் குனிந்து உட்கார்ந்திருந்தார். முதுகெலும்பு வளைந்துபோயிருந்தது. மூக்குக் கண்ணாடிக்குப் பதிலாக இரண்டு வளையங்கள் கண்களில் ஒட்டிக்கிடந்தன. இந்த நாட்டில் நடக்கிற அத்தனை அக்கிரமங்களுக்கும் சத்தியமாக நான் காரணமல்ல....எனச் சொல்வதைப்போல அவருடைய சிலை வடிப்பு இருந்தது.

சிலையின் தலையில் காக்கை, குருவிகள் உட்கார்ந்திருந்தன. தலைக்கு மேலே கோபுரம் எழுப்பப்பட்டிருந்தது. கோபுரம் வெள்ளை அடிக்கப்பட்டு சுற்றிலும் பச்சை, வெள்ளை, ஆரஞ்சு வண்ணங்கள் தீட்டப்பட்டிருந்தன.

ஆயிரத்து தொள்ளாயிரத்து அறுபதுகளில் வைக்கப்பட்ட சிலையாக அது இருந்தது. அன்றைய தமிழகத்தின் முதல்வர் பக்தவத்சலம் திறந்து வைத்த சிலை அது. அப்பொழுது கந்தர்வகோட்டை திருவோணம் ஒன்றியத்திற்கு உட்பட்ட கிராமப் பஞ்சாயத்தாக இருந்தது. இன்றைக்கு அழைக்கப்படுவதைப்போல அன்றைக்குக் கந்தர்வகோட்டை இதே பெயரில் அழைக்கப்பட்டிருக்கவில்லை. கண்டவராதித்தன் கோட்டை என்று அழைக்கப்படுவதாக இருந்தது.

பிற்காலச் சோழர்களில் ஒருவனான கண்டவராதித்தன் ஆட்சிக்கு உட்பட்டிருந்த இவ்வூரில் அவன் ஒரு பெருங்கோட்டை கட்டினான். கண்டவராதித்தன்கோட்டை காலப்போக்கில் மருவி கந்தர்வகோட்டை என்றானது. வயது முதிர்ந்தோர் இன்றைக்கும் இவ்வூரை கண்டர்வக்கோட்டை என்றே அழைத்து வருகிறார்கள்.

காந்தி சிலை மண்டபம் திறக்கப்படுகையில் கந்தர்வகோட்டை கோவிலூர் என்றே அழைக்கப்பட்டிருந்தது. கந்தர்வகோட்டை இடம் பெயர்ந்த கிராமம். இதன் பூர்வீகம் கந்தர்வகோட்டைக்கு நேர் வடக்கே இருக்கும் பழைய கந்தர்வகோட்டை.

சோழர்கள் தஞ்சையிலிருந்து பாண்டிய நாட்டிற்குப் படையெடுத்துச் செல்கையில் படை வீரர்கள் பசியால் வாட ஓரிடத்தில் அரச மரம் பழங்களை உதிர்த்துகொண்டிருந்தது. அதைக்கண்ட அரசன் அம்மரத்தினடியில் இறங்கிப் பசியாறிய இடமாக அது இருந்தது. சோழன் அவ்வழியே செல்கையில் அந்த மரத்தின் அடியில் ஒரு கணம் இளைப்பாறிச் செல்பவனாக இருந்தான். அந்த இடத்தை அவன் அவ்வபோது கடந்து செல்கிறவனாக இருந்ததால் அவ்விடத்தில் ஒரு கோட்டையைக் கட்டினான். அக்கோட்டையையொட்டி ஒரு சிவன் கோயில் எழுப்பினான். அதன்பிறகு அந்த இடம் பழம் கண்ட அரசன் கோட்டை என்றானது. அதுவே பிறகு பழைய கந்தர்வகோட்டை என்றானது.

அவனது வாரிசுகள் பழம் கண்ட அரசன் கோட்டைக்கு நேர் தெற்கே ஆட்சிப்பகுதியை விரிவாக்கம் செய்யும் பொருட்டு இன்றைய வாடித்தெருவில் மாரியம்மன் கோயிலுக்குச் சொந்தமான ஓரிடத்தில் மற்றொரு கோட்டையை எழுப்பினார்கள். முதலில் கண்டவராதித்தன், கோட்டையைக் கட்ட ஒரு புதரான பகுதியைத் தேர்வு செய்தான். கோட்டையை எழுப்புவதற்குக் கற்களைக்

கொண்டு குவித்தான். கோட்டை கோயில் போல எழுந்தது. அக்கோட்டையைச் சிவன் கோயிலாக்கியவன் கோயிலுக்கும் நேர் தெற்கே வேறொரு கோட்டையை எழுப்பினான். இக்கோட்டையை வாடித்தெருவில் கட்டினான். அன்றைக்கு இது வாடிவாசல் என அழைக்கப்பட்டது. கண்டவராதித்தன் காலத்தில் கட்டப்பட்ட இக்கோட்டை கண்டவராதித்தன் கோட்டை என அழைக்கப்பட்டு இன்று கந்தர்வகோட்டை என்றாகியிருக்கிறது..

காந்திசிலை மண்டபம், அன்றைய முதலமைச்சர் பக்தவத்சலம் பட்டுக்கோட்டையிலிருந்து தஞ்சாவூருக்குக் கோவிலூர் வழியே செல்கையில் திறக்கப்பட்ட மணி மண்டபம். இதற்கு முன்பு இதே இடத்தில் பிரம்புக்கம்பு ஊன்றியபடி மிகச்சிறிய அளவிலான காந்தியார் நின்றுகொண்டிருந்தார். அச்சிலையை அகற்றிவிட்டு இம்மணி மண்டபத்தை எழுப்பியிருக்கிறார்கள். அன்றைய கோவிலூர் ஊராட்சி மன்றத் தலைவராக இருந்த ரெத்தினசாமி செட்டியாரின் தலைமையில் திறக்கப்பட்ட மண்டபம் இது.

இன்றைக்கும் கந்தர்வகோட்டைக்கு நிரந்தர முகவரியாக இருப்பது இம்மண்டபம்தான். காந்தி மண்டபத்திற்கு நேர் வட மேற்கில் இருக்கிறது ஊராட்சி ஒன்றிய அலுவலகம். நேர் மேற்கில் பேருந்து நிலையம். தெற்கில் அரசு மருத்துவமனை. கிழக்கில் மாரியம்மன் கோயில் நுழைவு வாயில். இவற்றில் எங்கே நின்று பார்த்தாலும் தெரியுமளவிற்குக் காந்திசிலை மண்டபம் அமையப்பெற்றுள்ளது.

காந்தி மண்டபத்தைச் சுற்றி நிறுத்தப்பட்டிருந்த பதாகைகளால் காந்தி மண்டபம் முழுவதுமாக மறைந்திருந்தது. சிலையைப் பெரிய அளவில் மறைத்துக் கொண்டிருந்த பதாகை சாம்சங் அலைபேசி விளம்பரப் பதாகையாக இருந்தது. அதன் மொத்த நீள அகலத்தையும் ஒற்றை ஸ்மார்ட் போன் பதாகை ஆக்கிரமித்திருந்தது.

காந்திசிலை மண்டபத்திற்கும் அதன் இடது புறமிருந்த அரசு மருத்துவமனைக்கும் இடைப்பட்ட சாலை மருத்துவமனைக்கு வந்து செல்லும் நோயாளிகளின் வயிற்றைப் போல குழி விழுந்திருந்தது. அவ்விடத்திற்கு அத்தகைய பள்ளம் தேவையாக இருந்தது. வாகனங்கள் சற்று நின்று இளைப்பாறிப்போக இத்தகைய பள்ளங்கள் வேகத்தடைகளாகி இருந்தன. குறுகலான சாலையைக் கொண்ட காந்தி சிலை முக்கம். நடைப் பாதைகளின்

ஆக்கிரமிப்பு போக ஆள் நடமாட்டத்திற்கு இடையே போக்குவரத்து வாகனங்கள் மக்களை உரசிக்கொண்டு செல்லும் நெருக்கடியான சாலை அது.

மருத்துவமனையையொட்டி இடது புறம் இரண்டு பூக்கடைகள் இருந்தன. அதையொட்டி ஒரு பெட்டிக்கடையும் ஒரு காய்கறி கடையும் இருந்தன. திங்கட்கிழமை வாரச்சந்தை. எப்பொழுதும் மாலை மூன்று மணியாகிவிட்டால் மீன் வியாபாரிகள் முக்கொம்பில் வளை வைத்து பிடிக்கும் மீன்களை உயிர்துடிக்க 'ஒரு கிலோ நூறு ரூபாதான்....' என விற்றுக்கொண்டிருப்பார்கள். மீன் கடை வராத அன்றைக்கு ஜவுளிக்கடை, கோடாலித் தைலம், மாங்காய், எலுமிச்சை, நார்த்தங்காய்... எனத் திடீர்க் கடைகள் முளைக்கும்.

காட்டுநாவல், சுந்தம்பட்டி, வேலாடிப்பட்டி, அம்புக்கோவில் வழியே கறம்பக்குடி செல்லும் பேருந்துகள்; அக்கச்சிப்பட்டி, மட்டங்கால், கல்லாக்கோட்டை, திருவோணம் வழியே பட்டுக்கோட்டை வழி வாகனங்கள்; மட்டங்கால் வழியே இடது புறம் திரும்பி மோகனூர், பெரியகோட்டை, குளத்தூர் நாயக்கர்பட்டி வழியே தஞ்சாவூர் செல்லும் பேருந்துகள் நின்று பயணிகளை இறக்கிவிடவும், ஏற்றிக்கொள்ளும் இடமாக காந்தி சிலை முக்கம் இருக்கிறது. இத்தனைக்கும் மேல் கல்லாக்கோட்டை கால்ஸ் மதுபானத் தொழிற்சாலைக்குச் செல்லும் வாகனங்கள் இவ்வழியேதான் செல்ல வேண்டும்.

மதுபானத் தொழிற்சாலை வருவதற்கு முன்புவரை இச்சாலையின் வழியே அரசு மற்றும் தனியார் பேருந்துகள் மட்டுமே போய் வருவதாக இருந்தன. கல்லாக்கோட்டையில் மதுபானத் தொழிற்சாலை எழுப்பியதன் பிறகு பேருந்துகளின் எண்ணிக்கையை விடவும் மதுபான லாரிகளின் எண்ணிக்கை பல மடங்கு கூடியிருந்தது. பகல் திருடனைப்போல லாரியெங்கும் பெரிய படுதாவால் மூடிக்கொண்டு லாரிகள் உறுமிச் செல்கையில் காதுகளுடன் சேர்த்து வாயையும் இறுக மூடிக்கொள்ளும் படியாக வாகனத்தின் இரைச்சலும், புழுதி வாரித் தூற்றலும் இருந்தன.

காந்தி சிலை முக்கம் மனிதத் தலைகள் நிரம்பி வழியுமிடம். எந்தவொரு வாகனமும் யாரும் யாரையும் உரசாமல், இடிக்காமல் விலகிச் செல்ல முடியாத அளவிற்கு நெருக்கமும் அடர்த்தியும் கொண்ட முக்கம் அது.

கந்தர்வகோட்டையில் வாகனங்கள் ஓட்டத் தெரிந்த ஒருவர் உலகின் எந்த மூலையிலும் வாகனத்தை ஓட்டிவிட முடியும். புதுக்கோட்டை மண்டலப் போக்குவரத்து அலுவலகத்திற்கு ஓட்டுநர் உரிமம் பெறச் செல்பவர்கள் கந்தர்வகோட்டை பகுதியைச் சேர்ந்தவர் என்றால் எட்டு போடச் சொல்லாமல் உரிமம் கொடுக்குமளவிற்குக் கந்தர்வகோட்டை புகழ்பெற்ற ஊராகியிருந்தது. பயணிகள் நடப்பதற்கே போதுமான இடம் இல்லாத நிலையில் வாகனங்கள் தட்டுத் தடுமாறி இயங்கிக்கொண்டிருக்க பதாகைகள் பெரும்பகுதியை ஆக்கிரமித்திருந்தன.

காந்திசிலைக்குத் தெற்கே அரசு மருத்துவமனை. சுற்றுச்சுவரினையொட்டி வலது புறம் ‘பாட்ஷா’ ரஜினியுடன் கூடிய ‘ஆட்டோ ஓட்டுனர்கள் சங்கம்’. அதையொட்டி மஞ்சள் நிற ஆட்டோக்கள் நிறைய நின்றன. அதையொட்டி ஒன்றிண்டு பூக்கடைகள், பழக்கடைகள், காய்கறிக்கடைகள் இருந்தன. கடைகளுக்குப் பின்புறம் ஒரு குறுகிய சந்து. அதற்குள் அம்பேத்கர் சிலையாக நின்றுகொண்டிருந்தார்.

அம்பேத்கர் சினம் கொண்டவராக தெரிந்தார். பாரதியாருக்குத் தாலாட்டு தேவைப்படாததைப் போல அம்பேத்கருக்குச் சிரிப்பு தேவைப்பட்டிருக்கவில்லை. அம்பேத்கர் ‘நான் பிறந்த மராட்டிய மாநிலம் இந்தப் பக்கம்தான் இருக்கிறது....’ எனக் கையை நீட்டியபடி நின்றுகொண்டிருந்தார்.

ஆயிரத்து தொள்ளாயிரத்து தொண்ணூற்று மூன்று ஜுலை பதினைந்து அன்று நிறுவப்பட்ட சிலையாக அம்பேத்கர் சிலை இருந்தது. நெடுஞ்சாலைத் துறை தலைமைப் பொறியாளர், மாவட்ட ஆட்சித்தலைவர், காவல் துறை கண்காணிப்பாளர்,. இவர்களின் பெயர்களில் பத்திரப்பதிவு செய்யப்பட்ட இடமாக அது இருந்தது. மருத்துவமனைக்கு வெளியே பத்துக்குப் பத்து சதுர மீட்டர் பரப்பளவு தளத்தில் அம்பேத்கர் சிலையாக நின்றுகொண்டிருந்தார்..

நெடுஞ்சாலைத் துறை அனுமதியுடன் அச்சிலை நிறுவப்பட்டிருந்தாலும் அச்சிலை ஒரே நாளில் இரவோடு இரவாக இடுப்பு அளவிற்குச் செங்கல் கற்களாலான கட்டை எழுப்பி அச்சிலை வைக்கப்பட்டிருந்தது. செங்கல், வெளிப்பூச்சு பூசப்படாமல் இருந்தது. அப்படி இருந்தால் தானே அவர் அம்பேத்கராக இருக்க முடியும்.

அதே இடத்தில் இதற்கு முன்பு வேறொரு சிலை இருந்திருக்கிறது. குமிழிக்குக் குழாயை நேராக நிமிர்த்தி அதற்குள் மணலை நிரப்பி அதன் மீது அம்பேத்கர் சிலை வைக்கப்பட்டிருந்தது. அச்சிலை அம்பேத்கர் சிலை என்று சொல்லப்பட்டாலும் அது பார்க்க வேறொருவருடைய சிலையைப் போலிருந்தது. அதன்பிறகு அங்கமுத்து தலைமையில் இளைஞர்கள் ஒன்றுதிரண்டு அம்பேத்கரின் முழு உருவச் சிலை வைக்க முனைந்திருந்தார்கள். தொண்ணூறில் தொடங்கிய இம்முயற்சி சிலை வைத்து முடிக்க மூன்று வருடங்கள் பிடித்திருந்தன.

அம்பேத்கரின் சிலை சிமெண்ட்டினலான சிலையாக இருந்தாலும் பார்க்க அது வெங்கலச் சிலை போலிருந்தது. அச்சிலைக்கான மொத்த செலவினத்தையும் அங்கமுத்து ஒருவரே ஏற்றிருந்தார். சிலையில் எந்தவொரு கல்வெட்டும் பொறிக்கப்பட்டிருக்கவில்லை. ஆனால் சிலையின் கால்கள் இடத்தில் அவருடைய பெயர் சுருக்கெழுத்தாக வடிக்கப்பட்டிருந்தது. அச்சிலையை மறைத்துக்கொண்டிருந்த பதாகை மைக்ரோமேக்ஸ் ஸ்மார்ட் போன் விளம்பரமாக இருந்தது. அதில் பெயர் தெரியாத ஒரு வட மாநில நடிகை பெரிய அளவில் வாயைத் திறந்து சிரித்துக்கொண்டிருந்தாள்.

சிலைக்குப் பின்புறம் ஆண்கள் வேட்டியைத் தூக்கிவிட்டுக்கொண்டு பேண்ட் ஜிப்பைத் திறந்து உட்கார்ந்து எழுந்திருக்கும் இடமாக இருந்தது. என்ன அவசரமேனும் பெண்கள் அதற்குள் இயற்கை உபாதை கழிக்க நுழைய முடியாத அளவிற்கு ஆண்களின் நடமாட்டம் செறிந்திருக்கும் இடம் அது. பிரேதப் பரிசோதனைக்காக மருத்துவமனைக்குள் நுழையும் பிணங்கள் அம்பேத்கர் சிலையைத் தாண்டிதான் செல்லவும் திரும்பவும் முடியும்.

மூன்றாவது சிலையாக இந்திராகாந்தி இருந்தார். அவர் தானொரு பெண் என்பதால் மார்பளவுச் சிலையாக இருந்தார். அவருடைய கூரான நாசி இவர் இந்திராகாந்திதான் எனக் காட்டுவதாக இருந்தது. தொண்ணூறுகளில் வைத்த சிலை அது. அச்சிலை வைப்பதிலும் அங்கமுத்துவின் பங்கு இருந்திருக்கிறது. அங்கமுத்து காங்கிரஸ் கட்சிக்காரர். அவர் இந்திராகாந்தி காலத்தில் டெல்லி நிர்வாகத்துடன் நெருக்கம் கொண்டவராக இருந்தார். அவரது மகன் திருமணத்திற்கு ஜீ.கே.வாசன் அழைக்கப்பட அவர் திறந்து வைத்த சிலையாக அது இருந்தது. இந்திரா காந்தியில்

காந்தி பெயர் இருக்கிறது என்பதால் ஒரு காரோ, ஒரு லாரியோ அதன் மீது மோதாமல் சிலை பயபத்திரமாக இருந்தது. ஒரு வேளை அந்த இடத்தில் அம்பேத்கரை நிறுத்தியிருந்தால் ஒரு தேர்ந்த லாரி ஓட்டுநர் மிகச்சரியாக அச்சிலையில் மோதி திருப்பியிருப்பார். அதை முன்னிட்டு சாதிக் கலவரமோ, ஊர்க்கலவரமோ நடந்து ஒரு நாள் பத்திரிக்கைகளில் அவ்வளவாக முக்கியமில்லாத செய்திகளில் ஒன்றாக இடம் பிடித்திருக்கும்.

இது தவிர தஞ்சாவூரிலிருந்து கந்தர்வகோட்டை வழியே புதுக்கோட்டை, மதுரை, மானாமதுரை, இராமேஸ்வரம் பேருந்துகளும்; தஞ்சாவூர் நகரப் பேருந்துகளான அறுபது ஏ, பி, சி, டி பேருந்துகளும் காந்தி சிலை முக்கத்தில் நின்று இளைப்பாறி ஒரு பெருமூச்செறிந்து பயணிக்கும். அந்த நிறுத்தத்திற்குக் காந்தி சிலை முக்கம் எனப் பெயர் வைக்கப்பட்டிருந்தாலும் பயணிகள் பேருந்திலிருந்து கீழே இறங்கியதும் முதலில் பார்ப்பது இந்திராகாந்தி சிலையைத்தான். அச்சிலையை மறைத்துக்கொண்டிருந்த மூன்றாவது பதாகை லெனோவா ஸ்மார்ட் போனாக இருந்தது.

இம்மூன்று சிலைகளுக்கிடையில் பெரிய அளவில் எந்த ஒற்றுமையும் இல்லை. ஆனால் அச்சிலைகளை மறைக்கும் படியாக நிறுத்தப்பட்டிருந்த பதாகைகளுக்கு ஓர் ஒற்றுமை இருந்தது. 'மிகக்குறைந்த விலையில், நீங்கள் எதிர்ப்பார்க்கும் தரத்தில் போக்கிமான் அண்ட் கோ கேம் வசதியுடன் கூடிய ஸ்மார்ட் போன். இப்பொழுது உங்கள் ஊரில் நீங்கள் எதிர்பார்க்கும் விலையில்....' என்ற வாசகம் அம்மூன்று பதாகைகளிலும் இருந்தது.

இதுதவிர சாலைகளெங்கும் நிறைய பதாகைகள் நிறுத்தப்பட்டிருந்தன.. 'முதல்வர் அவர்களை வணங்கி மகிழ்கிறோம்....' என்றொரு பதாகை இருந்தது. அதன் கீழ் மாவட்ட, ஒன்றிய, வட்டார பொறுப்பாளர்கள் பாஸ்போர்ட் சைஸ் ஒட்டிப்போயிருந்தார்கள். இதேபோன்று இன்னொரு பதாகை போட்டிக்கு வைக்கப்பட்டிருந்தது. 'கலை உலகமே, நிரந்தர ஞாயிறே...' என்கிற பதாகை அது.

'திருமண விழாவிற்கு உங்களை அன்புடன் வரவேற்கிறோம்....'

'எங்க மாப்பிளைக்கு குத்துகாதுங்கோ....'

'மகா குடமுழக்கு....'

‘புதுக்கோட்டை இனி பட்டுக்கோட்டை ஆகிறது....’

‘சரவணா ஜவுளிஸ்டோர்.....’

‘உதயம் அச்சகம்....’

‘சேட்டு மளிகைக்கடை....’

‘அபிநயா பாத்திரக்கடை’

‘செந்தில் டீ ஸ்டால்....’

‘மிஸ்டு கால் கொடுங்கள்....’ என நிறைய பதாகைகள் இருந்தன.

இவை தவிர காந்தி சிலை மண்டபத்திலிருந்து வடக்குத் திசை தஞ்சாவூர் சாலைகள் நெடுகிலும்; மேற்குத்திசையில் பேருந்து நிலையம், அதைத்தாண்டி வாரச்சந்தை, தாலுகா ஆபீஸ்....என நெடுகிலும் பதாகைள் நிறுத்தி வைக்கப்பட்டிருந்தன. பேருந்து நிலையத்தில் பிறந்த நாள், நிச்சயதார்த்தம், காதணி விழா , பூப்பு நீராட்டு விழா, தேவர் ஜெயந்தி, இமானுவேல் ஜெயந்தி, கிருஷ்ணஜெயந்தி என நிறைய பதாகைகள் இருந்தன.

காந்தி சிலை முக்கத்திலிருந்து நேர்கிழக்கு பட்டுக்கோட்டை சாலையில் மூன்று கல்யாண மண்டபங்கள் இருந்தன. அம்மண்டபங்கள் வழிகள் பதாகை முளைத்த காடுகளாக இருந்தன. வழிநெடுகிலும் அவரவர் சாதிக்கேற்ப, குடும்ப அடர்த்திக்கேற்ப, பொருளாதாரத்திற்கேற்ப பதாகைகள் நிறுத்தப்பட்டிருந்தன. காந்திச்சிலை முக்கத்தினை விடவும் வெள்ளைமுனியன் கோயிலில்தான் பதாகைகளின் அடர்த்தி நெருக்கமாகவும் அடர்த்தியாகவும் இருந்தது.

‘கர்நாடக அரசு தமிழகத்திற்குரிய தண்ணீரைத் திறந்துவிடக்கோரி ஒரு நாள் அடையாள உண்ணாவிரதப் போராட்டம்’ - இந்திய கம்யூனிஸ்ட் (மார்க்சிஸ்ட்)

‘தமிழக அரசே, ..தமிழக அரசே, அனைத்து விவசாயிகளின் விவசாயக்கடன்களையும் தள்ளுபடி செய்....’ - இந்திய கம்யூனிஸ்ட் கட்சி.

‘குஜராத் உனா தலித் படுகொலையை வன்மையாகக் கண்டிக்கிறோம்..’. - இந்தியக் கம்யூனிஸ்ட் (மா-லெ).

‘இந்தியா சமயச் சார்பற்ற நாடு என்பதை உறுதிப்படுத்து...’ - இந்திய கம்யூனிஸ்ட் (மா-லெ- மக்கள் விடுதலை)

இவைதவிர விடுதலைச் சிறுத்தைகள் கட்சியின் ஒன்றிரண்டு பதாகைகள் இருந்தன.அதில் ஒன்று ‘விஷ்ணு ப்ரியா மரணத்தை சிபிஐ விசாரிக்க வேணும்...’ என்கிற பதாகை.

ஒரு பதாகையில் மருத்துவர் கிருஷ்ணசாமி இருந்தார். இன்னொன்றில் மருத்துவர் ராமதாஸ் இருந்தார். வீரன் அழகு முத்துக்கோன், முத்தரையர், பசும்பொன் முத்துராமலிங்கம், வ.உ.சிதம்பரனார் இவர்கள் அவரவர் சாதிய அடையாளத்துடன் அவரவர் குலத்திற்கேற்ப கம்பீரத்துடன் நிற்க வைக்கப்பட்டிருந்தார்கள். ஒன்றிரண்டில் மாலைகள் தொங்கின.

ஒரு பதாகை காமராசரை நாடாராக்கியிருந்தது. இன்னொன்று பெரியாரை நாயக்கராகக் காட்டியது. இதைவிடவும் ஒரு பதாகை புதிதாக நிறுத்தப்பட்டிருந்தது. தேவேந்திரகுல வேளாளர் என்கிற பதாகை அது. அதில் தேவநேயப்பாவாணாரின் கம்பீரம் தெறிக்கும் மீசையும், பழனி முருகனும் இருந்தார்கள். இப்பதாகை பலரும் கவனிக்கும் படியாக இருந்தது.

ஒருவர் ஒரு பதாகையைக் கயிற்றில் கட்டி தொங்கவிட்டுக்கொண்டிருந்தார். அது கண்ணீர் அஞ்சலிக்கான பதாகை. மற்றொரு பதாகையை ஒருவர் அவிழ்த்து இறக்கிக்கொண்டிருந்தார். அது ரோட்டரி சங்கம் சார்ந்த பதாகை. இப்படியாக காந்தி சிலை முக்கம் பதாகைகளின் சங்கமமாக இருந்தது.

# 2

அதிகாலை நான்கு மணி.

நான் காந்தி சிலை மண்டபத்திற்கு இடது புறம் மருத்துவமனையின் நுழைவு வாயிலிடத்தில் நின்று கொண்டிருந்தேன். அந்த அதிகாலை நேரத்தில் பனி வெயிலைப் போல பெய்துகொண்டிருந்தது. நான் அலைபேசியை எடுத்து ரகசியக்குறியீட்டினைத் திறந்து க்ரோம் மென்பொருளுக்குச் சென்றேன். க்ரோம் என்னை கூகுள் பக்கத்திற்கு அழைத்துச் சென்றது. கூகுள் உலக உருண்டை நாலைந்து முறை சுற்றித் தன் முழுப் பக்கத்தையும் திறந்துகொண்டது. நான் போக்கிமான் என ஆங்கிலத்தில் தட்டச்சில் எழுதினேன். போக்கிமான் வெர்சன் தன்னை மெல்லத் திறந்து போக்கிமான் அண்ட் கோ மென்பொருள் மெல்ல பதிவிறக்கமாகிக்கொண்டிருந்தது. முழுவதுமாகப் பதிவிறக்கமாக எப்படியும் கால்மணி நேரம் பிடிக்கும். நான் சாலைகளைச் சுற்றும்முற்றும் பார்த்தேன். நாய்கள் நடமாட்டத்தைத் தவிர வேறெதையும் என்னால் காண முடியவில்லை. மருத்துவமனைக்குளிருந்த நோயாளிகளின் இருமல் மட்டும் மெல்ல கேட்பதாக இருந்தது.

காந்தி சிலை முக்கத்தினை மையமாக வைத்து கந்தர்வகோட்டையைக் குறுக்குவெட்டாக பிரித்தால் காந்தி சிலைக்கு நேர் மேற்கில் பேருந்து நிலையத்திற்குள்ளாக இருந்த இருபக்க கடைகளும் மேட்டுக்குடி மக்களின் கடைகளாக இருந்தன. ஜவுளிக்கடை, மளிகைக்கடை, பழக்கடை, உரக்கடை, டீக்கடை, ஓட்டல்,.. இப்படியாக. கிழக்குப்புறம் இரு பக்கக் கடைத்தெருக்களில் பல சாதியினர் கடைகள் நடத்திக்கொண்டிருந்தார்கள்.

ஆறு மணிக்கெல்லாம் கந்தர்வகோட்டையில் ஆள் நடமாட்டம் தொடங்கிவிடும். காந்தி சிலைக்கு மேற்குபுறம் வெள்ளை வேட்டி சட்டைகளும்; கிழக்குபுறம் கைலி, சட்டைகளையும் பார்க்கலாம். கிராமங்களிலிருந்து பேருந்து பிடித்து வரும் மக்களுக்கான அனைத்து தேவைகளும் காந்தி சிலை முக்கத்தை ஒட்டியுள்ள கடைகளுக்குள் முடிந்துவிடும்.

கந்தர்வகோட்டை காந்தி சிலை முக்கத்தின் அமைதி பார்க்க வியப்பாக இருந்தது. கொஞ்ச நேரத்திற்குத்தான் இந்த அமைதி. முழுவதுமாக பொழுது விடிந்துவிட்டால் அவ்வளவேதான்! கடைகளை, பயணிகள் ஆர்ப்பரிக்கத் தொடங்கிவிடுவார்கள். மாணவர்கள் வந்து குமியும் இடம் அது. மாணவிகள் பேருந்திலிருந்து இறங்கி நேராக மேற்கு நோக்கிச் சென்று தெற்குப் பக்கமாகத் திரும்புவார்கள். மாணவர்கள் இறங்கியவுடன் மாரியம்மன் நுழைவு வாயிலுக்குள் நுழைவார்கள்.

காந்தி சிலை முக்கம் மதியத்திற்கும் மேல் களைகட்டத் தொடங்கிவிடும். ஒரு நாளைக்கு ஏதேனும் ஒரு கட்சி பொதுக்கூட்டம், ஆர்ப்பாட்டம், கட்சிக்கூட்டம் இவற்றில் ஏதேனும் ஒன்றை நடத்திக்கொண்டிருக்கும். ஆர்ப்பாட்டம் நடக்காத நாட்களில் உண்ணாவிரதம், பேருந்து மறியல் ஏதேனும் ஒன்று நடந்தேறும்.

தேர்தல் காலங்களில் இந்திய அரசியல்வாதிகள் வந்து குவியும் இடமாக காந்தி சிலை முக்கம் இருந்தது. இந்திராகாந்தி இவ்விடத்தில் இறங்கி இந்திரா தேசிய காங்கிரஸின் கொடியை ஏற்றியிருக்கிறார். ராஜிவ்காந்தி, சஞ்சய்காந்தி நின்று வாக்கு சேகரித்திருக்கிறார்கள். ஜெயப்பிரகாஷ் நாராயணன், மொரார்ஜி தேசாய், பிருந்தாகாரத், சீத்தாராம் யெச்சூரி, பரதன் போன்றவர்களின் காலடிகள் பதிந்த இடம் இது.

சுதந்திர இந்தியாவிற்கு முன்பு இதே இடத்திலிருந்த வேறொரு காந்தி சிலைக்கு ராஜாஜி, காமராசர் போன்றவர்கள் மாலை அணிவித்திருக்கிறார்கள். பக்தவத்சலம் இச்சிலையை நிறுவியதற்குப் பிறகு பேரறிஞர் அண்ணா, கலைஞர் மு.கருணாநிதி, எம்.ஜி. ராமச்சந்திரன், ஜெ.ஜெயலலிதா, வைகோ, மு.க.ஸ்டாலின், திரிபுரா முதலமைச்சர் மாணிக் சர்க்கார், வாழப்பாடி ராமமூர்த்தி, மூப்பனார், தா.பாண்டியன், ஜி. ராமகிருஷ்ணன், குமாரசாமி, பாலசுந்தரம் எனப் பலரும் இவ்விடத்தில் நின்று மக்களைச் சந்தித்திருக்கிறார்கள்.

நடிகர் - நடிகைகள் களம் கண்ட இடமாகவும் காந்தி சிலை முக்கம் இருந்திருக்கிறது. விஜயகாந்த் புதிய கட்சி தொடங்கி முதல் சுற்றுப்பயணத்தின் போது ஒரு காவலருடன் அவர் வாக்குவாதம் செய்திருந்தார். சீமான், சரத்குமார், டி.ராஜேந்தர்

இவ்விடத்தில் உரையாற்றியிருக்கிறார்கள். வடிவேல், குஷ்பு, வித்யா, ராமராஜன், சந்திரசேகர், ஆனந்தராஜ்,...எனப் பலரும் நின்று பரப்புரை செய்த இடம் அது.

ஈழம் உக்கிரப்போரின் போது தொடர் உண்ணாவிரதம் கண்ட களமும் கூட. கீழ் வெண்மணி கூலி விவசாயிகள் எரிப்பு, சாதீயப் படுகொலை, மதக்கலவரம்,....இவற்றிற்கு எதிராக மக்கள் ஒன்று கூடுகிற இடம் இது.

யார் மேடையில் நின்று பேசினாலும் கூட்டம் அலைமோதும். தி.க கூட்டங்களில் சிரிப்பொலி வெடிக்கும். கம்யூனிஸ்ட் கூட்டங்கள் அனல் பறக்கும். திமுக, அதிமுக கூட்டங்கள் என்றால் நிற்க இடம் போதாது.

மனிதத் தலைகள் நிரம்பிய பொதுக்கூட்டங்கள் தினம் தினம் நடந்தாலும் இரண்டு பொதுக்கூட்டத்தின் போது காந்தி அவரது கைகளைக் கொண்டு காதுகளைப் பொத்திக்கொண்ட நிகழ்வு நடந்தேறியிருக்கிறது. மக்கள் கைக்கொட்டி ஆர்ப்பரிப்பதா, எதிர்ப்பு தெரிவிப்பதா...எனத் தெரியாமல் தட்டுத்தடுமாறி நின்று கேட்டு ஒரு சலனமில்லாமல் கலைந்து சென்றிருக்கிறார்கள்.

ஒரு தலைவர் உரக்கப் பேசினார். ‘எத்தனை பேர் இறந்தாலும் கவலையில்லை. எத்தனை தலைகள் உருண்டாலும் பரவாயில்லை. அயோத்தியில் ராமருக்குக் கோயில் கட்டியே தீருவோம்....’

இன்னொரு தலைவர், ஒரு முதுப்பெரும் தலைவரின் பெயரைச் சொல்லி ‘இன்றைக்கு மட்டும் அவன் உயிருடன் இருந்திருந்தால் அவனை நான் செருப்பால் அடித்திருப்பேன்.’ என்றிருந்தார்.

இது தவிர பல்வேறு வாக்குறுதிகள் கண்ட இடமாகவும் காந்தி சிலை முக்கம் இருந்திருக்கிறது. பல வாக்குறுதிகள் கண் பொத்தி குரங்குடன் காட்டிய வித்தையைப் போல ஆகியிருக்கின்றன. அதில் ஒன்றிரண்டு வாக்குறுதிகள் பெரிய கட்சிகளின் தலைவர்கள் கொடுத்ததாக இருந்தன. ‘நாங்கள் ஆட்சிக்கு வந்தால் கல்லாக்கோட்டை மதுபானத் தொழிற்சாலையை இழுத்து மூடுவோம்...’ என்கிற வாக்குறுதி அது.

# 3

எனது அலைபேசியில் போக்கிமான் விளையாட்டிற்கான மென்பொருள் வேகமாக பதிவிறக்கமாகிக்கொண்டிருந்தது. வட, தென் அமெரிக்கக் கண்டங்களை உதைத்து விளையாடும் இந்தப் போக்கிமான் அண்ட் கோ விளையாட்டை கந்தர்வகோட்டையில் விளையாடும் முதல் நபர் நானாகத்தான் இருப்பேன் என்பதால் என் மண்டைக்குள் உருவமற்ற பொதிகள் ஏறி உட்கார்ந்துகொண்டன.

நான் இந்த நாட்டின் மீதும் சமூகத்தின் மீதும் எந்த அக்கறையும் இல்லாதவன். காலையில் எழுந்ததும் தினசரியில் சினிமா செய்திகள் வாசித்து பொது அறிவை வளர்த்துகொள்ளும்படியாக சுபாவம் கொண்டவன். அடுத்த சூப்பர் ஸ்டார் யார் என்பதே நான் நீண்ட நாட்களாக தேடும் கேள்வி. இந்த நாட்டில் பசிக்கும் பட்டினிக்கும் காரணம் அரசியல்வாதிகள் என்றும் முதலாளி வர்க்கம் சார்ந்த அரசியல் என்றும்,...பேசுவதைக் கேலியாகப் பார்ப்பவன். ஒருவன் ஏழ்மையாக இருப்பதற்கும் இன்னொருத்தன் கோடீஸ்வராக இருப்பதற்கும் காரணம் அவரவர் தலைவிதிதானே தவிர வேறொன்றும் இல்லை என்பது எனது அனுமானம்.

அம்பானிக்குப் பிறகு அடுத்த அம்பானி நானாகத்தான் இருக்க வேண்டும். பில்கேட்ஸ் அடுத்த முறை வருகிற பொழுது அவர் என் கையைப் பற்றி குலுக்க வேண்டும். நானும் அவரும் ஒரே தட்டில் உணவு உண்ண வேண்டும்... இப்படியாக கனவில் மிதந்துகொண்டிருக்கும் எனது முழு நேர வேலை முகநூலில் இயங்குவது.

எனது முகநூலில் தமிழ் என்றொரு நண்பர் இருக்கிறார். நான் காலையில் எழுந்து முகநூலைத் திறந்தால் அவரது பதிவொன்று எனது பக்கத்தில் விழுந்திருக்கும். அவர் எப்பொழுதும் புகைப்படத்தை மட்டும் இடுகை இடுபவர். அத்தனையும் நடிகைகள். அரைகுறை ஆடை அழகிகள். அத்தகைய படங்களுக்கு லைக் இடுவது ஒன்றே என் வேலை. மற்றபடி முகநூலில் வரிந்துகட்டிக்கொண்டு எழுதும் பழக்கம் எனக்குக் கிடையவே கிடையாது.

மாட்டுக்கறி அரசியல், பணத்தை ஒரே நாளில் செல்லாக் காசாக அறிவித்தல், பெட்ரோல், டீசல் விலை உயர்வு, தக்காளி,

வெங்காயம் பதுக்கல் போன்றவற்றிற்கு வரிந்துகட்டிக்கொண்டு எழுதுபவர்களை எப்படியேனும் நாடு கடத்திவிட வேண்டும் என்பது எனது அபிமானம்.

இவர்களுக்கெல்லாம் எழுத்துரிமை, பேச்சுரிமை யார் கொடுத்தது. இவர்கள் எதை வேண்டுமானாலும் எழுதலாமா? இப்படியாக நான் நினைப்பதுண்டு. ஆனால் அதை நான் எந்த பக்கத்திலும் பகிர்ந்ததில்லை. ஏன் பதிய வேண்டும்?. எனக்கும் படிக்கத் தெரியும், வாசிக்கத் தெரியும், தொழிற்நுட்பத்தைக் கையாளத் தெரியும் என்பதைத் தவிர வேறொன்றும் இதற்குள் இருப்பதாக எனக்குத் தெரியவில்லை.

நான் ஒரு நாளைக்கு இரண்டு முறை இந்த காந்திசிலை முக்கத்திற்கு வந்து செல்பவன். மதியம் பன்னிரெண்டு மணிவாக்கில் காந்தி சிலை முக்கத்திற்கு மேற்கு கடைகளில் கொடுத்த கடனை வட்டியுடன் சேர்த்து வசூல் செய்வேன். மாலை ஐந்து மணிக்கு மேல் கிழக்கு கடைகள். வட்டியுடன் கொடுத்த கடனை வசூல் செய்வது ஒன்றே எனது வாழ்நாள் வேலை.

வட்டியை வசூல் செய்யும் பொழுது அவர்களின் முகத்தைப் பார்ப்பேன். அவர்களின் முகம் கடன் வாங்கியபொழுது எப்படி இருந்ததோ, அப்படியாகவே இருக்க வேண்டும். அவர்கள் முகத்தைக் கோணிக்கொண்டு, வயிற்றெச்சலுடன் பணத்தைக் கொடுப்பதாக இருந்தால் இன்னொரு முறை அவர்களுக்கு நான் பணம் கொடுக்க மாட்டேன்.

பணம் என்ன மரத்திலா காய்க்கிறது? நான் ஒவ்வொரு கடையாக அலைந்து திரிந்து, மிரட்டி, கொடுத்த கடனை வசூல் செய்கிறேன். கொடுத்த கடனைச் சொன்னபடி கொடுக்கவில்லையென்றால் அவர்கள் யாராக இருந்தாலும் வைத்துப் பார்ப்பதில்லை. நாக்கு பிடுங்க நாலு வார்த்தை கேட்டுவிட்டுதான் அந்த இடத்தை விட்டு நகர்வேன்.

ஒருநாள் ஒரு டீக்கடைக்காரர் கேட்டார். ‘தம்பி, வட்டிக்காசு உங்கக்கிட்ட எவ்வளவு கொடுத்திருப்போம். என்னிக்காவது ஒரு நாளு அந்தக் காசுல என் கடையில ஒரு டீ சாப்பிடக் கூடாதா....?’ எனக்கு வந்ததே கோபம். ‘யாருகிட்ட என்ன கேள்வி கேட்ட. கொடுத்த கடனை முதல்ல திருப்பிக் கொடு....’ என்று கல்லாப்பெட்டியில் கால் மேல் கால் போட்டுக்கொண்டு உட்கார்ந்துவிட்டேன். பிறகு என்னவாம்! அவன் உழைப்பாளி

திமிறைக் காட்டும் பொழுது நான் என் பணக்காரத் திமிரைக் காட்ட வேண்டாமா?

அந்த அதிகாலையில் நான் நின்றுகொண்டிருந்த இடத்திற்கு நான்கைந்து பெண்கள் வந்திருந்தார்கள். அவர்கள் துப்புரவுப் பணியாளர்கள். அவர்களின் கைகளில் கூடை, விளக்குமாறு, நீண்ட தடியுடன் கூடிய விரிந்த தூர்வைகள் இருந்தன. அவர்களின் பின்னே இரண்டு நாய்கள் வால்களை ஆட்டியபடி ஒன்றையொன்று கடித்து விளையாடிக்கொண்டிருந்தன.

பெண்கள் அவரவர் கொண்டு வந்திருந்த பொருட்களைக் கீழே வைத்துவிட்டு வெற்றிலை முடிச்சினை அவிழ்த்தார்கள். வெற்றிலையை எடுத்து நீள்வாக்கில் கிழித்து வாயிற்குள் குதப்பிக்கொண்டார்கள். பற்களின் நுனியால் சுண்ணாம்பை நீவிக்கொண்டார்கள்.

‘இன்னும் என்னங்கடி பண்றீங்க....?’ என்கிற கூப்பாட்டுடன் ஒரு ஆடவர் அவர்களுடன் கலந்திருந்தார். அவர் அழுக்குப் படிந்த வேட்டியை உடுத்திருந்தார். அவர்கள் நின்று கொண்டிருந்த இடத்தில் ஒரு தேநீர்க் கடை இருந்தது. காந்தி சிலை மண்டபத்திற்குப் பின்புறமாக இருந்த அத்தேநீர்க் கடையில் ஒரு டீயை ஸ்ட்ராங்கா போடச்சொல்லி கலக்கி நுனி உதடுகளால் ‘விரீட், விரீட்....’ என உறிஞ்சிக்கொண்டிருந்தார். பெண்கள் சேலையைக் கெண்டைக்கால்களுக்கு மேலாக தூக்கிச்செருகிக்கொண்டு சாலைகளைக் கூட்டிப் பெருக்கத் தொடங்கியிருந்தார்கள்.

ஒருத்தர் சொன்னாள். ‘நாசமாப் போனவள்வ. விட்டால் இதையும் கூட்டிப் பெருக்குறேனு குடியானவள்வ வருவாள்வ....’

பதிலுக்கு இன்னொருத்தர் ‘ஆமாந்தே, அவளுவளுக்கு கழிச்சல்தான் வரணும். கக்கூஸையே சுத்தம் செய்றேனு வருகிறவள்வ கூட்டுற வேலையை வேண்டானு சொல்லுவாளா என்ன!’

இன்னொருத்தி அவிழ்ந்த கொண்டையை அள்ளி முடிந்துக்கொண்டு சொன்னார் ‘இந்த கந்தர்வகோட்டையில மொத்தம் முப்பத்து ஆறு கிராமப் பஞ்சாயத்துகள் இருக்கு. நூத்தி இருபது பள்ளிக்கூடங்கள் இருக்கு. அதில குறைஞ்சது பத்து பள்ளிக்கூடம் பெரியது. ஒரு பள்ளிக்கூடத்திற்கு இரண்டு

கக்கூஸுனு வச்சிக்கிட்டாலும் இரநூத்தி நாற்பது கக்கூஸுகள் தேறுது. இத்தனை கக்கூஸ்களையும் நாமதானே இத்தன நாளும் கூட்டிப்பெருக்கி அள்ளி சுத்தம் செஞ்சிக்கிட்டிருந்தோம். இப்ப என்ன வந்தது. நான் வாறேன், நீ வாறேனு குடியானவள்வ வந்தா எப்படி?'

கூட்டுவதை ஒரு கணம் நிறுத்தி பின்பக்கமாகத் திரும்பி ஒருத்தர் சொன்னார். ' யூனியன்ல சோத்து வாத்தியார், சமைக்கிற ஆயா, பள்ளிக்கூடத்தக் கூட்டி தண்ணீர் வைக்கிற வேலைக்கு ஆள் எடுக்கிறோமென மனு வாங்கினாங்க. சோத்து வாத்தியார் வேலைக்கும், சமைக்கிற ஆயா வேலைக்கும் கந்தர்வகோட்டையில இருக்கிற அத்தனை சாதிகளும் நான், நீயென போட்டிப்போட்டுக்கிட்டு மனு கொடுத்திருக்கு. கக்கூஸ் கூட்டுகிற வேலைக்கு நம்மளத் தவிர யாரும் மனுக் கொடுக்கல. நாந்தான் கேட்கிறேன். நாம இதையே கூட்டிக்கிட்டு இருந்தா எப்ப, நாம சமைக்கிற ஆயா வேலைக்கு போறதுங்கிறேன்....'அவருடைய பேச்சுக்கு மறுபேச்சில்லாமல் அத்தனை பேரும் அதைக் கேட்டு திகைத்து நின்றார்கள்.

இன்னொருத்தர் நீண்ட நேரத்திற்குப் பிறகு உள்ளே நுழைந்தார். 'குரவ குடும்பமென இருவது குடும்பந்தான் இந்த கண்டர்வகோட்டையில இருக்கோம். ஒரு குடும்பத்துள நம்மளயும் புருசனையும் மவன்களயும் சேர்த்தா ஒருத்தருக்கு இருவது கக்கூஸுக தேறும். இத்தன நாளு நாம அள்ளி கூட்டிப் பெருக்கி சுத்தப்படுத்தியத இப்ப அந்ததெந்த ஊரு மக்களே சுத்தப்படுத்திக்கணுமென பஞ்சாயத்தில தீர்மானம் போட்டிருக்காமே. இது கடவுளுக்கு அடுக்குமா?'

'நல்லா சொன்னேந்தே நீ. அப்படி தீர்மானம் வகுக்கிறவங்க அந்தந்த ஊர் கோயில அந்தெந்த ஊர்க்காரங்களே பூஜை செஞ்சிக்கிரணுமென தீர்மானம் போட வேண்டியதுதானே. ஏன் நாலூரு தாண்டி பூணூல் போட்டவணுங்க வரணும்?'

'வசந்தா, நல்லாக் கேட்டே நீயீ. ஈனச் சனமா நம்மள வச்சிருக்கான்வ. நாம செய்ற தொழில தட்டிப்பறிச்சா எப்படியாம்?'

இன்னொருத்தர் தன் பங்குக்கு ' அட எட்டிப் போற நீயீ. நம்ம ஊரு பஸ் ஸ்டாண்ட்ட கக்கூஸ கூட்டிப்பெருக்கி அள்ளுறது நாம. அதைக் குத்தகைக்கு எடுத்து காசு பாக்கிறது குடியானவ. இதைப் போய் எந்தக் கோயில்ல சொல்றதாம்?'

'அந்தெந்த ஊரு குடியானவள்வ அந்தெந்த ஊரு கக்கூஸ குத்தகைக்கு எடுத்திட்டா பிறகு என்னத்துக்கு நாம இருக்கோம். நம்ம சாதிச் சங்கம் என்னத்துக்கு இருக்காம்....'

'ஆமா, பெரிய சங்கம்? வெங்காயச்சங்கம். பன்னி வளர்க்கக்கூடாதுனு சொல்லி பன்னிய ஒழிச்சிக்கட்டிட்டான்க. இப்ப கக்கூஸ அவங்கவங்களே கழுவிக்கிறதுனு சொல்லிட்டாங்க. நாம என்ன தொழில பண்றதாம், எப்படித் திங்கிறதாம்?'

'அட விடுந்தே. ஒன்னும் வழியில்லன்னா சேர்மன் உட்கார்ற நாற்காலியக் கேப்போம்.....'

அவள் அப்படிச் சொன்னதும் மற்றவர்கள் 'கொல்' லெனச் சிரித்தார்கள். ஒருத்தி சொன்னாள்: ஆமாம்டி, இவளைப் பாரு. ஜனாதிபதி நாற்காலிய கேப்ப நீயீ.....'

'கேட்கணுந்தே. நம்ம தொழிலு நமக்குக் கிடைக்காதப்ப. அவன்க தொழில நாம கேட்டுத்தானே ஆகணும். என்னடி நீ சொல்றே ருக்கு?'

'ஆமாம்க்கா, கேட்கணும்தான். கேட்டுப் பறிக்கணும்தான்.....'

'இப்ப நான் சொல்றேன். எல்லாரும் கேட்டுக்கிருங்க. நம்ம கந்தர்வகோட்டையில இருக்கிற அத்தனை பள்ளிக்கோடத்து கக்கூஸயும் நாமதான் கழுவணும். அப்படியில்ல, பஸ் ஸ்டாண்டையும் காந்தி சிலை முக்கத்தையும் யாரையாவது வச்சி கூட்டிக்கிருங்கன்னு விளக்கமாத்தை தலையச்சுத்தி விட்டெறியணும்....' ஒருத்தர் இதைக் கோபம் கொப்பளிக்கச் சொல்லிருந்தார். பதிலுக்கு இன்னொருத்தர் 'அப்படி நான் விட்டெறிஞ்சா சிங்கப்பூர்ல இருக்கிற என் மவன் என்னெயத் தலையில தூக்கி வச்சி கொண்டாடுவான்....'

'என் மகன் மட்டும் என்னவாம்....'

அவர்களின் பேச்சில் வேடிக்கையும் அதே நேரம் நியாயமும் கலந்திருந்தது. ஒருவர் குப்பை சுமக்கும் வண்டியைத் தள்ளிக்கொண்டு வந்தார். இன்னொருவர் தலையில் முண்டாசு கட்டிக்கொண்டு எச்சிலைத் துப்பியபடி வந்தார். ஒருத்தி குப்பையை அள்ளி வண்டிக்குள் கொட்ட வண்டியை நோக்கி நடந்தார். வயது முதிர்ந்த பெண்ணொருத்தர் என்னைப் பார்த்தார். நான் மருத்துவமனைக்கு வெளியே நுழைவு வாயிலிடத்தில் நின்று கொண்டிருந்தேன். கம்யூனிஸ்டுகள் கூட்டம் போடுகிற இடம்

அது. அந்த இடத்தில் நிறுத்தப்பட்டிருந்த ஒரு பதாகையின் மறைவிடத்தில் நின்றவனாக இருந்தேன்.

'அடீயே இவள்வளா, ஆள்ப்பாத்து பேசுங்கடி. பகல்ல பார்த்துப் பேசணும். ராவுப்பட்டா அதுவும் கூடாது. மறைவில ஆள் நிக்குது. தலைவர்க்கும் சேர்மன்க்கும் வேண்டியப்பட்ட ஆளா இருக்கப்போவுது.' என்றார் அவர்.

அதற்கு இன்னொருவர் 'அப்படியா, அப்படின்னா சத்தமாப் பேசுங்கடி. நாம பேசிக்கிறது அப்படியாவது போய்ச் சேர வேண்டிய இடத்துக்குப் போய் சேர்தானு பார்ப்போம்.'

அந்த இடத்தில் நின்று கொண்டிருந்த அத்தனை பேரும் என்னை வெறிக்கப் பார்த்தார்கள். நான் இவர்களின் பேச்சையெல்லாம் கேட்க வேண்டியிருக்கிறதே, என்கிற முகச்சுழிப்புடன் அவர்களிடமிருந்து பார்வையை எடுத்துப் போக்கிமான் மென்பொருளை இயக்கத் தொடங்கினேன்.

போக்கிமான் அண்ட் கோ மென்பொருள் தன்னை மெல்ல திறந்து கொண்டிருந்தது. ஒவ்வொரு நொடி திறப்பிலும் அமெரிக்கர்களின் பிரமாண்டமும் மெனக்கெடலும் பிரமிப்பும் இருந்தன.

அமெரிக்கர்களின் மூளையே மூளைதான். எந்தச் சேட்டுக்கடையில்தான் அவர்கள் அரிசி வாங்குகிறார்களோ?. பின்னே! ஓடி மூச்சு அடைக்க பந்துகளை உதைத்து விளையாடும் கால்பந்து விளையாட்டை அவர்கள் அலைபேசிக்குள் அடைத்தவர்கள் இல்லையா! கிரிக்கெட் என்ன, பைக், கார் ரேஸ் என்ன! அத்தனையையும் கையடக்க அலைபேசிக்குள் அடைத்துவிட்டதன் பிறகு உலகமே தண்டுவடமாகச் சுருங்கி மெத்தைக்குள், தலையணைக்குள் சுருண்டு படுத்துகொண்டது. எதிர்காலத்தில் ஒலிம்பிக், ஆசிய, காமன்வெல்த் போட்டிகள் ஆண்ட்ராய்ட் அலைபேசிக்குள் சுருங்கிவிடும் என நினைத்துகொண்டிருக்கையில் இப்படிப் போக்கிமான் விளையாட்டை ஆண்ட்ராய்டு அலைபேசிக்குள் அடைத்து நடக்க, ஓட வைக்கிறார்கள் என்றால் அவர்களைப் பாராட்டாமல் இருக்க முடியுமா என்ன!

'உங்களால் எப்படி இதெல்லாம் முடிகிறது. என்னதான் நீங்கள் சாப்பிடுகிறீர்கள்?' ஓர் அமெரிக்க நண்பரிடம் முகநூல் வாயிலாகக்

கேட்டிருந்தேன். அதற்கு அவர் சொன்ன பதிலால் என் முகநூல் முடங்கிவிட்டது. 'நாங்கள் கோதுமையுடன் கூடிய மாட்டுக்கறி சாப்பிடுகிறோம்....'. இப்படியொரு பகிர்தலைப் பகிர்ந்து கொண்டதும் அப்பப்பா, எத்தனை மிரட்டல், உருட்டல்...!

என்னுடையது சாம்சங் மொபைல். பாட்டரி தொண்ணூறு சதவீதம் மின்னாளுமையைக் காட்டியது. இன்டெர்நெட் முழுவதுமாகத் திறந்துகொண்டது. ஜிபிஎஸ் இயக்கத்திற்கு வந்தது. மொபைல் கேமராவைத் திறந்தேன். இணையம் ஒரு தடையுமில்லாமல் இன்றைய நாள் முழுமைக்கும் இயங்க இந்திய ரூபாய் அதற்குள் இருக்கிறதா எனப் பார்த்துக்கொண்டேன்.

போக்கிமான் அண்ட் கோ முழுவதுமாகப் பதிவிறக்கமாகியிருந்தது. பாலியல் பலாத்கார வழக்கில் கைது செய்யப்பட்டு ஜாமீனில் வெளிவரும் ஆயுட்கைதி தன் முகத்தைக் கேமராமேன்களுக்கு தயக்கத்துடன் காட்டுவதைப்போல போக்கிமான் இணையப் பக்கம் திரையில் தலைகாட்டியது. அதன் முழு பக்கமும் திறக்கப்படுகையில் ஆணின் உடலிலிருந்து இந்திரியம் வெளியேறுகையில் உடல் உதறுவதைப்போல ஆண்ட்ராய்டு அலைபேசி உதறியது. மொபைல் திரையில் போக்கிமான் அண்ட் கோ முழுமையாக நிரம்பியிருந்தது.

இன்றைய நவீன மனிதன் என்பவன் அலைபேசியில் கோபுரம் முழுமையாகக் கிடைக்கும்படியான இடத்தில் நிற்கத் தெரிந்திருக்க வேண்டும். கந்தர்வகோட்டையில் கோபுர சமிக்ஞை முழுமையாகக் கிடைக்குமிடம் காந்தி சிலை முக்கம். பல ஊர் மக்கள் சந்திக்கும் இடமாக மட்டும் அவ்விடம் இருந்திருக்கவில்லை. 2ஜீ, 3ஜீ, 4ஜீ கோபுரங்கள் ஒன்றையொன்று போட்டிப்போட்டு சங்கமிக்கும் இடமாகவும் இருந்தது.

நான் எப்பொழுதும் நடைப்பயிற்சியைத் தொடங்குவது காந்திசிலை முக்கத்திலிருந்துதான். இசைஞானி இளையராஜா , இசைப்புயல் ஏ.ஆர். ரஹ்மான், மெல்லிசை மன்னர் எம்.எஸ். விஸ்வநாதன் மூவரில் ஒருவர் அல்லது ஒருவரைத் தொடர்ந்து ஒருவர் மென்னிசை வாசிப்பார்கள். விரிந்துக்கிடக்கும் ஏதேனும் ஒரு திசையில் நான் என் பயணத்தைத் தொடங்குவேன். என் பயணம் என்றைக்கும் தனிமையானது. கூட யாரையேனும் அழைத்துச் சென்றால் அவர்களின் வறுமையை நான் காதுகொடுத்து கேட்க வேண்டும். அவர்கள் சொல்லும் செய்திக்கு 'இம்...' போட

வேண்டும். டீ குடிக்கக் கூப்பிடுவார்கள். அவர்களுக்கு டீ வாங்கிக் கொடுக்க வேண்டும். இடையில் ஆங்கிலத்தில் 'தாட், பூட்' எனப் பேசுவார்கள். நான் எட்டாம் வகுப்பு வரைக்கும் மட்டுமே படித்தவன். அவர்களிடம் பேச்சுக்கொடுத்து அவர்கள் அளவிற்கு என்னால் பேச முடியாத பொழுது அவர்கள் என்னை விடவும் பெரியவர்களாகி விடுவார்கள்! நான் ஏன் அவர்களை பெரியவர்களாக்க வேண்டும். என்றைக்கும் என் வழி தனி வழிதான். எனது கடவுள், நாளைக்குத் தமிழ்நாட்டை ஆண்டு காவிரிப் பிரச்சனை உட்பட பலவற்றையும் தீர்த்து வைக்கப்போகும் ரஜினிகாந்தை மனதில் நிறுத்திக்கொண்டு அவர் இமயமலைக்குத் தனியாகப் பயணம் செய்வதைப்போல நான் என் பயணத்தைத் தனியாகத் தொடங்கினேன்.

போக்கிமான் மென்பொருள் திறந்ததும் காமிராவும் கூகுள் இணைய வரைபடமும் திறந்துகொண்டன. கந்தர்வகோட்டையின் மொத்த இடுப்பு வளைவுகள், முகச்சுருக்கம், தலையெழுத்து, கை ரேகைகளையும் கூகுள் வரைபடமாகக் காட்டிக்கொண்டிருந்தது. கந்தர்வகோட்டையின் குறுக்கு மற்றும் நெடுக்குச் சாலை, விரிந்த சாலை, குறுகிய சாலை, பாலங்கள், குமுளிகள்... என அத்தனையும் திரையில் கண்முன்னே விரிந்திருந்தன. நான் என்னைச் சூழ்ந்த நிஜ உலகத்தோடும் டிஜிட்டல் லேயருடனான கற்பனை உலகத்தோடும் இரண்டறக் கலந்தேன். போக்கிமான் அண்ட் கோ தன்னை விளையாடிக்கொள்ள முழுமையாக அனுமதித்திருந்தது. ஆப்சன் என்னை வேகமாக இயக்கு என்றது. விளையாட்டின் பின்னணி கொசு இரைச்சலுடன் கூடிய குழந்தைகளின் ஆரவாரமாக இருந்தது. 'கொய்ங்....' என்கிற சத்தமும் வாகனங்களில் ஒன்றோடொன்று உரசிக்கொள்வதுமான இரைச்சலையும் அது கொடுத்துக்கொண்டிருந்தது.

நான் மொபைல் திரையினைத் தொட்டுப் போக்கிமான் விளையாட்டை விளையாடத் தொடங்கினேன். நான் விளையாடத் தொடங்குகையில் நேரம் ஐந்து மணி இருபத்தைந்து நிமிடங்களைத் தொட்டிருந்தது.

போக்கிமான் அண்ட் கோ மென்பொருளைத் தொடர்ந்து வெர்ச்சுவல் தன் பிரமாண்டமான முகத்தைத் திறந்துகொண்டது. 'அலிபாபாவும் நாற்பது திருடர்களும்' திரைப்படத்தில் 'திறந்திடுமின் சீசே.....' என எம்.ஜி.ஆர் சொன்னதும் சுரங்கப்பாதை 'ஆ...' வெனத் திறந்துகொள்ளும் இல்லையா. அப்படியாகப்

போக்கிமான் தன் வெர்சனைத் திறந்துகொண்டது. நான் ஆண்ட்ராய்டு திரையினைத் தொட்டேன். திரையில் விதவிதமான ஆடை, உருவத்துடன் ஒரு பொம்மை தோன்றியது. அது போக்கிமான் பொம்மை. இவ்விளையாட்டின் வழிகாட்டி அந்தப் பொம்மைதான். அது ஒரு திசையை நோக்கி நடக்கத் தொடங்கியது. அது நடக்கும் திசையில் நான் நடக்கலானேன். போக்கிமான் காந்திசிலை முக்கத்திலிருந்து வடக்குப்புறமாகச் சென்று கந்தர்வகோட்டை வாழ்மக்களின் இடுகாடு சாலையில் திரும்பியது.

இடுகாடு நிலங்கள் முகம், பெயர் இன்னாரென்று தெரியாதவர்களின் பெயரில் பட்டாவாகியிருந்தது. பட்டா போடப்பட்டிருந்த இடத்தில் இரண்டு ஏக்கர் நிலம் கந்தர்வகோட்டை பேருந்து நிலையத்திற்காக ஒதுக்கப்பட்டிருந்தது. பேருந்து நிலையம் கட்டி திறக்கப்படாமல் இருந்தது. மக்களின் பலத்த எதிர்ப்புகளுக்கு மத்தியில் அப்பேருந்து நிலையம் நின்றுகொண்டிருந்தது.

‘இடுகாடு, மேய்ச்சல் தரிசு நிலம். மானாவாரி. நீர்ப்பிடிப்பு பகுதி இது. இந்த இடத்தில் பேருந்து நிலையம் கூடவே கூடாது....’ மக்கள் பலத்த எதிர்ப்புகளைக் காட்டியிருந்தார்கள்.

பல கட்சிகள் அமையப்போகும் பேருந்து நிலையத்திற்குத் தன் எதிர்ப்புகளைக் காட்டுவதாக இருந்தன. ஒன்றிரண்டு கட்சிகள் ஏன் இந்த இடத்தில் பேருந்து நிலையம் கட்டினால் என்ன, எனக் கேட்கச் செய்தன.

‘இந்திரா நகர் சேரி வாழ் பகுதி. அவர்களின் வாழ்வதாரம் பாதிக்கப்படக்கூடாது. ஆகவே இங்கு பேருந்து நிலையம் கட்டக்கூடாது....’ - ஒரு கட்சி.

‘சேரி வாழ் பகுதியில் ஒரு பொதுவிடம் அமைவதைச் சிலர் ஏற்க மறுக்கிறார்கள். அதனால்தான் எதிர்ப்பு தெரிவிக்கிறார்கள்....’ - இன்னொரு கட்சி.

‘சேரி வாழ் பகுதியில் பேருந்து நிலையம் அமைவதன் மூலம் சேரிப் பெண்களுக்குப் பாதுகாப்பு கிடைக்காமல் போகக்கூடும்....’

‘வேறொரு பகுதியில் அமைந்தால் சேரிப் பெண்களுக்கு முழுப் பாதுகாப்பு கிடைத்திடுமா?’

‘தேர்தல் பிரச்சாரத்தின் போது உத்திரவாதமளித்த இடத்தில்தான் எங்களுக்குப் பேருந்து நிலையம் வேணும். தற்போது உள்ள

நிழற்குடையை இடித்துவிட்டு அந்த இடத்தில் பெரிய அளவில் பேருந்து நிலையம் கட்டப்பட வேணும்...'

'தேர்தல் பிரச்சாரத்தின் போது சொல்லப்பட்டது பேருந்து நிலையம் கட்டித் தரப்படும் என்றுதான். இந்த இடத்தில்தான் கட்டப்படுமென யாரும் உத்திரவாதம் அளிக்கவில்லை. ஆக கந்தர்வகோட்டைக்கு ஒதுக்குப்புறமாக பூமி பூஜை போடப்பட்டிருக்கும் இடத்தில் பேருந்து நிலையம் கட்ட வேண்டும்...' என்றிருந்தார்கள் சிலர்.

'பூமி பூஜை போடப்பட்டிருக்கும் இடம் கந்தர்வகோட்டை அல்ல. அது அக்கச்சிப்பட்டி. கந்தர்வகோட்டை பேருந்து நிலையம் கந்தர்வகோட்டையில்தான் கட்ட வேண்டும்....'

'போராடுவோம், போராடுவோம். கடைசி வரை போராடுவோம்...'

'வேண்டும் வேண்டும். கந்தர்வகோட்டையில் பேருந்து நிலையம் வேண்டும்.'

'ஒரு நாள் அடையாள கடையடைப்பு...'

'கோரிக்கை நிறைவேறும் வரை உண்ணாவிரதம்...'

இத்தனையையும் மீறி கந்தர்வகோட்டைத் தொகுதி அமைச்சர் கந்தர்வகோட்டை சுடுகாடு இடத்திற்கு வருகைதந்து கட்டட வேலையைத் தொடங்கி வைத்தார். ஒரு தரப்பினர் நீதி மன்றத்திற்குச் சென்றிருந்தார்கள். பிரபலமான வழக்கறிஞர்களைப் பிடித்துத் தடை உத்தரவு வாங்கினார்கள்.

தடை உத்தரவிற்கு வணிகச் சங்கம் மத்தியில் பெரிய வரவேற்பு கிடைத்திருந்தது. குறுஞ்செய்தி கந்தர்வகோட்டை மக்களிடம் பெருஞ்செய்தியாக பரவியிருந்தது. 'நீதி மன்றத்தில் தடை உத்தரவு வாங்கியாகிவிட்டது. போராட்டத்திற்குக் கிடைத்த வெற்றி இது....'

தடை உத்தரவு பெற்றுத் திரும்பி வருகிறவர்களை வரவேற்க கந்தர்வகோட்டை ஆயத்தமாக இருந்தது. அர்த்தராத்திரியில் வெளியான ஒரு செய்தி கந்தர்வகோட்டையின் மொத்த ஆனந்தக் கூத்தாட்டத்தை வேரோடு முறித்து துக்கத்திற்குள் மூட்டியது.

தொலைக்காட்சிகளில் வரிச்செய்திகள் ஓடிக்கொண்டிருந்தன.

'மதுரையிலிருந்து கந்தர்வகோட்டைக்கு திரும்பிக்கொண்டிருந்த மகிழுந்து விபத்திற்குள்ளாகி ஒருவர் மரணம். மூன்று பேர் கவலைக்கிடம்....'

விடிந்து பார்க்கையில் கந்தர்வகோட்டை வேரறுந்த மரமாக ஒடுங்கி இருந்தது. ஒருவரை எரியூட்டிய அதே இடத்தில் ஒரு வார காலத்தில் இன்னொருவரையும் எரியூட்டும்படியானது. முன்னவர் அன்றைய ஆளுங்கட்சியின் மிக முக்கியமான பிரமுகராக இருந்தார். மிக வேகமாக வளர்ந்து வரும் நபராக இருந்தவரின் அகால மரணம் கந்தர்வகோட்டைக்குப் பெரும் இழப்பாக இருந்தது. பின்னவர் தேர்ந்த இலக்கியவாதி. கடிதோச்சி எறியக்கூடியவர். இரண்டு இழப்புகளும் ஈடு செய்ய முடியாத இழப்புகளாகி இருந்தன.

பேருந்து நிலையம் கட்டித் திறக்கப்படுவதற்கு முன்பே இரண்டு பெரிய மனிதர்களைக் காவு வாங்கிய பேருந்து நிலையத்தின் வழியே என் போக்கிமான் பயணம் நடை பயின்றது. ஒற்றையடிப் பாதை இரு வழிச்சாலை அளவிற்கு செப்பனிடப்பட்டிருந்தது. சாலை பளிச்சென இருந்தது. இருந்தாலும் ஒரு மெல்லிய நாற்றம் சன்னமாக நாசிக்குள் இருந்துகொண்டிருந்தது. பிணங்களை எரியூட்டிய சாம்பலின் நாற்றம் அது. கூகுள் காட்டிய வழி புதிதாகக் கட்டிக்கொண்டிருக்கும் பேருந்து நிலையத்தின் வழியே இந்திரா நகர் குமரன் காலனியைக் கடந்து, அக்கச்சிப்பட்டி தார்ச்சாலையில்போய் ஏறியது.

# 4

**அ**க்கச்சிப்பட்டி சாலை குப்பையும் கூளமுமாக இருந்தது. அக்கச்சிப்பட்டி கந்தர்வகோட்டைக்கு அடுத்திருக்கும் மிகச்சிறிய ஊர். மநு கட்டமைத்த நான்கு வகை சாதிகளும் வாழும் ஊர் அது. கண்டவராதித்தன் மன்னன் அக்காவிற்குச் சீதனமாக கொடுத்த ஊர் என்பதால் அதற்கு அப்படியொரு பெயர். 'அக்கா ஆட்சி பட்டி'.

அவ்வூரின் சாலையில் கிடந்த ஒரு நாப்கின் விளம்பரப் பதாகை ஆண்ட்ராய்டில் தெரிந்தது. அலைபேசி வழியே சாலைகளைப் பார்த்தேன். சாலை மேடு பள்ளமாக பதாகைகளாக இருந்தது.

'மாண்புமிகு அம்மா அவர்களே....'

'காவிரித் தாயே'

'வாழும் இலக்கியமே'

'எதிர்காலமே, எங்கள் தளபதியே...'

'ஒடுக்கப்பட்ட மக்களின் விடிவெள்ளியே, எங்கள் அண்ணனே....'

'மகா கும்பாபிஷேகம்...'

'கர்நாடக அரசே, காவிரித் தண்ணீரைத் திறந்து விடு...'

'கண்டன ஆர்ப்பாட்டம் - கௌரவப் படுகொலைக்கு எதிராக - இந்திய கம்யூனிஸ்ட் (மார்க்ஸிஸ்ட்)

'தமிழக அரசே, கல்வித்துறையே.' - தமிழ்நாடு ஆரம்பப் பள்ளி ஆசிரியர் கூட்டணி'

'தமிழ்நாடு இளைஞர் பெருமன்றம் ஒன்றிய மாநாடு'

'விவசாயிகளின் உரிமை பறிபோக விடமாட்டோம்.....'

'கலை இலக்கிய இரவு தமிழ்நாடு முற்போக்கு எழுத்தாளர் கலைஞர்கள் சங்கம்...'

போக்கிமான், கற்பனை உலகத்தின் வழியே ஒரு நிஜ உலகத்தைக் காட்டிக்கொண்டிருந்தது. ஒரு கண்ணாடியின் வழியே தன் தெருக்களைப் பார்ப்பதைப் போலிருந்தது. நான் நின்று

கொண்டிருக்கிற கடைத்தெருக்களை அது இதற்கு முன் வேறெங்கேயோ பார்த்த தெருக்களாகத்தான் ஆண்ட்ராய்டு காட்டிக்கொண்டிருந்தது.

காமிராவின் வழியே போக்கிமான் பூச்சி தெரிகிறதா எனப் பார்த்தேன். ஒன்றும் புலப்படவில்லை. போக்கிமான் பூச்சி இருக்கும் திசையை மட்டும் கூகுள் வரைபடம் காட்டியது.

நான் திரையில் தெரிந்த ஒரு நீலநிறப் பாக்ஸை 'கிளிக்' செய்தேன். கூகுள் வரைபடம் கண்முன்னே விரிந்தது. ஒரு வழி, இருவழி, குறுகிய, நெடிய சந்து, மாட மாளிகை, லாட்ஜ், ஹோட்டல்கள், சதுக்கம், திருப்பம், மாநில நெடுஞ்சாலைகள் என பலவும் கண் முன்னே தெரிந்தன. போக்கிமான் ஆக்மென்டட் ரியாலிட்டி வகை விளையாட்டு என்பதால் நான் மொபைலுடன் அதன் சிக்னல் காட்டும் திசையில் நடக்கத் தொடங்கினேன்.

நான் காந்தி சிலை முக்கத்திலிருந்து ஒரு மைல் தூரம் நடந்திருந்தேன். ஓரிடத்தில் நின்றுகொண்டு திரையில் எத்தனை போக்கிமான் பூச்சிகள் இருக்கின்றன, என எண்ணினேன். பத்து பூச்சிகள் இருந்தன. அதில் இரண்டினைத் தேர்வு செய்தேன். ஒன்று கல்லாக்கோட்டை ஒட்டி இருந்தது. இன்னொன்று மழையூர் பக்கம் காட்டியது. இவை இரண்டில் எது மிக அருகில் இருக்கிறது எனக் கணக்கிட்டேன். கூகுள் கல்லாக்கோட்டையைக் காட்டியது.

நான் நின்றுகொண்டிருந்த இடத்திலிருந்து சரியாக பதினான்கு மைல் தூரத்தில் அந்த போக்கிமான் பூச்சி இருந்தது. அவ்விடத்தைச் சென்றடைய நான்கு வழிகள் இருப்பதாக கூகுள் வரைபடம் காட்டியது. நான்கு வழிகளுக்கும் மீட்டர் வித்தியாசமிருந்தது. நான் மிகக் குறுகிய பாதையைத் தேர்வு செய்தேன்.

ஒரு மைல் தூரம் நடந்திருந்தேன். இத்தனை தூரம் இருவழிச் சாலைகளையும் பெட்ரோல் சேமிப்புக் கிடங்குகளையும் பெரிய வீடுகளையும் காட்டிக்கொண்டிருந்த இணைய வரைபடம் திடீரென்று ஒரு முக்கியச் சாலையிலிருந்து வலது புறமாகத் திரும்பி மீண்டும் நேராகச் சென்று ஒரு பாலத்தையொட்டிய குறுக்குச் சந்திற்குள் நுழைந்தது.

சிறுவர் மணி, சிறுவர் மலர் இதழ்களில் என் சரியான பாதையைக் கண்டுபிடி, என்று கயிறு போல சிக்கிக்கிடக்கும் பாதையைப் போல போக்கிமான் காட்டும் பாதை இருந்தது.

குறுக்கும், நெடுக்குமாக ஒன்றுக்குள் ஒன்றென வளைந்து நெளிந்து சென்றது.

நான் அந்தப்பாலத்தையொட்டி ஓரிடத்தில் நின்றேன். அவ்வழியே நடைப்பயிற்சி மேற்கொண்டிருந்த நான்கைந்து பேர் என்னை ஒரு வேட்டை நாய் பார்ப்பதைப் போலப் பார்த்தார்கள். ஒருவர் கேட்டார் 'நீங்க இந்த எரியாவுக்குப் புதுசா....?'

'ஆமாம்....'

'எங்கே போகணும்?'

'கல்லாக்கோட்டை'

'இதில போறீங்க?'

'இதிலதான் போக வேணும்'

'கல்லாக்கோட்டைக்குத்தானே போறீங்க. நேர்ப்பாதை இருக்கே. இந்தச் சந்துக்குள் ஏன் போக வேணும்?'

'இதில தான் போகச் சொல்லுது....'

'யார் சொல்றது?'

'போக்கிமான்.'

என்னைச் சூழ்ந்திருந்தவர்கள் 'கொல்'லெனச் சிரித்தார்கள். 'அனுமான் தெரியும். சக்திமான் தெரியும். அட, நம்ம சல்மான் கூட தெரியும்.அது என்னவாம் போக்கிமான்?'

'கேம்.....'

'என்ன விளையாடுறீங்களா....?'

'இம், விளையாடுறேன்தான்....'

'விளையாட நாங்கதான் கிடைச்சோமா?'

'உங்ககிட்ட விளையாடல. மொபைல்ல விளையாடுறேன்...'.

'விளையாடுற வயசாய்யா உனக்கு. விளையாடுறாராம். விளையாட்டு' என்ற அவர்கள் என்னை ஒரு முறைப்பு முறைத்துவிட்டு அவர்கள் இயக்கிவந்த வாகனத்தை உதைத்து விரட்டத் தொடங்கினார்கள்.

கொஞ்சம் தூரம் நடந்திருந்தேன். நான்கைந்து பேர் என்னை எதிர்கொண்டார்கள். 'கல்லாக்கோட்டைக்கு நான் போக வேணும். இந்தப் பாதையிலதான் போகவேணும். போகலாம்ல?' கேட்டிருந்தேன்.

'இம், போகலாம்..'

'எப்படிப் போக வேணும்?'

என்னைச் சூழ்ந்து நின்றவர்கள் ஒருவரையொருவர் பார்த்துக்கொண்டார்கள். உதடுகளைச் சுழித்துகொண்டார்கள். நான் அவரிடமிருந்து பார்வையை எடுத்துப் போக்கிமான் திசைகாட்டியைப் பார்த்தேன். வலது பக்கமாக திரும்பி நின்றுகொண்டிருந்தவன் இடது பக்கமாகத் திரும்பினேன். 'நீங்கள் மிகச்சரியான வழியில் பயணம் செய்துகொண்டிருக்கிறீர்கள் வாழ்த்துகள்.' எனச் சொல்லி போக்கிமான் ஒரு சிரிப்பு சிரித்தது. என்னைச் சுற்றி நின்றவர்கள் ஆண்ட்ராய்டு திரையைப் பார்ப்பதும் என் முகத்தைப் பார்ப்பதுமாக இருந்தார்கள்.

'ஏரியாவுக்குப் புதுசுங்களா?'

'வந்திருக்கேன். ஆனா இந்தப் பாதையில வருவது இதுதான் முதல் தடவை...'

'நாங்க கல்லாக்கோட்டைக்குத்தான் போறோம். நீங்க என் கூட வாறீங்களா.?' ஒருவர் ஹீரோ ஹோண்டா வாகனத்தின் ஆக்சிலேட்டரைத் திருகிக்கொண்டு கேட்டார். நான் தயங்கினேன். ஒருவேளை என்னைப் பெட்ரோல் போடச் சொல்லிவிட்டால்?

நான் யார் வண்டியிலும் ஏறியதில்லை. 'பரவாயில்லை, நீங்க போங்க' என்றவாறு அவர்களை வழியனுப்பி வைத்தேன்.

பத்தடி தூரம் நடந்து ஒரு ஒத்தையடிப் பாதையைக் கடந்து ஒரு பாலத்தையொட்டிய மேட்டில் ஏறி சுற்றும்முற்றும் பார்த்தேன். அடைசலாக வீடுகள் இருந்தன. ஒரு சில வீடுகள் புத்துணர்ச்சியுடன். சில வீடுகள் வண்ணங்களை உதிர்த்தும், சில வீடுகளில் விரிசல் விழுந்திருந்தன. நான் சாலைகளைப் பார்த்தேன். சாலைகளெங்கும் பதாகைகளாக இருந்தன. தவறான வழியில் வந்து விட்டோமோ, தயக்கத்துடன் ஆண்ட்ராய்டு திரையைப் பார்த்தேன். தெருக்களிலிருந்த அத்தனை பதாகைளும் ஆண்ட்ராய்டு திரையில் இருந்தன.

# 5

**நா**ன் நடந்துகொண்டிருந்த சாலை பதாகை முளைத்த காடாக இருந்தது. அந்தரத்தில் நிறுத்தப்பட்ட ஒரு பதாகையில் கபாலி ரஜினி இருந்தார். தாடி வைத்த ரஜினி, நாற்காலியில் உட்கார்ந்தவாறு கால் மேல் கிடத்திக்கொண்டு தாடியைத் தடவிய ரஜினி, கபாலி ரஜினியின் மனைவி ஆப்தே உடனான ரஜினி என நிறைய ரஜினிகள். ஒவ்வொரு ரஜினியையும் பார்த்து ரசித்தவனாய் நடந்தேன். ஒரு சாலையின் திருப்பத்தில் கமல்ஹாசன் பதாகை நிறுத்தப்பட்டிருந்தது.

'காதல் மன்னனே, சகலகலா வல்லவனே, விஸ்வரூபமே நீ மிக விரைவில் எலும்பு முறிவிலிருந்து மீண்டு வருவாய். திரைத் துறையின் பின்னடைவை மீட்பாய்.' என்றொரு பதாகை ஒரு பக்கத் திசையை மறைத்துக்கொண்டு இருந்தது. அப்பதாகை ஒட்டிய சாலை இரண்டாகப் பிரிந்தது. இவ்விரு சாலைகளில் எந்தச் சாலையில் நான் செல்ல வேண்டும், என்கிற சந்தேகம் எனக்கு எழுந்தது. நான் போக்கிமான் காட்டும் வரைபடத்தைப் பார்த்தேன். போக்கிமான் வரைபடம் ஒரு நயன்தாரா பதாகையைக் காட்டியது.

நான் அதே இடத்தில் நின்றவாறு சுற்றும் முற்றும் பார்த்தேன். தமன்னா, ஹன்சிகா, சினேகா எனப் பல பதாகைகள் இருந்தன. போக்கிமான் வரைபடம் காட்டும் நயன்தாரா பதாகை மட்டும் அங்கு இல்லாமல் இருந்தது. அவ்வழியே ஒருவர் கைகளை வேகமாக வீசிக்கொண்டு நடந்து வந்துகொண்டிருந்தார். அவரிடம் நான் கேட்பதற்கு முன்பாக அவராகவே கேட்டார். 'என்னத்த தேடுறீங்க....?'

'நயன்தாரா....'

'அப்படி யாரும் இங்க இல்லையே....'

'நயன்தாராங்கிறது ஆள் இல்ல.ஒரு பதாகை'

'பதாகைன்னா?'

'ப்ளெக்ஸ். கட்அவுட்'

'அப்படிச் சொல்லுங்க, தமிழ்ல.'

எனக்குச் சிரிப்பு வந்தது.

'ஆட்டக்காரி. பல்லேலக்கா..... பாட்டுக்கு ஆட்டுனுச்சே. சந்திரமுகி நாயகி...'

'இம்....'

'உதட்டில மச்சமிருக்குமே'

'ஆமாமாம்.'

'இந்தாதான் இருக்கிறாளே' என்றவாறு அவர் கபாலி ரஜினி இருந்த பதாகையைக் காட்டினார். நான் கபாலியை ஊடுருவிப் பார்த்தேன். நயன்தாராவைக் கபாலி மறைத்துக்கொண்டிருந்தார். குனிந்து இரும்புச் சட்டத்தில் இடித்துக்கொள்ளாமல் விலகி நயன்தாராவைப் பார்த்தேன். நயன்தாரா கையைக் கட்டிக்கொண்டு உதட்டு மச்சத்தைக் காட்டியவராக நின்றுகொண்டிருந்தார். அவர் நின்றுகொண்டிருந்த அழகு எனக்குப் பிடித்ததாக இருந்தது. அதை ஒரு போட்டோ எடுத்து வைத்துக்கொண்டேன். அவர் நின்று கொண்டிருந்த திசையைப் பார்த்தேன். வடக்குத் திசையை நோக்கி ஒரு சாலை சென்றது. அதன் வழியே நடக்கத் தொடங்கினேன்.

ஓரிடத்தில் ஆண்களும் பெண்களும் குழுமி நின்றிருந்தார்கள். பெண்கள் வாசலில் கூட்டிப் பெருக்கிய குப்பைகளைத் தலையில் சுமந்துகொண்டு செல்பவராகவும் ஆண்கள் தேனீர் கடையிலும் உட்கார்ந்திருந்தார்கள். நான் அவர்களின் அருகில் நின்று கேட்டேன். ' இது என்ன ஊரு....?'

'மல்லிகை நத்தம்....'

நான் அலைபேசியைப் பார்த்து, ' கூகுள் பெரியகோட்டையெனச் சொல்லுதே....' என்றேன்.

'அப்படியா சொல்லுது....' ஒருவன் ஓடி வந்தான். அவன் படித்த பட்டதாரியைப் போலிருந்தான். 'எங்கே காட்டுங்க?'

நான் காட்டினேன். 'ஆமாம், பெரியகோட்டைனுதான் காட்டுது. அப்படியே கொஞ்சம் இங்கே வாங்க' நான்கடி எடுத்து வைத்து நகர்ந்தேன். வரைபடத்தைப் பார்த்தேன். மல்லிகை நத்தம் எனக் காட்டியது.

பெரியகோட்டை, மல்லிகை நத்தம்....

காலனித் தெரு குடியிருப்பு அது. அவர்கள் தங்கள் குடியிருப்பை மல்லிகை நத்தம் என்று சொல்லிக்கொள்ளவே விரும்பினார்கள். அவர்களுக்கான ஓட்டுரிமையும் அங்காடியும் அவ்வூரிலிருந்து ஐந்து கிலோ மீட்டர் தூரத்திலிருந்த பெரியகோட்டை கிராமப் பஞ்சாயத்திற்கு உட்பட்டதாக இருந்தது.

மல்லிகை நத்தம் பெயர்க் காரணம் கேட்டேன். கோவிலூர் பெருமாள் கோவிலுக்குப் பூஜை செய்ய மல்லிகை பூ விளைந்த நத்தம் இது, என ஒருவர் சொன்னார். ஊர் பெயர்க்காரணத்தை அசை போட்டபடி, நடந்தேன். சொக்கம்பட்டி என்கிற பெயர்ப்பலகையுடன் கூடிய கூட்டுறவு சங்கம் வந்தது. நான் அப்பெயரை கூகுளில் தேடினேன். வரைபடமும் அப்படியோர் ஊர் இருப்பதாக காட்டவில்லை.

கூட்டுறவு சங்கம் தொடங்கப்பட்ட காலத்தில் கல்லாக்கோட்டை, சொக்கம்பேட்டை, வேம்பன்பட்டி என ஒவ்வொரு ஊருக்கும் ஒவ்வொரு கூட்டுறவு வங்கி இருந்தன. கல்லாக்கோட்டை, வேம்பன்பட்டி கூட்டுறவு வங்கி திவாலாகிவிட சொக்கம்பேட்டை கூட்டுறவு வங்கியைக் கல்லாக்கோட்டை, வேம்பன்பட்டி, மல்லிகை நத்தம், பெரியக்கோட்டை ஊர்களை உள்ளடக்கிய வங்கியாக மாற்றியிருக்கிறார்கள். அப்பொழுது சொக்கம்பேட்டை கூட்டுறவு, ராமசாமி வீட்டில் நடந்திருக்கிறது. அவர் மனமுகந்து கூட்டுறவைப் பல ஊர் மக்களும் வந்து செல்வதற்கு உகந்ததாக வேம்பன்பட்டி கிராமத்திற்கு மாற்றியிருக்கிறார். சொக்கம்பேட்டை கூட்டுறவு வேம்பன்பட்டிக்கு மாற்றுகையில் சொக்கம்பேட்டை சொக்கம்பட்டியாக பெயர் மாறுதலாகியிருக்கிறது. அப்பொழுது சொக்கம்பேட்டை திருவோணம் ஒன்றியத்திற்கு உட்பட்ட ஊராக இருந்திருக்கிறது. உயர் சாதியினர் அவரவர் பெயரைத் தன் சாதி பெயருடனும் தன் சாதிச் சார்ந்த பட்டப்பெயருடனும் எழுதப்படவும் அழைக்கப்படவும் இருக்கையில் சொக்கம்பேட்டை அன்றைய தலைவர் ராமசாமி தன்னைப் பட்டப்பெயரில்லாமல் அழைக்கக் கேட்டுக்கொண்டிருக்கிறார்.

இருபது அடி விசாலமான சாலை. அதையொட்டி ஒரு தொங்கும் பாலமிருந்தது. அதைத் தாண்டிச் செல்கையில் ஒட்டப்பாலம் வந்தது.

ஒட்டப்பாலம் ஐம்பது ஆண்டுகள் தொடர்ந்து கட்டுமானப் பணியில் இறங்கி கட்டி முடிக்க முடியாத பாலமாக இருந்தது. ஆங்கிலேயர்கள் காலத்தில் அப்பாலத்தைக் கட்ட மணல், கற்கள் இறக்கி வைத்து மறுநாள் வந்து பார்க்கையில் கடும்மழையால் வெள்ளம் மணல், கற்கள் அடித்து சென்றிருந்தது.

ஒட்டப்பாலம் திருச்சி - பட்டுக்கோட்டை ஊர்களை இணைக்கும் மிக முக்கியமான பாலம். அச்சுற்றுவட்டாரத்தில்

முதல் போக்குவரத்து இதன் வழியேதான் நடந்திருக்கிறது. மழைக்காலங்களில் போக்குவரத்து அடியோடு நிறுத்தப்பட்டிருக்கிறது. கொலைகளும் கொள்ளைகளும் நடைப்பெறும் இடமாக இருந்த ஓட்டப்பாலம் ஒரு காலத்தில் யாரும் இரவு பத்துமணிக்கு மேல் நடமாட முடியாத இடம் அது.

மழைக்காலங்களில் இழுத்துவரப்படும் ஆடு, மாடு, பிணங்கள் ஓட்டப்பாலத்தில் ஒதுங்கும் அளவிற்குத் தாழ்வான பகுதி. ஓட்டப்பாலத்தின் சுவர்களில் கொத்தகப்பட்டி முனியன் கோயில் தொடர்பான சுவரொட்டி ஒன்று ஒட்டியிருந்தது. அனைத்துச் சாதியினரையும் கோயிலுக்குள் அனுமதிக்க வலியுறுத்தும் சுவரொட்டி அது. அதற்கும் அருகில் கல்லூரி பெண்ணின் கண்ணீர் அஞ்சலி சுவரொட்டி ஒட்டப்பட்டிருந்தது.

அப்பெண் பார்க்க அத்தனை முகலெட்சணமாக இருந்தாள். வயது இருபதைத் தாண்டியிருக்காது. சிரித்த முகமாக இருந்த அப்பெண்ணின் மரணம் குறித்து பலரும் சந்தேகம் படும்படியாக பேசிக்கொண்டிருந்ததைக் கவனிக்க முடிந்தது. அப்பெண் ஒரு தலித் பையனைக் காதலித்ததாகவும் அவளது பெற்றோர்கள் அதற்கு எதிர்ப்புத் தெரிவித்ததாகவும் அதையும் மீறி அவள் அந்தப் பையனுடன் நெருங்கிப் பழகியதாகவும் இதனால் கோபமடைந்த பெற்றோர்கள் அவளால் தம் சாதியின் தூய்மை கெடுவதாக எண்ணி அப்பெண்ணைக் கௌரவக் கொலை செய்திருந்தார்கள்.

பாலத்தையொட்டி இடது புறம் பிரிந்த சாலை கொத்தகப்பட்டி, கரையவிடுதிக்குச் செல்லும் பாதையாகவும் வலது புறம் சொக்கம்பேட்டை வழியே வேலாடிப்பட்டிக்குச் செல்வதாகவும் இருந்தது. போக்கிமான் என்னை வலது புறம் திருப்பியிருந்தது. வலது புறச்சாலையின் இருபுறமும் தைலமரக்காடுகள் இருந்தன. மரங்களின் அசைவுகளும் அதன் இரைச்சலும் மனதிற்குள் ஒருவிதமான பயத்தைக் கொடுத்தன.

நான் கூகுள் காட்டிய வழியில் நடக்கத் தொடங்கினேன். சொக்கம்பேட்டை வழியே வேலாடிப்பட்டியை நெருங்கியிருந்தேன். வேலாடிப்பட்டி சந்தைப்பேட்டை பதாகைகளின் ஆக்கிரமிப்பால் குறுகி, சாலை மார்புகளுக்கிடையே ஒடுங்கியோடும் மாராப்புச் சேலையைப் போல ஒடிக் கிடந்தது.

# 6

**வே**லாடிப்பட்டி வாரச்சந்தை காலை வேளையிலேயே கூடியிருந்தது. சுற்றுவட்டாரத்தில் வாரந்தோறும் வெள்ளிக்கிழமை தவறாது கூடும் சந்தை அது. பட்டிகள் சூழ்ந்த கிராமத்தின் மையமாக வேலாடிப்பட்டி இருந்தது. முள்ளிக்காப்பட்டி, மணப்பட்டி, மஞ்சம்பட்டி, கொல்லம்பட்டி, இடையப்பட்டி, கிருஷ்ணம்பட்டி, கருப்பட்டிப்பட்டி எனச் சுற்றிலும் பட்டிகள்தான்.

பட்டி என்பது ஆடுகள் அடைபடுமிடம். இந்த ஊர் மக்கள் ஆடுகள் அதிகமாக வளர்ப்பதால் அவ்வூர்கள் பட்டியை வாலாகக் கொண்டு அழைக்கப்படுவதாக இருந்தன. வேலாடிப்பட்டி அண்டனூர் என்கிற தலைக்கிராமத்திற்கு உட்பட்ட கிராமமாக இருந்தது. சுற்றுவட்டார பட்டி கிராமங்களில் ஊர் என அழைக்கப்படும் கிராமமாக அண்டனூர் இருந்தது.

முன்னொரு காலத்தில் பட்டிகளில் ஆடுகள் வளர்க்கவும் அதை இன்னொரு தரப்பினர் திருடிப் பிழைக்கவுமாக இருந்திருக்கிறது. ஆடு வளர்ப்பவர்கள் அவரவர் ஆடுகளைக் காத்துக்கொள்ள ஓர் ஊர் தேவைப்பட்டிருக்கிறது. அதற்காக அவர்கள் அண்டிய ஊர்தான் அண்டனூர்.

இது தவிர இரண்டு பெரிய ஊர்களுக்கிடையில் பயணம் செய்பவர்கள் ஓரிரு நாட்கள் தங்கி இளைப்பாறிச் செல்லும் ஊராகவும் அது இருந்திருக்கிறது. பல சாதிகளும் பல மதத்தவர்களும் நிரம்பி வாழும் ஊரும் கூட அது.

வேலாடிப்பட்டி சந்தைக்கிராமம் அண்டனூர் தலைக் கிராமத்திற்கு நேர் வடக்கில் இருந்தது. கந்தர்வகோட்டை - கரம்பக்குடி இடையிலான முதன்மைச் சாலையில் ஒரு முக்கியமான நிறுத்தமாக அவ்வூர் இருந்தது. ஜீ2, ஜீ3, ஜீ5, ஏவிஎம் பேருந்துகள் அவ்வழியே செல்வதாக இருந்தன. பயணிகளை அள்ளிக்கொண்டு வரும் பேருந்துகள் வேலாடிப்பட்டியில் மொத்தப் பேரையும் இறக்கிவிட்டுப் புதுப்பயணிகளை அள்ளிக்கொண்டு கந்தர்வகோட்டை, கறம்பக்குடிக்குச் செல்வதாக இருந்தன.

புதுக்கோட்டை மாவட்டத்தில் பயணிகள் செறிவாகக்கொண்ட வழித்தடமாக; வேலாடிப்பட்டி வழியே செல்லும் கரம்பக்குடி

- கந்தர்வகோட்டை வழித்தடம் இருந்தது. அரசுப்பேருந்தில் பயணம் செய்வதில் அதிக விருப்பம் கொண்டவர்களாக இருந்தார்கள். மாவட்ட அளவில் அதிக வசூல் தரும் பேருந்தாக ஜீ2 பெயரெடுத்திருந்தது. அப்பேருந்திற்குப் பெருமை சேர்க்கும் விதமாக தமிழ்நாடு அரசுப் போக்குவரத்துக்கழகம் ஜீ2 என்கிற பெயரில் இன்னொரு பேருந்தினை இயக்கியிருந்தது. இவ்விரு பேருந்துகளும் எதிரெதிரே சந்திக்கும் நிறுத்தம் வேலாடிப்பட்டி. இவ்விரு பேருந்துகளுக்கும் அவ்வூர் மக்கள் வைத்த பெயர் வெள்ளை ஜீ2, சிவப்பு ஜீ2.

உச்சி வெயில் தரையைத் தொடுவதற்குள்ளாக மொத்தக் கோழிகளையும் விற்றுவிட வேண்டும் என்கிற முனைப்பில் கோழிச்சந்தை இயங்கிக்கொண்டிருந்தது. கோழிகளும் சேவல்களும் கால்கள் கட்டப்பட்டு சாலையின் ஓரத்தில் கிடந்தன. பலரும் கோழிகளை வாங்கி இரண்டு கால்களையும் பிடித்துத் தூக்கிப் பார்த்து எவ்வளவு விலை எனக் கேட்டு நெற்றியைச் சுழித்தபடி இருந்தார்கள். சிலர் கோழியை வாங்கி அருகிலிருந்த பிராய்லர் கோழிக்கடையில் கொடுத்து அறுத்து வாங்கினர். ஒருவர் நேற்று இரவு வீட்டில் காணாமல் போன கோழி, சந்தைக்கு வந்திருக்கிறதா எனப் பார்த்துக்கொண்டிருந்தார்.

சந்தையால் தேநீர்க் கடைகளில் ஆவி பறந்தது. கடைக்காரர்கள் தேநீர் ஆற்றிய வண்ணமிருந்தனர். ஒன்றிரண்டு தேநீர்க் கடைகளில் இரட்டைக் குவளை முறை இருந்தது. சிலர் கண்ணாடிக் குவளையில்தான் டீ வேண்டும் என்றும் இன்னும் சிலர் தனிக்குவளையில்தான் வேண்டும் என்றும் கேட்டு வாங்கிக்குடித்து கொண்டிருந்தார்கள். அவர்களைப் பார்க்க எனக்குச் சிரிப்பு வந்தது. டீக்கடைக்காரர்களே இரட்டைக் குவளையை ஒழித்தாலும் இவர்கள் விடமாட்டார்கள் போலும்!

நான் சந்தைக்குள் நுழைந்து சந்தையை மேலோட்டமாகப் பார்த்தேன். வட்டிக்குப் பணம் கொடுத்து வாங்குமளவிற்குப் பரிச்சையமான முகமும் நம்பகத் தன்மையும் தெரிகிறதா என்று தேடினேன். சந்தையை நான் ஒரு சுற்று வருவதற்குள் இரண்டு தின வட்டிக்காரர்கள் காதில் செருகியிருந்த பேனாவை எடுத்துக் கடைக்காரர்களிடமே நோட்டை வாங்கி வரவு வைத்துகொண்டு அந்த இடத்தை விட்டுக் கிளம்பிக்கொண்டிருந்தார்கள்.

மீன் சந்தைக்கு வெளியே உருண்டை, வடை, மிக்சர் பலகாரங்கள் பத்து ரூபாய்க்கு ஐந்து உருண்டையெனக் கட்டிக்

கொடுத்துகொண்டிருந்தார்கள். எதை எடுத்தாலும் நூறு ரூபாய்தான் எனச் சொல்லி கைலி விற்றுக்கொண்டிருந்தார்கள். இது தவிர ஜட்டி, பிரா வகையறாக்கள் சைக்கிளில் தொங்கிக்கிடந்தன.

இரண்டு இடத்தில் காய்கறிக் கடைகள் இருந்தன. தக்காளி, வெங்காயத்திற்கென்று தனிக்கடைகள் இருந்தன. இரண்டு பெண்கள் பூக்கடை வைத்திருந்தார்கள். இரண்டு பேர் கருவாட்டுக் கடை விரித்திருந்தார்கள். ஒரு பிள்ளைத்தாச்சி ஈச்சங்கூடைகள் வைத்துகொண்டு சோடி நூற்றைம்பது ரூபாய்க்கு விற்றுக்கொண்டிருந்தாள். ஒரு கிழவர் மேல் சட்டை இல்லாமல் சட்டிப்பானைகள் வைத்துக்கொண்டு ஒவ்வொன்றாக எடுத்து விரல்களால் தட்டிகாட்டிக்கொண்டிருந்தார்.

சந்தையில் கந்தர்வகோட்டை அளவிற்குக் கூட்டம் இருந்தது. பெண்களின் நடமாட்டம் அதிகமாக இருந்தது. அவர்களின் கழுத்தில் தொங்கிய நகைகளைப் பார்த்தேன். பெரும்பான்மை பெண்களின் கழுத்தில் மஞ்சள் கயிறு தொங்கிக்கிடந்தது. ஒன்றிரண்டு பெண்கள் செயின் அணிந்திருந்தார்கள். அவையும் கவரிங் நகைகளாகவே இருந்தது.

கவரிங் நகை அணியும் ஊரில் நம்பி நகை அடமானக் கடை வைக்கலாம். அவர்கள் தங்கள் தாலியை அடமானம் வைக்கவும் தயங்கமாட்டார்கள். ஏதேனும் ஓர் அடமானம் கடை இருக்கிறதாவென்று தேடினேன். ஒரே ஒரு கடை மட்டும் இருந்தது. அக்கடைக்கு அருகில் சென்று, ‘நகை அடமானம் வைக்கவேணும் வட்டி எவ்வளவு’ என்று கேட்டேன். கடைக்காரர், ‘நூத்துக்கு மூனு காசு’ என்றார். எனக்கு ‘இச்சீ..’ என இருந்தது. பின்னே என்னவாம், இந்தக் காலத்திலும் மூன்றுக்குக் கொடுத்து வாங்கினால் எப்பொழுது நான் பில்கேட்ஸ்க்குப் போட்டியாகத் தொழில் செய்வதாம். நான் கந்தர்வகோட்டை கடைகளில் நூத்துக்கு ஐந்து வட்டிக்குக் குறைத்துக் கொடுத்து வாங்குவதில்லை. இந்த ஊர் என் தொழிலுக்கு ஒத்துவராது, என அந்த இடத்தை விட்டு நகர்ந்தேன்.

ஒரு கிழவி ஒரு கட்சியின் பதாகையை விரித்து அதன் மீது சீவாங்குச்சியினாலான விளக்குமாறுகளை அடுக்கி வைத்திருந்தார். கருக்கரிவாளை இடுப்பில் செருகியிருந்தார். அவர் உட்கார்ந்திருந்த இடத்திற்கு அருகில் ஒரு டீக்கடை இருந்தது. அதில் உட்கார்ந்துகொண்டு தெரிந்தவர்கள் யாரேனும்

தெரிகிறார்களா...என்று பார்த்தேன். யாரும் இல்லை. ஒரு டீ போடச்சொல்லி விளக்குமாறு விற்றுக்கொண்டிருந்த பாட்டியைப் பார்த்தேன்.

‘சிவப்பாயி கிழவி டீ எதுவும் சாப்பிடுறீயா...?’ என டீக்கடைக்காரர் கேட்டார். அவரிடம் காசு இல்லாமல் இருந்திருக்க வேணும். குடித்தாலும் தேவலாம்தான் என்பதைப்போல அவர் டீக்கடையைப் பார்த்தார். என்னைப் பார்த்தார். நான் முகத்தைத் திருப்பிக்கொண்டேன். ஒருவேளை எனக்கொரு டீ வாங்கித் தாங்க தம்பி, எனக் கேட்டுவிட்டால் நான் என்ன செய்வதாம்?

அக்கிழவி தானாக பேசிக்கொண்டிருந்தார். கதை சொல்வதைப்போல அவரது பேச்சு இருந்தது. அப்பேச்சை நான் காதுகொடுத்து கேட்டேன்.

“ஏ வூட்டுக்காரரு வெள்ளக்காரச் சீமைக்குப் போயிருந்தாரு. போகிறப்ப ஏ ஞாபகமா நான் கழிச்சி சேர்த்து வச்சிருந்த வெளக்குமாத்துக்குச்சியை எடுத்துக்கிட்டு போயிருந்தாரு. எப்பவெல்லா ஏ ஞாபகம் வருதோ அப்ப அந்தச் சீவாங்குச்சிய எடுத்து பார்த்துக்கிருவாரு. ஒரு நாளு அந்த சீவாங்குச்சியில என்னைப் பார்த்துப் பேசிக்கிட்டிருந்தாரு. அந்த நேரம் பார்த்து ஒரு வெள்ளக்கார துரை வந்திருக்கான். ஏ வூட்டுக்காரரு கையில வச்சிருந்த அந்த சீவாங்குச்சிய வாங்கி பார்த்திருக்கான். அவனுக்குனா ஒரே ஆச்சரியம். ஏ வூட்டுக்காரரைப் பார்த்து என்னவோ கேட்டிருக்கான். அவனைப் பார்த்து இந்தாளு பேசுற பாஷையா தெரியாம ‘ ஆமாம் துரைனு’ தலையாட்டி வச்சிருக்கார்.

துரைக்கு ஒரே வியப்பு. இந்தாளு கையைப் பிடிச்சி குலுக்குக்குலுக்கென குலுக்கி மெச்சியிருக்கான். அதோட விடாம சட்டைபைக்குள்ள கையை விட்டுக் கையில சிக்கின பணத்தை எடுத்து ஏ வூட்டுக்காரரு கைக்குள்ள திண்ணிச்சிருக்கான். ஏ வூட்டுக்காரருக்கு ஒண்ணுமே புரியல. துரை ஏன் பணம் கொடுக்கிறார்னு.

துரை சீவாங்குச்சிய வாங்கிக்கிட்டு போயி அவன் சீமை ஆசாரிகளக் கூப்பிட்டு இதே மாதிரி நீங்களும் செஞ்சாகணுமுனு ஆணை பிறப்பிச்சானாம். அச்சீமை ஆசாரிங்க தூங்காம கொள்ளாம, அல்லும் பகலுமா நித்திரை முளிச்சு செஞ்சி செஞ்சிப் பார்த்திருக்கிறான்க. செதுக்கிய குச்சி ஒடிஞ்சி, ஒடிஞ்சி போயிருக்கு... பிறகு துரை ஏ வூட்டுக்காரரைக் கூப்பிட்டு விசாரிச்ச

பிற்பாடுதான் அவனுக்குத் தெரிய வந்துச்சாம். இது தச்சு வேலை இல்ல, ஒரு செடின்னு. அப்படி வெள்ளைக்காரன்களையே ஏமாற்றிய குச்சி இந்தச் சீவாங்குச்சி....' என்றவாறு அடிவயிறு குலுங்கச் சிரித்தவாறு விளக்குமாற்றை எடுத்து நுனியைக் குவித்துப் பார்ப்பதாக இருந்தாள்.

நான் டீயைக் குடித்து முடித்த நேரத்திற்கு ஒரு பெண் வந்திருந்தாள். அவள் உடுத்தியிருந்த சுடிதாரும் அள்ளி முடியாத சிகை அலங்காரமும் அவள் வெளியூர்ப் பெண் என்று காட்டியது. விளக்குமாற்றை எடுத்துப் பார்த்தாள். அவளது மணி பர்ஸைத் திறந்து பணத்தை எடுத்தாள். அதற்குள் அவளுடைய பார்வை வேறொரு பக்கமாகச் சென்றது.

இரண்டு கடைகள் தாண்டி சிவந்த தோலுடைய ஒருவன் பிளாஸ்டிக் விளக்குமாறு வைத்திருந்தான். பார்க்க அவன் தமிழ்நாட்டுக்காரனைப் போலத் தெரியவில்லை. அவன் காதிற்குள் ஹெட்போன் மாட்டிக்கொண்டு கால்களை ஆட்டியபடி உட்கார்ந்திருந்தான். பாட்டியிடம் இரண்டு விளக்குமாறுகளுக்கான பணத்தை நீட்டியவள், பணத்தைக் கொடுக்காமல் விளக்குமாற்றை அடுக்கில் வைத்துவிட்டுக் காசை உள்ளங்கைக்குள் சுருட்டிக்கொண்டு அவனை நோக்கி நடந்தாள்.

நான் டீக்கடைக்காரரிடம் ஆயிரம் ரூபாய் நீட்டினேன். அவர் அதை வாங்கி சில்லறை வேண்டுமென்று திருப்பி என்னிடமே கொடுத்துவிட்டிருந்தார். 'சில்லறை இல்லையே..' என்றேன். 'பிறகு வந்தால் கொடுங்க...' என்றவாறு நான் குடித்த குவளையை விசேஷமாகக் கழுவிக்கொண்டிருந்தார். நான் அந்த இடத்தை விட்டு மெல்ல நகரலானேன்.

# 7

**நா**ன் வெள்ளாளவிடுதி ஊரினைக் கடந்து வலச்சேரிப்பட்டி நெருங்கியிருந்தேன். காலை சிற்றுண்டி சாப்பிட வேண்டும் போலிருந்தது. அலைபேசியை அக்கடையில் தொங்கிய சார்ஜர் பின்னில் நுழைத்து வைத்துவிட்டுக் கையைக் கழுவிக்கொண்டு ஓரிடத்தில் உட்கார்ந்தேன்.

கடையின் பெயர் குணா ஓட்டல் என்றிருந்தது. பரிமாறியவர் சுருட்டிய ஒரு பதாகையைக் கொண்டு பெஞ்சைத் துடைத்தவராக இருந்தார்.

'என்ன வேணும்?'

'ரெண்டு இட்டலி.'

'அவ்வளவுதானா?'

'ஒரு தோசை'

கையை உதறிக்கொண்டு உட்கார்ந்தேன். அதற்கு முன்பாக இட்டிலியின் விலையைக் கேட்டுக்கொண்டேன். ஒரு இட்லி இரண்டு ரூபாய் என்றார். ஐ ரெண்டு பத்து. என்னால் ஐந்து இட்லிதான் சாப்பிட முடியும். என்கிட்ட சில்லறை இல்ல. ஆயிரம் ரூபாயா இருக்கு. சில்லறை இருக்குதுங்களா, எனக் கேட்டேன். அவர் கல்லாப்பெட்டியைத் திறந்துபார்த்துவிட்டு ' இருக்கு ' என்றார்.

கடையில் திமுக கொடுத்த இலவச தொலைக்காட்சியில் வின்னர் பட வடிவேல் 'வேண்டாம்,வலிக்குது. அழுதிடுவேன்....' நகைச்சுவைக் காட்சி ஓடிக்கொண்டிருந்தது. என்னை ஒட்டி உட்கார்ந்திருந்தவர்கள் இட்லியைத் தின்றுகொண்டு சிரித்த சிரிப்பில் வாயிலிருந்த இட்லி தெறித்து என் இலையில் விழுந்தது.

எனக்கு ஏன்தான் இந்தக் கடையில் உட்கார்ந்தேனோ என இருந்தது. இலையைப் பார்த்தவாறு இருந்தேன். கடைக்காரரர் புரிந்துகொண்டு அந்த இலையை எடுத்துவிட்டு அதற்குப் பதிலாக வேறொரு இலையை வைத்தார். இலை காய்ந்து பாதி பழுத்துப்போய் சுருட்டிக்கொண்டிருந்தது. கடைக்காரரர் வடிவேல் நகைச்சுவைக் காட்சியை மாற்றிவிட்டுச் செய்தியை வைத்தார்.

புதிய தலைமுறை செய்தி.

வங்கக் கடலில் உருவான காற்றழுத்தத் தாழ்வு நிலை மேலடுக்குச் சுழற்சி காரணமாக சென்னை, காஞ்சிபுரம், திருவள்ளூர் உள்ளிட்ட கடலோர மாவட்டங்களில் பெய்த கனமழையால் சென்னை வெள்ளக்காடாகக் காட்சியளிக்கிறது.

சென்னையின் முக்கிய சாலைகளில் ஒன்றான பூந்தமல்லி - ஆவடி பாலம் நீரால் அடித்துச் செல்லப்பட்டது. இதனால் போக்குவரத்து முற்றிலுமாகத் துண்டிக்கப்பட்டிருக்கிறது. அண்ணாசாலையில் உள்ள எல்டாம்ஸ் சிக்னல் சாலையின் நான்கு புற பிரதானச் சாலைகளும் வெள்ளக்காடாய் காட்சியளிக்கின்றன.

எனது இலைக்கு இரண்டு இட்லிகள் வந்திருந்தன. இரண்டு இட்லியும் குழிப்பணியாரம் அளவிற்கே இருந்தன.

' நான் இட்லி கேட்டேன். நீங்க பணியாரம் வைக்கிறீங்க...'

கடைக்காரர் கோபமாகச் சாம்பார் வாளியை வைத்தார். அவர் வைத்த வேகத்தில் சாம்பார் அதுவாகவே எனது இலையில் தெறித்தது. ' ரெண்டு ரூபா இட்லி வேறென்ன தேங்கா பெருசுக்கா இருக்கும்....' என்றவாறு சட்னியை எனது இலையில் அறைவதைப் போல வைத்தார்.

நான் இட்லியைப் பிசைந்தவாறு செய்தியைப் பார்த்தேன்.

'பிரபல நடிகரும் இயக்குநருமான ராஜ்கிரணைத் தன்னார்வ தொண்டு இளைஞர்கள் வெள்ளத்திலிருந்து மீட்டு கரை சேர்த்துள்ளனர். நடிகர்கள் வாழும் முக்கியப்பகுதியான கோடம்பாக்கத்திலும் அதையொட்டிய பகுதிகளிலும் வெள்ளம் சூழ்ந்துள்ளது. நடிகர் சங்க நிர்வாகிகள் வெள்ளத்தால் பாதிக்கப்பட்ட மக்களுக்குப் பாய், போர்வையுடன் உணவுப்பொட்டலங்களை வழங்கினார்கள்.

சூப்பர் ஸ்டார் ரஜினிகாந்த் வெள்ள நிவாரணம் அறிவிப்பு. விளம்பர இடைவேளைக்குப் பிறகு.....

என் பக்கத்தில் உட்கார்ந்திருந்த ஒருவர் சட்னியை வழித்து நக்கிக்கொண்டிருந்தார். ஒவ்வொரு விரலையும் வாயிற்குள் கொடுத்து உறிஞ்சிக்கொண்டிருந்தார். அவர் உறிஞ்சிய உறிஞ்சலில் ' உர்...உர்...' என்றவாறு சத்தம் வந்தது. நான் இன்னும் இரண்டு இட்லி கேட்டிருந்தேன். அவர் சுண்டல் வேணுமா, எனக்

கேட்டார். நான் எவ்வளவு என்றேன். அவர் ஒன்றும் சொல்லாதவராக இட்லியை மட்டும் வைத்துவிட்டு செய்தியின் ஒலியைக் கூட்டினார்.

வெள்ள நிவாரண நிதியாக சூப்பர் ஸ்டார் ரஜினிகாந்த் பத்து இலட்சம் ரூபாய் அறிவித்துள்ளார். மேலும் நடிகர்கள் சிவகார்த்திக்கேயன், விக்ரம் பிரபு, முறையே ஐந்து லட்சமும் சிபிராஜ் இரண்டு லட்சத்து இருபத்து ஐயாயிரம் ரூபாயையும் முதலமைச்சர் நிவாரண நிதியாக நடிகர் சங்கத் தலைவர் நாசரிடம் வழங்கியுள்ளார்கள்.

சென்னை நிவாரண நிதியாக மத்திய அரசு ஆயிரம் கோடி ரூபாய் அறிவித்துள்ளது. கர்நாடகா, ஒடிஸா மாநிலங்கள் ஐந்து கோடியும் உத்திரபிரதேச அரசு இருபத்து ஐந்து கோடியும் அறிவித்துள்ளன. இதற்கிடையில் பீகாரின் துணை முதலமைச்சரும் லாலு பிரசாத்தின் மகனுமான தேஜஸ்வி யாதவ் தன் முதல் மாத சம்பளத்தை முதலமைச்சர் நிவாரண நிதிக்கு அளித்துள்ளார்.

நான் சாப்பிட்டு முடித்து எழுந்து பக்கத்திலிருந்த தொட்டியில் கைகழுவ குனிந்தேன். தண்ணீர் நிறைய இருந்தது. தண்ணீருக்குள் இட்லித் துண்டுகள் ஒன்றிரண்டு கிடந்தன. ‘ தண்ணீ சரியில்லையே...’ என்றேன். ‘ அதுலதான் கழுவணும்....’ என்றார். நான் கையைக் கழுவத் தொட்டிக்குள் கையை விட்டேன்.

‘எலையை யாரு எடுக்கிறது?’

‘நான் தான் எடுக்கணுமா?’

‘வேற யாரு எடுப்பா’ என்றவாறு ஒரு பதாகைத் துண்டை எடுத்து மற்றவர்கள் சாப்பிட்டு எழுந்திருந்த பெஞ்சைத் துடைத்தார்.

பாதி கையைக் கழுவியிருந்த நான் இலையை எடுக்க என்னவோ மாதிரி இருந்தது. நான் இலையைப் பார்ப்பதும் கடைக்காரரைப் பார்ப்பதுமாக இருந்தேன். அவர் தொலைக்காட்சியின் ஒலியைச் சற்றுக் குறைத்தவராக இடுப்பிற்கு இரண்டு கைகளையும் கொடுத்துப் பார்த்தார்.

‘இதற்கிடையில் பிரபல நாவலாசிரியரும் எழுத்தாளருமான விக்கிரமன் இறந்து நான்கு நாட்களாகியும் அவரது இறுதிச் சடங்கில் யாரும் கலந்துகொள்ள முடியாத நிலையும் இறுதிச் சடங்கு நடத்த முடியாத சூழ்நிலையும் ஏற்பட்டுள்ளது.

சென்னை வியாசர்பாடியில் ஒரு தொழில் அதிபர் அறையிலிருந்து வெளியேற முடியாமல் இரண்டு நாட்கள் உணவு, தண்ணீரின்றி தவித்தது தெரியவருகிறது. அவருடைய பையில் பத்து லட்சம் ரூபாய் இருந்தும் பட்டினியால் தவிப்பதற்குக் காரணமாக இருந்திருக்கிறது சென்னை வெள்ளம்...'

நான் இலையை எடுத்து அதன் தொட்டியில் போட்டுவிட்டு கையைக் கழுவிக்கொண்டு துடைக்க பேப்பர் வேண்டுமே, என்றேன். அவர் அன்றைய தினம் செய்தித்தாளைக் கிழித்து என்னிடம் நீட்டியவராக, 'நீங்க எந்த ஊர்...' என்றார். நான் ஒன்றும் சொல்லாதவனாய் ஆயிரம் ரூபாயை எடுத்து அவரிடம் நீட்டினேன்.

மீண்டும் முதன்மைச் செய்திகள் ஓடிக்கொண்டிருந்தன.

வெள்ளத்தைப் பார்வையிட வந்த முதலமைச்சர் அவர்களுக்குச் சென்னை வாழ் மக்கள் வெள்ளத்தில் தத்தளித்தவாறு உற்சாக வரவேற்பு அளித்தார்கள்.

சென்னையில் கன மழை பெய்து வருவதால் 'வாக்காளர்கள்' பாதுகாப்பாக இருக்குமாறு கட்சித்தலைவர்கள் கேட்டுக்கொண்டுள்ளார்கள்.

தென்மேற்கு வங்கக்கடலில் காற்றழுத்தத் தாழ்வு நிலை தாழ்வு மண்டலமாக நிலைகொண்டிருப்பதால் சென்னை உள்ளிட்ட கடலோர மாவட்டங்களில் சற்றுக் கனமாகவும், உள் மாவட்டங்களில் விட்டு விட்டும், தென் கடலோர மற்றும் இதர மாவட்டங்களில் இலேசாகவும் வெள்ள நிவாரணங்கள் வழங்கப்பட வாய்ப்புண்டு.

இத்துடன் செய்திகள் நிறைவு பெறுகின்றன.

# 8

**நா**ன் காலைச் சிற்றுண்டி நேரத்திற்குள் என் அலைபேசியில் போதுமான அளவிற்கு மின்னூட்டம் ஏற்றிக்கொண்டேன். கடைக்கு வெளியே வெள்ளாளவிடுதி வேளாண்மை பண்ணைப் பணியாளர்களின் சங்கப் பதாகை இருந்தது. அதற்கு அருகாமையில் பண்ணையில் அறுவடை நடந்துகொண்டிருப்பதால் அந்நியர்கள் யாரும் உள்ளே வரத் தடை விதிக்கப்படுகிறது என்பதாக ஒரு பதாகை இருந்தது.

வெள்ளாளவிடுதி வேளாண்மைப் பண்ணை நான் கேள்விப்பட்ட பெயராக இருந்தது. அகில இந்திய வானொலி நிலையத்தின் மூலமாக இப்பெயர் எனக்கு பரிச்சயமாகியிருந்தது. பொதிகைத் தொலைக்காட்சியில் திங்கள் தோறும் உழவர் உலகம் நிகழ்ச்சியில் வெள்ளாளவிடுதி வேளாண்மை பண்ணை இயக்குநர் தோன்றி உழவர்களின் சந்தேகங்களுக்குப் பதில் அளித்ததை நான் கேட்டிருக்கிறேன்.

சூரியகாந்தி பயிரிடலுக்குப் பெயர் பெற்ற அப்பண்ணையில் பருத்தி விவசாயம் நடந்திருக்கிறது. ஐநூறு ஏக்கர் பரப்பளவு கொண்ட அப்பண்ணையில் ஒரு காலத்தில் தினைகளும் பிறகு மூலிகை பயிர்களும் பயிரிடப்பட்டிருக்கின்றன.

கந்தர்வகோட்டை பகுதியில் பொதுவுடைமைக் கட்சிகள் ஆழமாக காலூன்ற காரணமாக இருந்த பண்ணை அது. ஆண்களுக்குச் சம்பளம் நூறு , பெண்களுக்கு சம்பளம் இருபது ரூபாய் என ஏற்ற இறக்கத்துடன் இருந்த காலக்கட்டத்தில் ஆண்களுக்கும் பெண்களுக்கும் சம ஊதியம் கொடுத்த பண்ணை அது.

குடிசை இல்லாதவர்களுக்கு மரங்களையும், மனை இல்லாதவர்களுக்கு இடமும் கொடுத்த அப்பண்ணை ஈழத் தமிழர்களைச் சிங்களவர்கள் உக்கிரமாகக் கொன்றுக் குவித்தபொழுது ஈழத்தமிழ்களுக்கு அடைக்கலம் கொடுத்த பண்ணையாகவும் இருந்திருக்கிறது. சுற்றுவட்டார கிராமங்களுக்குத் தென்னையை அறிமுகப்படுத்தியது அப்பண்ணைதான்.

மஞ்சம்பட்டியையொட்டி தொடங்கும் வெள்ளாளவிடுதி வேளாண்மை பண்ணை கல்லாக்கோட்டை வரைக்குமாக

விரிந்திருந்தது. அப்பண்ணையைக் கடந்து நான் நடக்கத் தொடங்கியிருந்தேன். ஒரு திருப்பத்தில் கண்ணீர் அஞ்சலிப் பதாகை ஒன்று இருந்தது. இன்னொரு திருப்பத்தில் பள்ளிக்கூடம் இருந்தது. பள்ளி வேளை தொடங்குவதற்கும் முன்பாக மாணவர்கள் ஆரவாரத்துடன் விளையாடிக்கொண்டிருந்தார்கள்.

சில்லு, ஒத்தக்கொட்டாச்சி, ரெட்டைக் கொட்டாச்சி, நொண்டி, அஞ்சலா - பாலாமணியா - கருப்பந்தாடியா, தாயம், பளிங்கு, கிரிக்கெட் எனப் பலரும் மணி அடிப்பதற்குள் முழு விளையாட்டினையும் விளையாடி தீர்த்துவிட வேண்டும் என்கிற வேட்கையுடன் விளையாடிக்கொண்டிருந்தார்கள். பத்து மாணவர்கள் முகத்தில் பவுடரை அப்பிக்கொண்டு இதுநாள் வரைக்கும் நான் பார்த்திடாத ஒரு புது விளையாட்டில் அவர்கள் இறங்கியிருந்தார்கள்.

மணி பத்தைத் தாண்டியிருந்தது. வெயில் குண்டூசியாகக் கொட்டியது. நான் கூகுள் வரைபடத்தின் வழியே கல்லாக்கோட்டை கால்ஸ் மதுபானத் தொழிற்சாலையை நெருங்கியிருந்தேன்.

மதுபானத் தொழிற்சாலை பார்க்க டைனோசர்ஸ் எலும்புக்கூட்டைப் போலிருந்தது. அத்தனை விஸ்தாரம். மதுபானத் தொழிற்சாலைகென்று போடப்பட்டிருந்த சாலைகள் லாரிகளால் உராயப்பட்டு கற்கள் பெயர்ந்து போயிருந்தது.

கந்தர்வகோட்டை பகுதி போராட்டத்தில் மிக முக்கியமான போராட்டம் கல்லாக்கோட்டை கால்ஸ் மதுபானத் தொழிற்சாலைக்கு எதிரான போராட்டம்தான். நான் வட்டி வசூலிக்க ஒவ்வொரு கடையாக நின்று செல்கையில் அக்கடையில் சாமான்கள் வாங்குபவர்கள், டீ குடிப்பவர்கள் இத்தொழிற்சாலை குறித்து பேசிக்கொள்வதை நான் பலமுறை கேட்டிருக்கிறேன். இத்தொழிற்சாலைக்கு எதிரான போராட்டத்திற்குக் கந்தர்வகோட்டையிலிருந்து மக்கள் திரண்டு செல்கையில் என்னையும் கூப்பிட்டிருந்தார்கள். அன்றைய தினம் எனக்கு வேறொரு வேலை இருந்தது. தலைவர் நடித்த திரைப்படம் அன்றைய தினம் வெளியாகி இருந்தது. அவரது கட் அவுட்டிற்குப் பால் அபிஷேகம் செய்யப் பால் வாங்கிக்கொண்டு நண்பர்கள் படை சூழக் கிளம்பிவிட்டிருந்தேன்.

கல்லாக்கோட்டை பகுதியில் பல ஏக்கர் இடங்கள் விற்பனைக்கு உள்ளது என்கிற தினத்தந்தி விளம்பரத்தை நான் பார்த்திருந்தேன். இந்த இடத்தை வாங்கி ஏதேனும் ஒரு பள்ளிக்கூடம் கட்டி காசு

பார்க்கலாமா, என்கிற தேடலில் இறங்கினேன். அவ்விடத்தையொட்டி இன்னொரு பள்ளிக்கூடம் இருப்பதைத் தெரிந்துகொண்ட நான் அந்த இடம் வேண்டாம், என்று பின்வாங்கியிருந்தேன். அந்த இடத்தில்தான் கால்ஸ் மதுபானத் தொழிற்சாலை வந்திருந்தது.

'புற்று வளர்வதைப்போல முதுபானத் தொழிற்சாலை வேலைகள் நடந்து வருவதாக' குமுதம் ரிப்போர்ட்டர் வார இருமுறை பத்திரிகை செய்தி வெளியிட்டிருந்தது. அதைத் தொடர்ந்து ஜுனியர் விகடன் பல பக்கங்களில் கட்டுரை எழுதியிருந்தது.

நான் குமுதம் ரிப்போர்ட்டர், ஜீனியர் விகடன், நக்கீரன் விரும்பி வாசிக்கக் கூடியவன். அதில் இடம் பெறும் நடுப்பக்க கதாநாயகி எனக்குப் பிடித்தமான ஒன்று. இந்த வாரம் நடுப்பக்கத்தில் இடம் பெறும் நடிகை யாரென்று தெரிந்துகொள்ளவே அந்த இதழ்களை வாங்கிப் படிப்பவனாக இருந்தேன். இதுதவிர கள்ளக்காதல், ஒருவருக்குப் பல மனைவிகள், செல்போன் படப்பிடிப்புகள் இப்படியான செய்திகளை நான் விரும்பி வாசிக்கும் சுபாவம் கொண்டவன். மற்றபடி அரசியல், கட்டுரை, கேள்விப் பதில் இதற்கெல்லாம் நான் அடிபணியாத ஆள்.

அன்றைய தினம் தஞ்சாவூரில் குமுதம் ரிப்போர்ட்டர் கிடைக்கவில்லை. கல்லாக்கோட்டையில் கிடுகிடு கட்டுமானம். அமையவிருக்கும் மதுபானத் தொழிற்சாலை, என்கிற அச்சுறுத்தும் கட்டுரையுடன் கூடிய இதழாக அது இருந்திருக்கிறது. தஞ்சாவூரிலிருந்து புதுக்கோட்டைக்குச் சென்றேன். அங்கேயும் கிடைக்கவில்லை. அறந்தாங்கியில் வந்த வேகத்தில் அத்தனையும் விற்றுவிட்டதாகக் கடைக்காரர்கள் சொல்லிவிட்டிருந்தார்கள். மறுவாரம்தான் எனக்குத் தெரிய வந்தது. பத்திரிகைக் கட்டு கடையில் வந்து இறங்கியதும் அதை மொத்தமாக வாங்கி மக்கள் பார்வைக்குக் கிடைக்காதவாறு எரித்திருக்கிறார்கள் என்று.

மறுவாரம் புதுக்கோட்டை, ஆலங்குடி, கந்தர்வகோட்டை, கரம்பக்குடி பகுதியில்மட்டும் இதழ் கிடைக்காமல் இருக்க இருட்டடிப்பு செய்திருந்தார்கள். ஜுனியர் விகடன், நக்கீரன் அடுத்தடுத்த இதழ்கள் அதிர்ச்சிக் கட்டுரைகளை வெளியிட்டிருந்தன.

மக்கள் தொலைக்காட்சி தொடங்கப்பட்டு வீரப்பன் பற்றிய தொடர் எழுச்சியோடு ஒளிப்பரப்பாகிக் கொண்டிருந்த நாட்கள்

அவை. அத்தொலைக்காட்சி கல்லாக்கோட்டையில் அமையவிருக்கும் கால்ஸ் தொழிற்சாலை பற்றிய செய்தியை செய்திகளுக்கிடையிலும் தொடராகவும் செய்திகளுக்கு முன்பாகவும் ஒரு மாத காலம் தொடர்ந்து ஒளிப்பரப்பி வந்தது.

அன்றைய சங்கம்விடுதி ஊராட்சி மன்றத் தலைவராக இருந்த தனபால் தொடர் பேட்டி கொடுத்தவராக இருந்தார். இந்தியாவிலுள்ள பொதுவுடைமைக் கட்சிகள் ஒன்றுதிரண்டு மக்களுடன் கை கோர்த்து நின்றிருந்தன. கல்லாக்கோட்டை கால்ஸ் மதுபானத் தொழிற்சாலைக்கு எதிரான போராட்டம் கல்லாக்கோட்டை தொழிற்சாலைக்கு எதிராக கல்லாக்கோட்டை பேருந்து நிறுத்தத்தில் கந்தர்வகோட்டையில், புதுக்கோட்டையில் எனப் பல கட்டப்போராட்டங்களாக நடந்தேறியது.

இராமாயண வாலியைப் போலக் கால்ஸ் தொழிற்சாலை ஆகியிருந்தது. தொழிற்சாலைக்கு எதிராக யார் நின்றாலும் அவர்கள் தன் பலத்தை இழக்கடிக்கும் வேலையைக் கால்ஸ் தொழிற்சாலையின் சூட்கேஸ் பெட்டிகள் செய்திருந்தன. முதல் நாள் தொழிற்சாலைக்கு எதிராகக் குரல் கொடுப்பவர்கள் மறுநாள் தொழிற்சாலைக்கு ஆதரவாளராக ஆகிவிட்டிருந்தார்கள். சில வலதுசாரிகள் இடதுசாரிகளைப் போல நெஞ்சை நிமிர்த்திக்கொண்டு நின்றார்கள். மக்கள் அத்தனை பேரின் முகத்தில் சிவப்பு இருந்தது.

ஒருநாள் பொதுமக்கள் தொழிற்சாலை முன் முற்றுகையிடும் பொருட்டு கூடியிருந்தார்கள். அவர்களைக் கலைக்க காவல் துறையினரை ஏவியிருந்தார்கள். மக்கள் பக்கம் தொலைக்காட்சிகளும், தொழிற்சாலைகளுக்கு ஆதரவாக அவ்வூரைச் சுற்றியுள்ள அதிகார வர்க்கங்களும்,..என இரண்டு பெரும் அணிகளாகப் பிரிந்திருந்தார்கள்.

மெல்லினம் மக்கள். வல்லினமாக ஆதிக்கக் குடியினர். இரண்டு தரப்புகளுக்கிடையில் பகை மூண்டது. அத்தனை நாள் வல்லினம் முன் வளைந்து குனிந்து நின்றிருந்த மெல்லினத்தினர் கற்களால் வல்லினத்தினரை விரட்டி அடித்தார்கள். வல்லினம் தங்களைத் தாக்கிவிட்டதாக மெல்லினத்தார் மீது காவல் துறையில் முறையிட்டார்கள்.

அதற்கு அடுத்த வந்த சட்டசபைத் தேர்தலில் கந்தர்வகோட்டையின் சட்ட மன்ற உறுப்பினரின் வெற்றியைத் தீர்மானிக்கும் சக்தியாகக்

கால்ஸ் தொழிற்சாலை இருந்தது. கந்தர்வகோட்டை தொகுதிப்பக்கம் வாக்குக்கேட்டு வந்த அரசியல்வாதிகள் நாங்கள் ஆட்சிக்கு வந்தால் கால்ஸ் தொழிற்சாலையை இழுத்துமூடுவோம்...என வாக்குறுதி கொடுத்து, வெற்றி பெற்றதன் பிறகு அந்த வாக்குறுதியை சட்டென மறந்துவிட தயங்கவில்லை.

நான் அன்றைய தினம் போக்கிமான் பூச்சியைத் தேடி கால்ஸ் தொழிற்சாலையைக் கடந்து செல்கையில் கால்ஸ் தொழிற்சாலைக்கு முன் தொழிலாளர்கள் ஆர்ப்பாட்டம் செய்துகொண்டிருந்தார்கள். கால்ஸ் தொழிற்சாலைக்கு எதிரான போராட்டம் அல்ல. பொங்கல் போனஸை உயர்த்தித் தரக் கோரும் போராட்டம் அல்ல.

# 9

**நா**ன் ஆண்ட்ராய்டு வழிகாட்டுதலின் பேரில் நடந்துகொண்டிருந்தேன். ஓரிரு திருப்பத்திற்குப் பிறகு தனுஷ் ரசிகர் மன்றப் பதாகை இருந்தது. கல்லாக்கோட்டை அரசு மேல் நிலைப்பள்ளிக்கென்று ஒரு பதாகை இருந்தது. ஜவுளிக்கடை, பெட்டிக்கடை, சலூன்கடை, திருமண மண்டபம், அம்பேத்கர் காலனி, தேவர் தெரு, பிள்ளைமார் தெரு, அம்பலக்காரத் தெரு,.... என நிறையப் பதாகைகள் வைக்கப்பட்டிருந்தன.

ஆழ்குழாயையொட்டி ஒரு வாரி ஓடிக்கிடந்தது. கரையில் ஒரு வழித்தடமிருந்தது. கீழக்கரையையொட்டி இன்னொரு வண்டித்தடம் போனது. ஒரு திருப்பத்தில் இருபது பேர் கையில் தலைவர் முகம் பதித்த பதாகையுடன் நின்றுகொண்டிருந்தார்கள்.

'நமது இந்தியா - சுத்தம் - சுகாதாரம்...' என்கிற வாசகம் இருந்தது. ஒரு பதாகையில் ஒரு தேசியத் தலைவர் மார்பளவு புகைப்படமாக இருந்தார். இன்னொன்றில் கையில் நீண்ட குச்சியுடன் கூடிய விளக்குமாறுடன் நின்றிருந்தார். நின்று கொண்டிருந்த அத்தனை பேரும் ஆண்களாக இருந்தார்கள். மடிப்புக்கலையாத வேட்டி சட்டையுடன் நின்றார்கள். ஒன்றிரண்டு பேர் ஜீன்ஸ் சர்ட், சிலர் கதர் வேட்டி, சட்டை உடுத்தியிருந்தார்கள். பலரின் தலையிலும் தொப்பி இருந்தது. தொப்பியில் சுத்தம் - சுகாதாரம் என்கிற வாசகம் இருந்தது.

பெரிய அளவில் பந்தல் போடப்பட்டிருந்தது. செவ்வக வடிவ ஒலிப்பெருக்கிகள் செவி கிழியக் கத்திக்கொண்டிருந்தன. புகைப்படக்கலைஞர்களும் பத்திரிகையாளர்களும் வந்துகொண்டிருந்தார்கள். ஒன்றிரண்டு பேர் முள் பத்தைகளை வெட்டத் தொடங்கினார்கள். சிலர் குப்பைகளைக் கூட்டத் தொடங்கினார்கள். சிலர் கையில் நெகிழி உரையை அணிந்துகொண்டு குப்பைகளை அள்ளிக்கொண்டிருந்தார்கள்.

ஓரிடத்தில் எலி செத்துக்கிடந்தது. ஒருவர் மண்வெட்டியால் எலியை எடுத்துத் தூரத்தில் விட்டெறிந்தார்.

'எலேய், இத வெட்டு. நல்லா வெட்டு.....'

'இதை எடு. பொறுக்கு. குப்பையில் போடு....'

‘என்னவோ நாறுது பாரு. மூக்குல துணியக்கட்டிக்கோ....’

‘எங்கேப்பா ஃபோட்டோ எடுக்கிறவரு’

‘இங்கே இருக்கேன்க?’

‘என்னை ஃபோட்டோ எடுத்தியா?’

‘எடுத்திட்டேன்.’

‘நல்லா எடப்பா. இதைத்தான் பேப்பர் நியூஸ்க்கு கொடுக்கணும்.’

மண்வெட்டியக் கொடப்பா. நானொரு ஃபோட்டோ எடுத்துக்கிறேன். நல்லாப்பிடி. ம், போதும்.’

‘என்னையும் ஒரு ஃபோட்டோ எடு’

‘என்னையும் எடு’

‘ஃபோட்டோதான் எடுத்தாச்சில. பின்னே ஏன் இன்னும் சுத்தப்படுத்திக்கிட்டு. வாங்கப்பா போவலாம்..’

முட்புதர்களை வெட்டிக்கொண்டிருந்தவர்கள் முறைத்துப் பார்த்தார்கள். ‘யாரப்பா அது போதுமெனச் சொன்னது.? வெட்டுங்கப்பா, நம்ம ஊர்தானே. நம்ம குப்பைய நாம பொறுக்காம வேற யாரு பொறுக்கறதாம்?’

‘ஆமாம்ப்பா, வாங்க. ஆளுக்கொரு இடத்த சுத்தம் பண்ணுவோம்..’

அங்கே, இங்கே....என கலைந்து நின்றவர்கள் மறுபடியும் கூடினார்கள். புல் புதர்களை வெட்டிக்கொத்திச் சுத்தம் செய்தார்கள்.

ஓரிடத்தில் ஈக்கள் மொய்த்தன. ‘கொய்ங்....’ சத்தம் கொடுத்தன. நின்றவர்கள் நாசியைப் பொத்திக்கொண்டார்கள். ‘இந்த இடத்தில என்னவோ நாறுதப்பா.’

‘ஆமாம்ப்பா.’

‘நாய் செத்துக்கிடக்குப்பா. இரு. நான் வாறேன். நீ அப்படி நில்லு. நான் இப்படி நிற்கிறேன். நான் குச்சி குடுத்து தூக்றேன்.... நீ கவட்டைக் கம்பால் அதை வாங்கு. அப்படியே தூக்கிக்கிட்டு போயி வாரிக்குள்ள போட்டுட்டு வந்திடலாம். என்ன சொல்றே....’

‘சரிதே.’

'எங்கே பிடி, நல்லாப்பிடி. வாங்கு. அப்படித்தான் அப்படித்தான்......'

இரண்டு பேர் செத்து நாறி புழு மொய்த்த நாயைத் தூக்கிக்கொண்டு ஓடினார்கள். மற்றவர்கள் தோளில் கிடந்த துண்டை எடுத்து நாசியையும் வாயையும் இறுகப் பொத்திக்கொண்டார்கள். பிறகு பழையபடி இடத்தைச் சுத்தம் செய்யத் தொடங்கினார்கள்.

பத்தடி தள்ளி வேறோர் இடத்தில் அழுகிய நாற்றம் வரத்தொடங்கியது. அவ்விடத்தை நெருங்கியதும் காக்கைகளும் கழுகுகளும் எழுவதும் பறப்பதும் பிறகு அதே இடத்தில் இறங்கிக் கொத்துவதுமாக இருந்தன. நான்கைந்து நாய்கள் எதையோ பிய்த்துத் தின்றுகொண்டிருந்தன.

'அண்ணே, இதுக்குள்ள என்னவோ செத்துக்கிடக்குண்ணே....'

'ஆமாண்ணே.'

'செம நாத்தம் நாறுத்திண்ணே'

'என்னன்னு பாரு....'

'இரு, நான் பார்க்கிறேன்.....'

ஒருவன் குச்சியைக் கொடுத்து நீட்டி தூக்கிப்பார்த்தான். உற்றுப்பார்த்தான். நாசியை இறுகப்பொத்திக்கொண்டான். வால் தெரிந்தது. கொம்பு தெரிந்தது.

'அண்ணே, மாடுன்ண்ணே....'

'மாடா.!' என்றவாறு அவர்கள் வெறித்து நின்றார்கள். கூடாததைக் கண்டுவிட்டதைப் போலத் தெறித்தார்கள். ஒன்றிரண்டு பேர் இதை எப்படி அப்புறப்படுத்துவதாம்?' என யோசித்தவாறு நின்றார்கள். ஒருவர் சொன்னார்.

'ஆம், ஒரு யோசனை'

'இம், சொல்லு?'

'காலனிப்பசங்களக் கூப்பிடலாம்....' ஒரு வேட்டிக்காரர் அப்படிச் சொன்னதும் ஒருவன் காலனித் தெரு பக்கமாக ஓடினான்.

# 10

**க**ல்லாக்கோட்டை இந்து, முஸ்லீம், கிறித்தவர்கள் ஆகிய மூன்று மதத்தினரும் சேர்ந்து வாழும் ஊராக இருந்தது. கரம்பக்குடிக்கு அடுத்ததாக முஸ்லீம் குடியிருப்புகள் நிறைய கொண்ட ஊரும் கூட அது. புதுக்கோட்டை சமஸ்தானமாக இருந்தபொழுது புதுக்கோட்டைக்கு அடுத்து அதிகாரம் மிக்க இடமாக கல்லாக்கோட்டை இருந்தது.

கல்லாக்கோட்டை மக்கள் அடிக்கடி வெளிநாட்டிற்குச் சென்று வருபவராக இருந்தார்கள். கந்தர்வகோட்டை சுற்றுவட்டாரத்தில் பணம் நிறையப் புழங்கும் இடம் அது. பைரவ தொண்டைமான் வெளிநாட்டிற்குச் செல்கையில் அவருடன் சேர்ந்து பயணித்தவர்கள் கல்லாக்கோட்டை மக்களாக இருந்தார்கள்.

கல்லாக்கோட்டையில் வரலாற்றுச் சிறப்புமிக்க கோயில் ஒன்று இருக்கிறது. தொண்டைமான் காலத்து மாரியம்மன் கோயில் அது. அக்கோயிலுக்குள் சாதி, மதம் கடந்து சென்று வழிபடும் அதிகாரத்தைப் புதுக்கோட்டை சமஸ்தானம் கொடுத்திருந்தது. ஒடுக்கப்பட்ட மக்கள் ஜமீன்களுடன் நெருங்கிய தொடர்பு கொண்டவர்களாக இருந்தார்கள். ஜமீன் காலத்தில் கட்டப்பட்ட அரண்மனையும், அக்கோயிலும் சேரி மக்களால் கட்டப்பட்டதால் அரண்மனைக்குள் நுழைந்து மன்னனைச் சந்திக்கும் அதிகாரமும் கோயிலுக்குள் நுழையும் உரிமையும் அவர்களுக்குக் கிடைத்திருந்தன.

கல்லாக்கோட்டை சரகத்திற்கு உட்பட்ட இன்னொரு கோயில் மங்களாகோயில் பிடாரி அம்மன். அக்கோயிலுக்குள் நுழையும் அதிகாரமும் மரியாதையும் கரையும் சேரிக் குடிகளுக்கு இல்லாத பொழுது கல்லாக்கோட்டை அம்மன் கோயிலின் இருப்பு எனக்கு வியப்புத் தருவதாக இருந்தது.

அம்புநாடு, அம்புக்கோயிலைத் தலைமையிடமாகக் கொண்டிருந்தது. அம்புக்கோயில் அகநானூற்றில் அலும்பில் என அழைக்கப்பட்டிருந்தது. அலும்பில் என்பதுதான் காலப்போக்கில் அம்பில் என்றாகி சோழர்கள் அவ்வூரில் சிவன் ஆலயம் எழுப்பியதற்குப்பிறகு அம்புக்கோயில் என்றானது.

பல்லவராயன் நாடு, தொண்டைமான் கைக்கு மாறியதும் அவர்கள் அம்புக்கோயிலைத் தலைமையிடமாகக் கொண்டு ஆட்சி செய்யத் தொடங்கினார்கள். அது முதல் அது அம்புநாடு என அழைக்கப்படத் தொடங்கியது.

அம்புநாடு இரண்டாம் தொண்டைமான், ராயரகுநாத தொண்டைமான் காலத்தில் அம்புக்கோயிலை உள்ளடக்கிய கிழக்குப்பகுதியைத் தொண்டைமான் வைத்துக்கொண்டு மேற்கு பகுதி கல்லாக்கோட்டையை மையமாகக் கொண்டு ஜமீன் ஆட்சிக்குக் கொடுத்திருந்தார்.

கல்லாக்கோட்டையை மையமாகக் கொண்ட மேற்கு அம்புநாட்டை ஆள்வதற்குத் தொண்டைமான் உறவினர்களுக்கிடையில் போட்டி எழுந்தது. அப்போட்டியை எதிர்கொள்ள தொண்டைமான் ஒரு வழியைக் கையாண்டார். ஜமீனைத் தேர்ந்தெடுக்க போட்டி ஒன்றை அறிவித்தார். அப்போட்டியில் தொண்டைமானின் இரத்த உறவுகள் நிறைய பேர் கலந்துகொண்டார்கள். கல்லாக்கோட்டையில் அதுநாள் வரைக்கும் எங்கும் கட்டப்படாத கற்களாலான கோட்டையைக் கட்டி முடித்ததும் இப்போட்டி நடந்தேறியது. இப்போட்டி அறிவுத்திறன் போட்டியா இல்லை உடல்திறன் போட்டியா என்பதை முன்கூட்டியே அறிவிக்காமல் நடத்தப்பட்டது. புதிதாக கட்டப்பட்ட கோட்டைக்குள் இப்போட்டி நடந்தேறியது.

ராயரகுநாத தொண்டைமான் தன் அறிவிப்பை இவ்வாறு அறிவித்தார். ‘புதிய கோட்டைக்குள் தொண்டைமான் வழி உறவினர்களுக்கு விருந்து அளிக்கப்படும். விருந்து முடிந்து யார் இலையை எடுக்காமல் செல்கிறார்களோ, அவர்களே கல்லாக்கோட்டை உள்ளடக்கிய மேற்கு அம்பு நாட்டிற்கு ஜமீன்..’ இப்போட்டி குறித்த செய்தி முரசு ஒலித்து அறிவிக்கப்பட்டது.

ஒரு நாள் பௌணர்மி அன்று போட்டி நடந்தேறியது. அவரவர் சாப்பிடுவதற்காக இலையை அவர்களே கொண்டுவர அறிவுறுத்தப்பட்டார்கள். விருந்து பல்சுவை உணவுடன் கூடிய சூடான உணவாக பரிமாறப்பட்டது. வாழை இலை, தைக்கப்பட்ட பலா இலை, தாமரை இலை, கோர்க்கப்பட்ட மாவிலை, தேக்கு இலை, பனை மட்டை, தென்னம்மட்டை,...என அவரவர் கையில் கிடைத்திருந்த இலையைப் பறித்துவந்து விருந்து முடிந்து

இலையை எடுக்காமல் சென்றார்கள். ஒருவர் சுரை இலையில் விருந்து உண்டார். சுரை இலை சூடான உணவில் வெந்து அவ்விலையும் உணவாகியிருந்தது. சுரையில் உணவு உட்கொண்ட வீரப்பனார் கல்லாக்கோட்டையின் முதல் ஜமீன் ஆனார்.

கல்லாக்கோட்டையை உள்ளடக்கிய அம்பு நாட்டிற்கு மையக்கோவிலாக இருந்த சிவன் ஆலயத்தைப் புதிப்பித்து அதற்கும் அருகில் ஒரு பிடாரி அம்மன் கோயிலை ஜமீன் நிர்வாகத்தினர் கட்டிக்கொண்டார்கள். சிவன் கோயில் தொண்டைமான் குடும்பத்தாருக்கும் பிடாரி அம்மன் கல்லாக்கோட்டையை உள்ளடக்கிய ஜமீனுக்கும் என்றானது.

மங்களாகோவில் பிடாரிஅம்மன் அறநிலைக்குச் சொந்தமான கோயில் என்றாலும் இன்றைக்கும் அது ஆத்தாங்கரைவிடுதி அம்பலகாரர்களின் நிர்வாகத்தின் கீழ் இருந்துவருகிறது. பங்குனி மாதம் நடைபெறும் இக்கோயில் திருவிழா ஒரே ஒரு நாள் மட்டும் அதிகாலையில் தொடங்கிப் பத்து மணிக்குள் முடிந்துவிடுகிறது.

அம்பு நாட்டு திருவிழா எனச் சொல்லப்படும் திருவிழா முதல் கரை அரசு என்றும் இரண்டாவது அம்பலம் என்றும் மூன்றாவது நான்காவது, ஐந்தாவது கரையாக ஊர், நாடு, குப்பம் என்றும் அழைத்து திருநீறு கொடுக்கும் திருவிழா அது.

பதினெட்டுப் பட்டிகளும் ஒன்பது குப்பங்களும் கொண்ட அத்திருவிழாவில் ஒன்று கூடி நிற்பதற்கான இடம் இல்லாமல் இருக்கிறது. கோயிலின் பரந்த வெளிகள் குடியிருப்புகளாலும் கட்டிடங்களாலும் ஆக்கிரமிப்புக்கு உள்ளாகி பாழடைந்த ஆலயமாக அக்கோயில் இருக்கிறது.

கல்லாக்கோட்டைக்கு அடிக்கடி சாத்தூர்ராஜா வந்துசெல்பவராக இருந்தார். சாத்தூர்ராஜா வருகைதரும் நாட்களில் அவரைக் காண ஒடுக்கப்பட்ட மக்களும் மற்ற இன மக்களும் கூடிவிடுவார்கள். சாத்தூர் ராஜா கல்லாக்கோட்டைப் பகுதி வாழ் உயர் குடியானவர்களை வாடா, போடா... என அழைத்து வேலை வாங்குபவராக இருந்தார். அத்தகைய அழைப்பு ஒடுக்கப்பட்ட மக்களுக்கு வேடிக்கையாகவும் மகிழ்வு தரும்படியாகவும் இருந்தது. இதைக் கண்டு கொண்டாடுவதற்கு அவர்கள் சாத்தூர் ராஜாவை வரவேற்க காத்திருப்பதாக இருந்தார்கள். சாத்தூர் மகாராஜா இயல்பாகவே சாதி, மதம் மறுப்பாளர். அவர் தலித் மக்களிடம் நெருங்கிப் பழகுபவராக இருந்தார்.

சாத்தூர் ராஜா கல்லாக்கோட்டைக்கு வரக்கூடாது என அம்புநாட்டு அம்பலகாரர் கண்டித்து இருந்தார். கல்லாக்கோட்டை என் நிர்வாகத்திற்கு உட்பட்ட நிர்வாகம் என்றும் அதற்குள் வேறொருவர் தலையிடக்கூடாது என்றும் சாத்தூர் ராஜாவிடம் வாக்குவாதம் செய்திருந்தார். புதுக்கோட்டை சமஸ்தானத்தின் ஏழாம் மகாராஜாவாக இருந்தவர் மார்த்தாண்ட பைரவத் தொண்டைமான். அவர் ஆஸ்திரேலியா நாட்டுக்குச் செல்கையில் சமஸ்தானத்தின் ஆட்சி அதிகாரத்தைச் சாத்தூர் சமஸ்தான நிர்வாகத்திடம் ஒப்படைத்துச் சென்றிருந்தார்.

தொடக்கத்தில் குதிரை வண்டியிலும் பிறகு மகிழுந்திலும் வந்து செல்பவராக இருந்த சாத்தூர் மகாராஜா நோய்வாய்ப்பட்டு இறந்துபோன செய்தியைச் சொல்லி அவ்வூர் மக்கள் கண் கலங்குபவர்களாக இருந்தார்கள். அவரது மரணத்தின் போது ஊரே துக்கம் கொண்டதையும் நினைவுகூர்ந்த அவர்கள் அவரது தலையீட்டால்தான் சேரி மக்களாகிய நாங்கள் கோவிலுக்குள் நுழைய முடிந்தது எனச் சொல்லி சாத்தூர் மகாராஜாவின் மரணம் சேரி மக்களுக்குப் பேரிழப்பு எனச் சொல்லி ஒருவர் அழுது தேம்பியதை அவ்வளவு சடுதியில் என்னால் கடந்துவிட முடியவில்லை.

நான் கல்லாக்கோட்டையைக் கடந்து அம்புக்கோவிலுக்குச் செல்லும் ஒற்றையடிப் பாதையின் வழியே நடந்திருந்தேன். கல்லாக்கோட்டையுடன் கந்தர்வகோட்டை ஒன்றியம் முடிவிற்கு வந்திருந்தது. அம்புக்கோவில் கரம்பக்குடி ஒன்றியப் பகுதியைச் சேர்ந்திருந்தது. ஓரிடத்தில் ‘கந்தர்வகோட்டை எல்லை முடிவிற்கு வருகிறது’ என்றொரு பதாகை நிறுத்தப்பட்டிருந்தது. இன்னொரு திருப்பத்தில் ‘கறம்பக்குடி ஒன்றியம் உங்களை இனிதே வரவேற்கிறது...’ என்றொரு பதாகை இருந்தது. அவ்விரு பதாகைகளும் அலைபேசியில் போக்கிமான் அண்ட் கோ திரையில் தெரிந்தன.

4ஜீ கோபுரம் விட்டுவிட்டு கிடைத்துக்கொண்டிருந்தது. போக்கிமான் மென்பொருள் இயங்குவதில் சுணக்கம் காட்டியது. நான் கோபுரச் சமிக்ஞை கிடைக்கும் இடத்தில் நின்றிருந்தேன். திரையில் பாலம் தெரிந்தது. பாலத்தினையொட்டி ஒரு பெரிய பதாகை இருந்தது. நான் திரையிலிருந்து பார்வையை எடுத்து வெட்டவெளியைப் பார்த்தேன்.

பாலம் கட்டுமானம் பெரிய அளவில் நடந்தேறிக் கொண்டிருந்தது. அதையொட்டி ஒரு நடைப்பாதை தெரிந்தது. அப்பாதை பாலத்தைக்கடந்து ஒரு மேட்டில் ஏறியது.

ஓர் ஊரையும் ஒரு தெருவையும் சந்திக்க வைக்கும் வேலையை அப்பாலம் செய்துகொண்டிருந்தது. நான்கைந்து ஆடவர்கள் கைலியைத் தூக்கி முழங்கால்களுக்கு மேலாகக் கட்டிக்கொண்டு பாலத்திற்குக் கொடுத்த மூட்டுகளைப் பிரித்துக் கொண்டிருந்தார்கள். மூன்று பெண்கள் அவர்களைக் கலாய்த்துக்கொண்டு மூட்டுகளை எடுத்து அடுக்கினார்கள். நான் பாலத்தைக்கடந்து மேட்டில் ஏறுவதற்குள் ‘அப்பாடா.....!’ எனப் பெருமூச்சு விட்டிருந்தேன்.

பாலத்தின் கீழக்கரை ஓர் ஒத்தையடிப் பாதையில் ஏறியது. அந்த சாலையின் ஒரு குறுக்கத்தில் சிம்ரன் பதாகை ஒன்று இருந்தது.

போக்கிமான் சொல்கிற வழிகளைப் பார்க்கையில் எனக்கு தலைசுற்றியது. அதே இடத்தில் நின்று கொண்டு இருபுறமும் பார்த்தேன். ஒரு புறம் வயலும் வயல் சார்ந்த நிலங்களாக இருந்தன. வரப்புகளில் திருந்திய நெல் சாகுபடி தலைப்பிட்ட ஒரு பதாகை நிறுத்தப்பட்டிருந்தது. அதில் குறைந்த நீர் நிறைய சாகுபடி, பொன்னி, கல்சர், இராஜராஜசோழன் நெல், குறைந்த நீரில் குறைவில்லா விளைச்சல், இயற்கை வேளாண்மை, ரசாயன உரமில்லா விவசாயம்...எனப் பல அறிவிப்புகள் இடம்பெற்றிருந்தன.

நான் அதே இடத்தில் நின்றவாறு மறுபுறம் பார்த்தேன். திருவிழாக்காலங்களில் திரையிட நிறுத்தப்படும் வெண்திரை அளவிற்குச் சதுரப் பதாகை நிறுத்திக் கட்டப்பட்டிருந்தன. அதில் ஒரு சதுர அடி மனை வெறும் நூறு ரூபாய் மட்டுமே, எனப் பெரிய எழுத்துருக்களில் அச்சாகியிருந்தன. ஒரு பக்கம் விவசாயம், இன்னொரு பக்கம் விவசாயத்தை அழித்து வீட்டு மனை....

ஆண்ட்ராய்டு திரையில் பொம்மைச் சிறுவன் சிரித்த முகத்துடன் இருந்தான். போக்கிமான் பூச்சியை நெருங்கிவிட்ட திகைப்பில் இருந்தான். எனக்கு வாழ்த்துகள் தெரிவித்தவாறு இன்னும் ஐந்து கிலோ மீட்டர்தான் எனப் பொம்மை வழி நடத்திக்கொண்டிருந்தது.

நான் என்னை ஆசுவாசப்படுத்திக்கொண்டேன். நெற்றியில் இறங்கிய வியர்வையை வழித்து எறிந்தவாறு போக்கிமான் வரைபடத்தைச் சுழற்றினேன். போக்கிமான் சிரித்த முகத்துடன் தெற்குத் திசையில் நடந்துகொண்டிருந்தான்.

# 11

**நா**ன் நெருங்கியிருந்த ஊர் இறையடி புகழ் பெற்ற ஊராக இருந்தது. அப்பூதியடிகளின் வீட்டிற்குப் பயணம் மேற்கொண்ட திருநாவுக்கரசரைப் போலத்தான் நான் நடந்துகொண்டிருந்தேன். திருநாவுக்கரசரின் திருவடிகண்ட ஊர் அன்றைக்கு அலும்பிலாக இருந்தது.

அறுபத்து மூன்று நாயன்மார்களில் ஒருவரான அப்பூதிஅடிகளைச் சந்திக்க திங்களூருக்கு நடைப் பிரயாணம் செய்திருந்த திருநாவுக்கரசர் இக்கோயிலில் இளைப்பாறி சென்றிருக்கிறார். அக்கோயிலில் எனக்கும், திருநாவுக்கரசர் உட்கார்ந்து இளைப்பாறிய காலத்திற்கும் இடையில் பல நூற்றாண்டுகள் இருந்தன. அவர் இக்கோயிலுக்குத் திருப்பயணம் மேற்கொண்டது ஏழாம் நூற்றாண்டின் தொடக்கத்தில்..

சமணம், சைவம் ஆகிய இரு சமயங்களுக்கிடையில் உக்கிரப்போர் நடந்துகொண்டிருந்த காலம் அது. கடவுள் மறுப்பாளர்களாக இருந்த சமணர்களைக் கழுவேற்றிக் கொன்றவர் திருநாவுக்கரசர். ‘என் கடன் பணி செய்துகிடப்பதே...’ என்கிற ஒற்றை முழக்கத்துடன் சைவ மதத்தை என்ன விலைகொடுத்தேனும் வளர்த்தெடுத்தாக வேண்டும் என்கிற உந்துதலுடன் அவர் தெருத்தெருவாக அலைந்துகொண்டிருந்தவர்.

நான் நடந்த களைப்பில் கோயிலின் வாசலில் உட்கார்ந்து ஆயாசம் அடைந்தேன். திருநாவுக்கரசர் உட்கார்ந்திருந்த அதே இடத்தில்தான் நான் உட்கார்ந்திருந்தேன்.

‘அப்பப்பா, அப்பூதிஅடிகள்தான் என்னவொரு பக்தர். ஐந்தொழில் அருட்கூத்து நிகழ்த்தும் சிவபெருமான் மீது அவருக்குத்தான் என்னவொரு பற்றுதல். களவும் பொய்யும் காமமும் கோபமும் அற்ற ஒரு மனிதரை அவரை விடுத்து வேறெங்கே காண முடியும்? பருத்திப் பூவை விடவும் வெள்ளந்தியான மனது அல்லவா அவருடையது. நான் சிவன் மீது வைத்திருந்த பற்றுதலை விடவும் அவர் என் மீது காட்டிய பற்று உயர்ந்ததல்லவா! இல்லையென்றால் அவரது மகன்களுக்கு என் பெயரைச்சூட்டி அழைத்து மகிழ்வாரா? மூத்த மகனுக்குத் திருநாவுக்கரசர். இளைய மகனுக்கு அதே பெயர். அவர் தினம்

கையாளும் தராசு, கட்டில், புத்தகம், ஏடு, முகத்தல், நீட்டல், நிறுத்தல் அளவைக்கருவிகள் என அத்தனைக்கும் என் பெயர்தான். அதுமட்டுமா? அவரது நிலம், பசுக்கள், எருமைகள், ஆடு, உடுத்தும் உடுக்கை, உண்ணும் ஊன், பருகும் தண்ணீர், குடிக்கும் பானம், கடிக்கும், நக்கும், உறிஞ்சும்,..என அத்தனைக்கும் அதே பெயர்தான் திருநாவுக்கரசர், திருநாவுக்கரசர், திருநாவுக்கரசர்.... இப்படியாகத்தான் திருநாவுக்கரசர் அலும்பில் மக்களுடன் உரையாடியிருக்கிறார்.

எனக்கு அப்பூதிஅடிகளை நினைக்கச் சிரிப்புதான் வந்தது. பிறகு என்னவாம்! அவர் வீட்டினில் வளர்த்த கோழி, வாத்து, குருவி, மரம், செடி, கொடி, வாழை, தென்னை, கமுகு, பனை, வேம்பு, புங்கை என அத்தனை அஃறிணைக்கும் ஒரே பெயர் வைக்குமளவிற்குத் தமிழில் மொழி பஞ்சமா என்ன?. அவரைக் கேட்டால் என்ன சொல்வார், திருநாவுக்கரசர் மீது பற்றுதல் என்பார். தமிழ் மொழியை விடவும் திருநாவுக்கரசர் மீது என்ன பற்றுதல் வேண்டிக்கிடக்கிறது...இப்படியாக நான் கேட்டால் அவரால் மௌனத்தைத் தவிர வேறென்ன பதிலை எனக்கு தந்துவிட முடியும்..? யாரேனும் அந்த வழியே சென்றால் 'திருநாவுக்கரசர்... ஒரு நாழிகை நில்லுங்கள். ஒரு செய்தி....' யாருக்கேனும் நன்றி நல்க வேண்டுமென்றால். 'நல்லது திருநாவுக்கரசர்...'

எப்படி அவரால் கணநேரமும் அவரையே நினைத்துக்கொண்டு இருக்க முடிந்திருக்கிறது. அவருக்கென்று மனைவி, மக்கள், பிள்ளை, மகன்,.. இருந்தும் எந்நேரமும் திருநாவுக்கரசரையே நினைத்துக்கொண்டிருக்க அவருக்கு என்ன வந்தது..?

திருநாவுக்கரசர் உட்கார்ந்து சைவ பிரச்சாரம் செய்துகொண்டிருந்த அதே இடத்தில் நான் உட்கார்ந்தவாறு தனக்குத்தானே பேசுபவனாக இருந்தேன்.

நான் ஆறாம் வகுப்பு படிக்கையில் திருநாவுக்கரசரின் பாடல்தான் இறை வணக்கப் பாடலாக இருந்தது. என் வகுப்பில் திருநாவுக்கரசர், சம்பந்தன் என இரண்டு பேர் படித்தார்கள். இருவரையும் பார்த்துத் தமிழ் அய்யா சொல்வார். 'உங்கள் இருவரையும் ஒன்றாக விட்டால் அத்தனை பேரையும் கழுவேற்றியே கொன்றுவிடுவீர்கள்'. இருவரையும் பிரித்தே உட்கார வைப்பார்.

கூன் பாண்டியனைச் சைவ மதத்திற்குள் கொண்டு வர சமணர்களைக் கழுவேற்றிக்கொன்ற திருஞான சம்பந்தரின் நண்பன் என்பதை நினைக்கையில் எனக்கு அவர் மீது வெறுப்புதான் வந்தது. சமணர்கள் கடவுள் மறுப்புக் கொள்கையாளர்கள் என்பதால்தானே அவர்களைத் திருஞானசம்பந்தர் கழுவேற்றிக் கொன்றார். அத்திட்டமிட்ட படுகொலைக்கு உடந்தையாக இருந்தவர் திருநாவுக்கரசர் இலலையா. அத்தகையரின் பெயரை அப்பூதிஅடிகள் மரம், செடி, கொடி, புல், பூண்டு, பசு, பறவை,.... என அத்தனைக்கும் சூட்டியிருக்கிறாரே!

அவர், ஒரு நீண்ட நெடிய காவி உடையைத் தரித்து தலை முதல் பாதம் வரைக்கும் முழுமையாகப் போர்த்திக்கொண்டு தலையில், கழுத்தில் சிவன் அணியும் உத்ராட்ச மாலையுடன் ஓர் ஊன்றுகோலினை ஊன்றியபடி நின்றிருக்கிறார். அவருக்குத் தேவையான ஒன்றைக் கொடுத்து வழி அனுப்பி வைப்பதை விட்டுவிட்டு அப்பூதி நடுவீட்டில் திருநாவுக்கரசரை அழைத்து உட்கார வைத்து விருந்து பரிமாறியதை நான் என்னவென்று சொல்ல!

அப்பூதி தாழ்ந்தகுடியாளன் என்றால் அவரது வீட்டில் விருந்து பச்சைத் தண்ணீர் பருகியிருப்பாரா? நடு வீடு வரைக்கும் சென்றிருப்பாரா? மகன் மீது தோள் போட்டிருப்பாரா...அவனுடன் சேர்ந்து உணவு உண்டிருப்பாரா?

சமணர்கள் யார்? ஆதி மருத்துவர்கள். அதாவது தாழ்ந்த குடிகள். மருத்துவம் செய்தும், பிரசவம் பார்த்தும் பிழைப்பை நடத்தியவர்கள். அவர்களைக் கழுவேற்றிக் கொன்றவர்கள் தானே இவர்கள் இருவரும்! தாழ்ந்த குடிகளை அழித்து ஒழிக்க அவர்களுக்கு ஏன் அத்தனை வன்மம்.

அப்பூதி மகாபுத்திசாலி. இல்லையென்றால் அவர் பெயரைத் தவிர மற்றவர்களின் பெயர்களைத் திருநாவுக்கரசர் என அழைத்திருப்பாரா?

‘திருநாவுக்கரசர், திருநாவுக்கரசர், திருநாவுக்கரசர்.....’ அவர் வீட்டில் வளர்த்திருந்த நாய், பூனை, அணில் என அத்தனைக்கும் ஒரே பெயர்தான். அவரது மனைவிக்கும் அதே பெயர்தான் ‘அடியே, திருநாவுக்கரசர்....’

அவளும் பார்த்த வேலையை விட்டுவிட்டு என்ன ஏதென்று ஓடி வந்திருக்கிறாள்.

'என்னங்க....?' என்று

'யார் வந்திருக்கிறார் என்று பார். இப்படியோர் அதிசயம் நடந்தேற நாம் அடைந்த பேறுதான் என்னே!'

'இவர் யாரென்று தெரியவில்லையே?'

'என்ன வார்த்தை சொன்னாய் நீ! இவர் திருநாவுக்கரசர்....'

'உங்களுக்கு இதுதான் வேலை! பைத்தியம் பிடித்துத் திரிகிறீர்கள். உங்கள் வாடை யார் மீதேனும் படத்தான் போகிறது. அவர்கள் இந்த நாடு, ஆறு, கொடி, மொழி அத்தனைக்கும் ஒரே பெயர் வைத்து நாட்டை சின்னாபின்னமாக்கப் போகிறார்கள். வேண்டுமானால் பொறுத்திருந்து பாருங்கள்..'

'அடியே, திருநாவுக்கரசர்! என்ன வார்த்தை சொன்னாய்?'

'அந்தப் பெயரில் திரும்பவும் என்னை அழைக்காதீர்கள். வெட்கை நோய்க்காகக் கசாயம் சாப்பிட பயந்து திலகவதியார் காலில் உருண்டு புரண்டு அழுதவர்தானே உங்கள் திருநாவுக்கரசர்.! நான் தெரியாமல்தான் கேட்கிறேன். முனிவர்கள் ஆண் வாடை கூடாதென்று காவி தரிக்கிறீர்கள். பிறகு என்ன வேண்டியிருக்கிறது பெண் பாதம்?.'

'என்ன வார்த்தை சொன்னாய், உன் வாயிலேயே நான் அடிப்பேன். திருநாவுக்கரசரை வைத்துக்கொண்டு இப்படியொரு வார்த்தையை நீ சொல்லிவிட்டாயே.....'

'இவரும் உங்களுக்குத் திருநாவுக்கரசர்தானா?'

'அய்யோ உனக்கு நான் எப்படி புரிய வைப்பேன்...'

அப்பூதிஅடிகளின் செய்கையை நினைக்கையில் எனக்குச் சிரிப்புதான் வந்தது.

'என்ன தேடுகிறீர்கள்? யாரைத் தேடுகிறீர்கள்?'

'எங்கே என் மூத்த திருநாவுக்கரசர்?'

'உங்களுக்குப் பைத்தியம் எதுவும் பிடித்து விட்டதா என்ன? அவனைத் திருநாவுக்கரசருக்குப் புல் பிடுங்கி வர அனுப்பி வைத்தீர்களே....'

'ஆமாம்,ஆமாம். மறந்தே விட்டேன்...' என்றவாறு அவர் வாசலில் நின்றவாறு எட்டி நாலாபுறமும் துழாவியிருக்கிறார்.

‘இதோ, வந்துவிட்டான். வந்துவிட்டான்....’ நெருப்பில் நடப்பதைப்போல அவர் வாசலுக்கும் இல்லத்திற்குமாக நடந்திருக்கிறார். மகன் வரும் ஒற்றையடிப்பாதையில் ஓடி மகனை விரைந்து வீட்டிற்குள் அழைத்துவந்திருக்கிறார்.

‘என்னங்க அப்பா?’

‘இவ்வளவு நேரம் என்ன செய்தாய் திருநாவுக்கரசர்? உள்ளே வந்துபார். இவர் யாரென்று தெரிகிறதா?’

அரியாசனத்தில் உட்கார்ந்திருந்த அந்தத் துறவியைப் பார்த்தான் அச்சிறுவன். ‘அப்பா, இவர் யாரென்று தெரிந்துகொள்ள முடியவில்லையே. ஒரு குழந்தையைப் போலப் பார்த்தால் குழந்தையாகத் தெரிகிறார். இளைஞனாகப் பார்த்தால் இளைஞனாகத் தெரிகிறார். வயதில் முதிர்ந்த மனிதரென பார்த்தால் அவ்வாறு தெரிகிறார். இவர் யாரப்பா?’. பாவம் அவன் சிறுவன். பசி மயக்கம். அப்படியாக அவனுக்குத் தெரிந்திருக்கிறது. அதற்கு அப்பூதி நடத்திய கூத்து இருக்கிறதே...

‘நன்றாகக் கேட்டாயடா நீ. இவர்தான் திருநாவுக்கரசர்.’

‘அப்படியென்றால் நான்?’

‘இவர் உனக்கு , உன் அம்மாவிற்கு நாம் வளர்க்கும் பசு, பட்சி மரம், செடி, கொடி அத்தனை திருநாவுக்கரசருக்கும் காரணமான திருநாவுக்கரசர்....’

அவருடைய மனைவி பாவம். துடித்துப் போய்விட்டாள். தலையில் அடித்துகொண்டு அழுதிருக்கிறாள்.

‘அப்படியென்றால்?’

‘திருநாவுக்கரசருக்கெல்லாம் திருநாவுக்கரசர்...’

அவன் சிறுவன் என்பதால் அவனுக்கு ஒன்றும் புரியவில்லை.

‘வாடா மகனே. அவரிடம் ஆசி வாங்கிக்கொள்...’ மகனை அழைத்துத் திருநாவுக்கரசர் முன் நிறுத்தினார். சிறுவனை ஆரத்தழுவி மகனுக்கு ஆசி வழங்கினார் திருநாவுக்கரசர்.

‘குழந்தாய் உன் பெயரென்ன?’

‘திருநாவுக்கரசர்’

‘இவ்வளவு நேரம் எங்கே சென்றாய்?’

'திருநாவுக்கரசர்களுக்குப் புற்கள் பறித்து வரப்போனேன்'

'புற்கள் எங்கே பறித்தாய்?'

'திருநாவுக்கரசர் தோட்டத்தில்'

'அது எங்கே இருக்கிறது?'

'திருநாவுக்கரசர் தண்ணீர்ப் பந்தலைத் தாண்டி திருநாவுக்கரசர் சாலையில் சென்றால் திருநாவுக்கரசர் குளம் இருக்கிறது. அதன் கரையில் இருக்கிறது திருநாவுக்கரசர் தோட்டம்'

திருநாவுக்கரசருக்கு அமுது படைக்க தன் மூத்த மகன் திருநாவுக்கரசரை அழைத்து 'நல்ல வாழைக்குருத்தினை அரிந்து வர அனுப்பினார். 'திருநாவுக்கரசர்க்காக வாழைக்குருத்து அரிந்து வரும் பேறு பெற்றேன்....' என அச்சிறுவன் ஓடி இலையை அறுக்கிறான். அவனை ஒரு பாம்பு தீண்டிவிடுகிறது

ஓடி வருகிறான் மகன். தகப்பனாரிடம் சொல்லியிருக்கிறான். 'அப்பனே, என்னைப் பாம்பு தீண்டிவிட்டது..'

அதற்கு அப்பூதிஅடிகள் சொல்லியிருக்கிறார். 'நல்ல பிள்ளையப்பா நீ. எப்படியோ இலையைக்கொண்டு வந்து சேர்த்துவிட்டாயே....'

இதற்கு நான் என்ன சொல்வேன்! அது மட்டுமா பெற்ற மகனை உயிருடன் இருக்கும் பொழுதே கோரைப்பாய் கொண்டு மூடியிருக்கிறார். மனிதனுக்கு மதம் பிடித்தால் மகனையுமா கழுவில் ஏற்றச் சொல்லும்?

திருநாவுக்கரசர் நீராடி, திருவெண்ணீறு அணிந்து, வேறோர் இருக்கையில் அமர்ந்தார். அவர் முன் தலைவாழை இலை விரித்திருந்தது. அறுசுவை பரிமாற அப்பூதியாரும் அவருடைய மனைவியாரும் முன் வந்தார்கள்.

'அப்பூதியார், உம் மூத்த மகன் எங்கே? அவனுக்கு நான் திருநீறு அணிவிக்க வேண்டுமே...' என்றார் திருநாவுக்கரசர். திருநீறு பூசினால்தானே வெளியுலகம் தெரியாத அச்சிறுவனை சைவ மதத்திற்குள் கொண்டு வர முடியும்!

'அப்பனே, நீங்கள் முதலில் பசியாறுங்கள். பிறகு அவனுக்கு நீங்கள் திருநீறு அணிவிக்கலாம்....'

'இல்லை. முதலில் அவனை என் முன் கொண்டு வந்து நிறுத்துங்கள்....'

சைவ மதத்தார் வீட்டில் மட்டும்தான் திருநாவுக்கரசர் சாப்பிடுவார். அப்பூதியார் மெய் நடுக்கமுற்றார். அமுது படைக்கும் போது மகன் இறப்பைக் கூறினால் அமுது படைக்கும் பேறுக்குத் தடைவருமோ. தவத்தின் மிக்கோர் கேட்கும் கேள்விக்கு உண்மையை உரைக்கவில்லையென்றால் இத்தனை நாள் அவர் மீது கொண்டிருந்த பற்றுதலுக்கு ஊறாகிவிடுமோ. அப்பூதியாருக்குள் தராசு ஏறி இறங்கியது.

'அப்பனே, என்னை நீங்கள் மன்னித்து அருள வேண்டும். எம் மூத்த மகன் திருநாவுக்கரசர் இப்பொழுது வர இயலாது...'

'ஏன் அப்பூதியார்?'

'அவன் இலை பறிக்கையில் அரவம் தீண்டி இறந்து விட்டான்'

திருநாவுக்கரசர் இதனைக்கேட்டு வியப்புற்றார். 'நீர் புரிந்த செயலை நான் என்னவென்று சொல்வது? இத்தகைய செய்கை செய்ய இப்பூவுலகில் யார் உளார்?' என்று கூறிய அவர் உயிரற்று ஒரு மூலையில் கிடந்த சவத்தின் முன் தோன்றி 'ஒன்று கொலாம்..' என்கிற திருப்பதிகத்தைப் பாடினார். சிறுவன் பாம்பின் நஞ்சிலிருந்து மீண்டு உயிர் பெற்றுத் திருநாவுக்கரசரை வணங்கினான்.அடடா, என்னவொரு கதை!

நான் இதே பதிகத்தைப் பலமுறை துக்கவீடுகளில் பாடியிருக்கிறேன். ஆனால் இறந்தவர்களில் யாரும் உயிர்பிழைத்து வந்ததாக இல்லை!

# 12

**நா**ன் அந்த வரலாற்றுச் சிறப்பு மிக்க கோயிலைத் தாண்டி நடக்கத் தொடங்கினேன். கோயிலுக்கு வலது புறம் ஒரு குளமிருந்தது. குளத்தில் நான்கு எருமைகள் மூழ்கிக்கிடந்தன. கரையில் ஒரு தேநீர்க் கடை இருந்தது. கடையையொட்டி ஒரு குறுகலான சாலை. சாலையின் இடது புறம் ஒரு அங்காடி. அவ்வூரின் தெரு, சாலைகளில் ஒரே முகம் கொண்ட பதாகை வைக்கப்பட்டிருந்தது. அவ்வூர் இளைஞர்களின் சட்டைப்பையிலிருந்த காப்பீடு அட்டை, அடையாள அட்டைகளில் கூட அதேபெயர்தான்.

நியாயவிலைக் கடையில் பத்து கிலோ அரிசி சிப்பம், சீரகம், சோம்பு, எண்ணெய், சீனி, சோப்பு, கடுகு,...கொடுத்துக் கொண்டிருந்தார்கள். அத்தனையிலும் அந்த ஒற்றை முகமே இருந்தது. அங்காடியையொட்டி இன்னொரு கடை இருந்தது. அதில் விடுபட்டுப் போனவர்களுக்குத் தொலைக்காட்சி, மின்விசிறி, சிறிய பெரிய அறவை எந்திரங்கள், சமையல் அடுப்பு, கையடக்க அலைபேசி கொடுத்துக்கொண்டிருந்தார்கள். அதிலும் அந்த ஒற்றை முகம்தான்.

இது தவிர அவ்வூரின் செல்லப்பிராணிகளான ஆடு, பசு, வாத்து, கோழி...என அனைத்தும் அதே பெயரில்தான் அழைக்கப்பட்டன.

எனக்கு அப்பூதியாரை நினைக்க கோபம்தான் வந்தது. பிறகு என்னவாம்! பார்க்க, பயன்படுத்த, கூப்பிட, என அனைத்திற்கும் ஒரே பெயரைச்சூட்டும் கலாச்சாரத்தைத் தொடங்கி வைத்தவன் அவன்தான் இல்லையா!

இந்த நாட்டில் அரசு கொடுக்கும் அத்தனை பொருட்கள், திட்டங்கள் யாவும் ஒரே பெயரில் அழைக்கப்பட யார் காரணம்? பணமும் பதவியும் பவுசும் மட்டுமே அனுபவிக்கத் தெரிந்த அவர்களுக்கு இப்படியெல்லாம் பெயர்சூட்டி கட்சிக்கும் அவர்களுக்கும் பெருமை தேடிக்கொள்ள காரணமாக இருந்தது யார் அப்பூதியார்தானே? அவர் தான் பயன்படுத்திய அத்தனைக்கும் திருநாவுக்கரசர் எனப் பெயர்சூட்டிய விளைவுதானே இன்றைக்கு இந்த அவலம்.

போக்கிமான் திரையைப் பார்த்தேன். அதிலும் ஆளும் கட்சித் தலைவரின் முகமாகவே இருந்தது. தெருக்களைச் சுற்றுமுற்றும் பார்த்தேன். அங்காடிக்கு அருகில் மற்றொரு கடை இருந்தது. அந்த ஒரு கடையில் மட்டும்தான் எந்தவொரு புகைப்படமும் பெயர்சூட்டலும் இல்லாமல் இருந்தது. இத்தனைக்கும் அது அரசுக்கடை. அக்கடை ஆண்களுக்கு மட்டுமான கடையாக இருந்தது. இக்கடைக்கு மட்டும் ஏன் திருநாவுக்கரசர் கலாச்சாரம் ஒட்டிக்கொள்ளவில்லை, என்கிற யோசனையுடன் நான் அக்கடையிலிருந்து நடக்கத் தொடங்கினேன்.

அம்புக்கோவில் சிவன் கோயில் சன்னதி தாண்டி, பால்கடை முக்கம் தாண்டி, பூசாரித்தெரு நெருங்கினேன். கூகுள் திரும்பவும் கந்தர்வகோட்டை ஒன்றியத்தைக் காட்டியது. பூசாரித்தெரு முக்கத்தில் ஒற்றையடிப் பாதை விலகியது. ஒற்றையடிப் பாதையைச் சுற்றிலும் தைல மரக்காடுகளாக இருந்தது. பாதை விலகுமிடத்தில் ஏ.ஆர்.ரகுமான் ஒரு வீணையுடன் உட்கார்ந்திருந்தார். நான் அதிலிருந்து பார்வையை எடுத்து அலைபேசியைப் பார்த்தேன். ஒரு மேட்டில் போக்கிமான் வெற்றிக்கோப்பையுடன் நின்றுகொண்டிருந்தது. அக்கோப்பைக்கு வெளியே சற்றே பெரிய எழுத்தில் ‘முத்தன் பள்ளம்’ உங்களை வரவேற்கிறது என்கிற வரிச்செய்தி ஓடிக்கொண்டிருந்தது.

# பயணம் – இரண்டு

## முத்தன் பள்ளம் நோக்கி...

**த**மிழக அமைச்சர்களின் முதுகைப்போல சாலை கூன் விழுந்திருந்தது. கூனின் விளிம்பிடத்தில் ஒரு ஓட்டு வீடு. இங்கு பில்லி, சூனியம் பார்க்கப்படும்.... என்கிற அறிவிப்புடன் கூடிய ஒரு சிறிய பதாகை வீட்டின் வாசலையொட்டி சாலையோரமாக நிறுத்தப்பட்டிருந்தது.

நிழற்குடை, முதுகு வளைவு சாலை, தனித்த வீடு இவற்றிற்கு இடையில் வலது புறமாக சிலுக் சேலை உடுத்தியவர்களின் இடுப்பிலிருந்து நழுவும் குழந்தையைப் போல ஒரு வண்டித்தடம் கீழே இறங்கியது. அந்தத் தடத்தில் 'முத்தன் பள்ளம் உங்களை வரவேற்கிறது' என்றொரு பதாகை இருந்தது.

நான் சுற்றும்முற்றும் பார்த்தேன். ஓர் ஊர் இருப்பதற்கான எந்தவொரு தடயமும் அதில் இல்லை. ஒரு வண்டித்தடம் அளவிற்கே பாதையின் உள்வாங்கல் இருந்தது. பாதையின் இருபுறமும் உயிர் வேலி. கள்ளி, காட்டாமணக்கு, கொட்டைச்செடி, சூரப்பத்தை, காரைப்புதர், குருவிப்பத்தைகள் இருந்தன. கண்ணுக்கு எட்டிய தூரம் எங்கும் தண்ணீர்க்காடு. ஏரி, காட்டாறு, குளம் மூன்றும் சங்கமிக்கும் இடமாக இருந்து, வெள்ளத்தின் போக்கு மிரட்டல் ஓலமாக இருந்தது.

நான் என் அலைபேசியை எடுத்துப் போக்கிமான் காட்டும் வழியைப் பார்த்தேன். கூகுள் வரைபடம் தண்ணீர்க்காடாகக் காட்டியது. அத்தண்ணீருக்குள் வண்டித்தடம் ஒடிக்கிடந்தது. பாதை அகடும் முகடுகளுமாக இருந்தது. ஓர் ஆளை விழுங்குமளவிற்குப் பெரிய பள்ளங்களும், இளைப்பாறுமளவிற்கு மேடுகளும் இருந்தன.

அவ்வூருக்குச் செல்வதற்கான மாற்றுவழி ஏதேனும் இருக்கிறதா, எனத் துழாவினேன். போக்கிமான் தலையசைத்து மறுப்பு தெரிவித்தது. 'இப்பாதையில் கடந்தால் மட்டுமே போக்கிமான்

விளையாட்டு முழுமைபெறும்' என்கிற ஒற்றைவரி திரையில் ஓடிக்கொண்டிருந்தது.

நான் ஊரின் பெயரைத் திரும்பவும் பார்த்தேன். முத்தன் பள்ளம் என்கிற ஊர்ப்பெயர் எனக்கு பயத்தை மூட்டுவதாக இருந்தது. இந்த உலகத்தின் மீது நான் கொண்டிருந்த அபிப்ராயத்திற்கும் புரிதலுக்கும் எதிராக அவ்வூர் இருந்தது. ஊர்ப்பெயரில் பள்ளமென்று இருக்கிறதே!. பள்ளமென்று இருந்தால் அதற்குள் பாம்பு வகையறாக்கள் இருக்குமே. அதை நினைக்கும் பொழுதே எனக்குள் ஜன்னி எடுத்தது. நான் என்ன செய்யப் போகிறேன்?

நான் இத்தனை தூரம் எங்கேயும் நடந்து சென்றதில்லை. என் வீட்டில் இரண்டு மகிழுந்து வாகனம், இரண்டு இரு சக்கரம் வாகனம் இருக்க நான் ஏன் இப்படி நடந்து திரிய வேண்டும், என்கிற கேள்வி எனக்குள்ளாக எழுந்தது. ஏன்தான் இந்த விளையாட்டில் கால் வைத்தேன் என்றிருந்தது. கைகளைப் பிசைந்தபடி அதே இடத்தில் நின்று தண்ணீரின் போக்கைப் பார்த்தபடி நின்றேன். தண்ணீரின் அலை கரையைத் தழுவிக்கொண்டிருந்தது. ஏதோ ஒன்று தண்ணீருக்குள் மின்னல் வெட்டுவதைப் போல வெட்டிச்சென்றது. நிச்சயம் அது பாம்பாகத்தான் இருக்க முடியும். அதன் நீளமும், அடித்த அலையும் சாரை அல்லது நாகப்பாம்பிற்குரிய தடத்தைக் கொடுத்தது. தண்ணீர் கரையைத் தொடுமிடத்தில் புற்களின் மேல் மஞ்சள் பெயிண்ட் கொட்டியதைப் போல நுரைகள் ஒதுங்கியிருந்தன.

தண்ணீருக்குள் கோரைப் புற்கள் முளைத்திருந்தன. தண்ணீர்ப்பனை, பால் சோம்பு, நீர்க்கொட்டைச் செடி, பனங்குறுத்துகள், ஈச்சம், காட்டாமணக்கு செடிகள் வெள்ளத்திற்கும் வெளியே தலை நீட்டியிருந்தன. மற்றொரு புறத்தில் கள்ளிகளும் ஈச்சங்குச்சிகளும் சப்பாத்திகளும் இருந்தன. இவற்றைச் சேர்ந்தாற்போலப் பார்க்கையில் ஒன்றுக்கொன்று முரணாகத் தெரிந்தன. ஈச்சங்குச்சிகளும் சப்பாத்தியும் வறட்சியில் வளரக்கூடியவை. இது எப்படி தண்ணீருக்குள்?. ஒன்று என்னால் புரிந்துகொள்ள முடிந்தது. மழைக்காலத்தில் தீவாகவும், கோடையில் பாலைவனமாகவும் தகவமைப்பை மாற்றிக்கொள்ளும் இடமாக அவ்விடம் இருந்தது.

'சளக், புளக்....'

வெள்ளத்தில் யாரோ நீந்தி வரும் அரவம் கேட்டது. அரவம் கரையை நோக்கி வருவதைப் போலிருந்தது. நான் வெள்ளக்காட்டை கூர்ந்து பார்த்தவாறு நின்றிருந்தேன். ஒரு நாய் வாயை ஆ... வெனத் திறந்து வைத்துகொண்டு வாலைத் தண்ணீருக்கும் மேலாக தூக்கிக்கொண்டு நீந்தி கரையை நோக்கி வந்தது. அதன் பின்னால் இன்னொரு நாயொன்று வந்தது. முதலில் கரையைத் தொட்டிருந்த நாய் தரையை ஒரு முறை நுகர்ந்துபார்த்தபடி உடம்பை ஒரு குலுக்குக் குலுக்கியது. அது குலுக்கிய வேகத்தில் அதன் காது மடல்கள் தலையில் 'சடக்..சடக்....' என அடித்துகொண்டன. அந்த நாய் என்னை ஒரு சுற்று வந்தது. நாக்கைத் தொங்கவிட்டவாறு பெருமூச்செரிந்தது. அதன் மூச்சினைக் கேட்கையில் அந்நாய் எவ்வளவு தூரம் நீந்தி வந்திருக்க வேணும் என்பதை என்னால் புரிந்துகொள்ள முடிந்தது. கரையைத் தொட்டிருந்த நாய் தண்ணீரின் அலையிலிருந்து தூர ஓடி தார்ச்சாலையில் படுத்தவாறு இரண்டு முன்னங்கால்களையும் நீட்டி அதன் மீது தலையை வைத்துக்கொண்டு நீந்தி வரும் இன்னொரு நாய்க்காகக் காத்திருந்தது. இன்னொரு நாய் கரையைத் தொட்டதும் படுத்திருந்த நாயின் மீது நாசியை வைத்து எழுப்பியது. இரண்டு நாய்களும் ஒன்றின் மீது ஒன்று தாவி விழுந்து விளையாடின. வெள்ளத்தைக் கடந்து வந்துவிட்ட கொண்டாட்டம். இரண்டும் அந்த இடத்தை விட்டு ஓடவில்லை. ஒன்றையொன்று குலாவிக்கொண்டு யாருக்காகவோ காத்திருப்பதைப்போல தண்ணீர்க் காட்டைப் பார்த்து நின்றன. 'நாங்கள் கரை வந்து சேர்ந்திட்டோம்....' என்று சொல்வதைப் போல குரைத்துச் சத்தமிட்டன.

தண்ணீர் கிழிபடும் சத்தம் திரும்பவும் கேட்டது. என் யூகத்தின்படி யாரோ நடந்து வர வேணும். தண்ணீர் கிழிப்பும் அலையடிப்பும் கால்கள் எடுத்து வைக்கும் அரவமும் கேட்டபடியிருந்தன. நான் சத்தம் வரும் திசையைப் பார்த்தபடி நின்றேன். நிறைய பேர்கள் பேசிச் சிரித்துக்கொண்டுக் கரையை நோக்கி வந்துகொண்டிருந்தார்கள். இலங்கை உள்நாட்டு உக்கிரப்போரின் போது அகதிகளாகக் கடலில் நீந்தி ராமேஸ்வரத்தைத் தொட்ட ஈழத்தமிழர்களைப் போல அவர்களின் வருகை இருந்தது. கரையை நோக்கி வந்தவர்கள் பத்து வயதிற்கு உட்பட்டவர்களாக இருந்தார்கள். அவர்களின் ஒரு கை தலைக்கு மேலிருந்தது. தலையில் சாக்குச் சுற்றிய ஒரு பொதி இருந்தது. இடுப்பு வரைக்குமாக நெகிழிப் பையை சுற்றியிருந்தார்கள். தலைச் சுமையைப் பிடித்திருந்த கையின் விரல்களில் ஒரு சோடி

செருப்புகள் இருந்தன. அவர்களின் இடுப்பில் பூட்டக்கட்டை கயிறு சுற்றப்பட்டிருந்தது. கயிற்றுக்குள் ஏழு பேர் இருந்தார்கள். அவர்களில் மூன்று பேர் சிறுமிகளாக இருந்தார்கள்.

அவர்கள் தாம் தண்ணீருக்குள் தவழ்ந்து வருகிறோம், என்கிற பயமோ அல்லது தண்ணீருக்குள் விஷமிகள் ஏதேனும் இருக்கக்கூடும் என்கிற அச்சமோ இல்லாமல் இருந்தார்கள். நீர்வாழ் உயிரிகள் நீரைக் கொண்டாடுவதைப் போலதான் அவர்களின் கொண்டாட்டம் இருந்தது. அவர்கள் ஒருவரையொருவர் தள்ளிக்கொண்டும் சிரித்துகொண்டும் சகதிக்குள் புதையும் கால்களை மெல்ல எடுத்து வைத்தவாறும் அப்படி எடுத்துவைக்கையில் அதிலிருந்து வரும் குமிழ் முட்டைகளின் வெடிப்பைக் கேட்டு சிரித்தவாறும் கரையை நோக்கி வந்துகொண்டிருந்தார்கள். அவர்கள் உதடுகளில் சிரிப்பு பூத்துக்கிடந்தன.

அவர்கள் கரையை நெருங்கிவிட்ட ஆனந்தக் களியாட்டத்துடன் நெருங்கி வந்தார்கள். கழுத்து வரைக்குமாக இருந்த தண்ணீர் சன்னமாகக் குறைந்து மார்பு, வயிறு, இடுப்பு எனக் குறைந்து கணுக்கால் அளவிற்கு வந்துவிட்டிருந்தது. நான், நீ என முண்டியடித்துக்கொண்டு அவர்கள் கரையைத் தொட்டார்கள்.

கரைக்கு வந்திருந்தவர்கள் இரு கைகளையும் மேலேத் தூக்கிக்கொண்டு துள்ளிக்குதித்தார்கள். இரண்டு நாய்களும் நாக்கைத் தொங்கவிட்டவாறு வாலை ஆட்டிக்கொண்டு அவர்களின் மீது தாவி விழுந்தன. ஏழு பேரும் நான்கு குடும்பத்துப் பிள்ளைகளாக இருந்தார்கள். அவர்களின் பேச்சும் அவர்களுக்கிடையேயான நெருக்கமும் அவ்வாறு இருந்தன.

நான் அவர்களை வெறிக்கப் பார்த்தவாறு நின்றுகொண்டிருந்தேன். நான்கு சிறுமிகள் தலையிலிருந்த பொதியைக் கீழே இறக்கி அதை அவிழ்த்து எதையோ எடுத்துக்கொண்டு ஒரு புதருக்குள் ஓடினார்கள். அவர்கள் ஆடை மாற்ற ஓடினார்கள் என்பதால் நான் தார்ச்சாலையைப் பக்கமாகத் திரும்பிக்கொண்டேன். சிறுவர்கள் ஒரே கெலிப்போடு தலையிலிருந்த முடிச்சை அவிழ்த்தார்கள். அவர்களின் இடுப்பில் சுற்றியிருந்த நெகிழிப்பையை அவிழ்த்து உதறி மடித்து பைக்குள் வைத்துக்கொண்டார்கள். அம்மணமாக நின்றிருந்தவர்கள் பைக்குள்ளிருந்த ஆடைகளை எடுத்து உடுத்தினார்கள். சிறுமிகள் ஆடை மாற்றிக்கொண்டு அவர்களுடன்

கலந்திருந்தார்கள். அவர்களைப் பார்த்தேன். எனக்கு வியப்பாக இருந்தது. அவர்கள் அரசு வழங்கிய பள்ளிச்சீருடையில் இருந்தார்கள். அவர்களின் சீருடைகள் தலையணையிலிருந்து உருவி எடுத்ததைப் போல சுருக்கம் கொண்டிருந்தன. சீருடை பார்க்க கலங்கிய தண்ணீர் நிறத்தில் இருந்தது. அவர்கள் புத்தகப்பையை எடுத்துத் தோளில் கிடத்திக்கொண்டு அம்புக்கோயில் பள்ளிக்கூடத்தை நோக்கி நடக்கத் தொடங்கினார்கள். அவர்கள் தார்ச்சாலையில் ஏறி ஒரு திருப்பத்தில் மறைந்ததும் நாய்கள் திரும்பவும் தண்ணீருக்குள் இறங்கி நீந்தத் தொடங்கின. நான், நாய் போகும் பாதையில் நடக்க எனது பேண்ட்டை முழங்கால்களுக்கு மேலாக மடித்துவிட்டுக்கொண்டு தண்ணீருக்குள் கால்களை வைத்தேன். அத்தனை நேரம் என் தலைக்குள் இருந்த கனமும் வறட்டுக் கவுரவமும் பாதம் வழியே தண்ணீருக்குள் இறங்கின.

# 2

கண்களுக்கு எட்டிய தூரம் மட்டும் தண்ணீர். வண்டித் தடத்தில் தண்ணீர் கலங்கலாகவும் மற்ற இடத்தில் பால் போலவும் இருந்தது.

நரி ஆறு, பெரிய ஆறு, மானியக்குளம் மூன்று தண்ணீரும் சங்கமிக்கும் இடமாக முத்தன் பள்ளம் இருந்தது. மழை விட்டு இரண்டு நாட்களாகியும் தண்ணீரின் போக்கு குறையாமல் இருந்தது. நரியாறு மிதமான நீரோட்டத்தைக் கொண்டதாக இருந்தது. கரம்பக்குடியில் பெரிய பாலத்தைக் கொண்டிருந்த அந்த ஆறு முத்தன் பள்ளத்தில் குறுகிய நீர்க்கொள்ளளவைக் கொண்டிருந்தது. அக்னி ஆற்றின் சீற்றம் காதிற்குள் இரைச்சலைக் கொடுக்கும்படியாக இருந்தது. அக்னி ஆறு அஞ்ஞான விமோசனயாறு என அழைக்கப்படக்கூடிய ஆறு. அறியாமையிலிருந்து விடுவிக்கும் ஆறு என மூதாதையர்கள் அதற்குப் பெயர் சூட்டியிருந்தார்கள். புயலின் வேகத்தை விடவும் இந்த ஆற்றுப் பெருக்கின் வேகம் அதிகம்.

இந்த ஆறு குளத்தூர் கண்மாயில் உற்பத்தியாகி பெருங்களூர், வாராப்பூர், வழியே முத்தன் பள்ளத்தைத் தழுவி கரம்பக்குடி வழியாக அதிராம்பட்டினம் வங்கக்கடலில் கலக்கும் ஆறு. அக்னி ஆறு முத்தன் பள்ளத்திற்கு நேர் தெற்கே ஓடினாலும் ஆறு பெருகிய தண்ணீர் முத்தன் பள்ளத்தைக் கடந்து வடக்குக் கரையைத் தொட்டிருந்தது.

அக்னி ஆற்றின் சிறப்பு அதன் குதிர்தான். மண் 'குதிரை நம்பி ஆற்றில் இறங்காதே...' என்கிற பழமொழி அக்னி ஆற்றிலிருந்து தோன்றியிருக்கலாம். ஆற்று மணல் வண்டி வண்டியாகக் களியோடு சேர்ந்து வழித்தெடுத்தாலும் அடைமழை வெள்ளம் மணலை ஆற்றில் கொண்டு வந்து சேர்க்கும் ஆறு அது. வெள்ளம் வடிந்த பகுதியில் இரு புற நீரோட்ட மையத்தில் போலிக் கரையை அது உருவாக்கியிருந்தது.

நான் நடந்து சென்ற இடத்தில் நான்கைந்து குதிர்கள் இருந்தன. அவை கரைதான் என்று நம்பி கால் வைக்கப்போய், அவை கரைந்து இடுப்பு வரைக்குமாக இருந்த தண்ணீர் மார்பு வரைக்குமாக உயர்ந்து பயமூட்டலைக் கொடுத்தது. உயிரைக்

கையில் பிடித்துக்கொண்டு தப்பித்தேன் பிழைத்தேனென, தட்டுத் தடுமாறி திரும்பவும் வண்டித் தடத்திற்கு வந்திருந்தேன். வண்டித்தடம் களிமண் தரையாக இருந்தது. அதில் கால்களை வைத்தால் முழங்கால் வரைக்குமாக உலை தன்னை உள்ளே இழுத்தது. கால்களை வேகமாக வெளியே இழுப்பதும் எடுத்து வைப்பதுமாக இருந்தேன். அரை மைல் தூரம் நடப்பதற்குள் பத்து மைல் தூரம் நடந்த அசதியை எனக்கு அது கொடுத்தது.

நான் ஒரு கையில் அலைபேசியையும் இன்னொரு கையில் செருப்பையும் தூக்கித் தலைக்கு மேல் பிடித்துகொண்டு நடந்தவனாக இருந்தேன். பாதை தண்ணீருக்குள் பாம்பு போல நெளிந்து வளைந்து சென்றது. தண்ணீருக்குள் ஈச்சங்குச்சிகள் கோரைப்புற்கள், சீவாங்குச்சிகள் வளர்ந்திருந்தன. அவை என் நடைக்கு உதவியிருந்தன.

ஒரு திருப்பத்தில் தண்ணீர்த் தடங்கள் இரண்டு பாதைகளாகப் பிரிந்தன. இவற்றில் எதில் செல்வதன்று எனக்குத் தெரிந்திருக்கவில்லை. பாதியோடு திரும்பிவிடலாமா என யோசித்தேன். அலைபேசியின் கூகுள் வரைபடத்தைப் பார்க்கையில் ஒன்றரை மைல் வந்துவிட்டதாகவும் இன்னும் போக வேண்டிய தூரம் ஒன்றரை மைல்தான் என்றும் காட்டியது. தொண்டை வரைக்கும் விழுங்கிய சோற்றை மேலும் விழுங்குவதா வெளியே கக்குவதா, விழுங்கியே பார்த்துவிடலாமென்று நடக்கத் தொடங்கினேன். எந்த வழியில் செல்வதாம், போக்கிமானிடம் வழியைக் கேட்டேன். இடது வழி மானியவயலுக்கும் வலது முத்தன் பள்ளத்திற்குமெனக் காட்டியது. வலது பக்கமாக எனது நடை திரும்பியது.

ஒரு திருப்பத்தில் நான்கு ஆண்கள் தலைக்கு மேலாகக் கட்டிலைத் தூக்கிக்கொண்டு விரைந்து வந்துகொண்டிருந்தார்கள். நான்கு பேரும் கட்டிலின் நான்கு கால்களைப் பிடித்திருந்தார்கள். அவர்களுக்குப் பின்னே இரண்டு பெண்கள் தலைவிரிகோலமாக ஓடி வந்தார்கள். அவர்களின் தலை மயிர்கள் கலைந்து விரிந்துக் கிடந்தன. அவர்களின் அழுகுரல் அத்தனை தூரம் தாண்டியும் சன்னமாகக் கேட்டது. நான் நடையை நிறுத்தி அருகிலிருந்த ஒரு கருவேலம் மரத்தின் கிளையைப் பிடித்துக்கொண்டு நின்றேன். அவர்கள் இடுப்பளவு தண்ணீரைக் கிழித்துகொண்டு என்னை நோக்கி வந்தார்கள். அவர்கள் வேகத்தில் தண்ணீர்த் திவலைகள் நாலாபுறமும் தெறித்தன. பந்தை உதைப்பதைப்போல அவர்கள்

தண்ணீரை உதைத்து நடந்தார்கள். ஏதோ ஒன்று அவர்களை அத்தனை வேகத்தில் நடக்க வைத்திருந்தது. தலை விரிகோலமாக நடந்து வந்தவள், ஒன்றிரண்டு இடத்தில் விழுந்தெழுந்து நடந்தவளாக இருந்தாள்.

அவர்கள் மிக அருகினில் என்னை நெருங்கியிருந்தார்கள். நான் அவர்களின் முகத்தைப் பார்த்தேன். முகத்தில் பதற்றம் இருந்தது. கட்டிலில் ஒரு பருவப் பெண் படுத்திருந்தாள். அவள் மீது ஒரு போர்வை கிடந்தது. பாதங்கள் வெள்ளையாக இருந்தன. வெளியே நீண்டுகிடந்த கைகளில் களிமண் உலை காய்ந்தும் காயாமலும் இருந்தது.

‘என்ன நடந்தது?’ கட்டிலின் முன்னம் கால்களைப் பிடித்திருந்தவர்களிடம் கேட்டேன். அவர் நடையில் முழுக் கவனத்தையும் செலுத்தியிருந்ததால் நான் கேட்டிருந்த கேள்விக்கான பதில் பின் கால்களைப் பிடித்திருந்த ஒருவரிடமிருந்து வந்தது.

‘பாம்பு தீண்டிருச்சு’

‘என்ன பாம்பு?’

‘நல்லது’

அவர் சட்டென உச்சரித்த அப்பெயரை நான் உச்சரிக்கத் தயங்கினேன். பாம்புக்கடிகளில் கொடியது நல்லப்பாம்பு. கடித்தவுடன் நரம்பு மண்டலத்தைத் தாக்கும் கொடிய விஷமி அது. கடித்த ஒரு மணி நேரத்திற்குள் உயிரைக் கொன்றுவிடும். கடித்தவுடன் குறுகிய நேரத்திற்குள் கொன்றுவிடுவதால் அதற்கு அப்படியொரு பெயர் இருப்பதாக என் பாட்டி சொல்லிக் கேட்டிருக்கிறேன்.

‘எப்ப கடிச்சது?’ பரிதவிப்புடன் கேட்டேன்.

‘இப்பதான்....’

‘எவ்ளோ நேரமாச்சு’

‘கடிச்ச உடனே தூக்கிக்கிட்டு போறோம்’

‘எப்படி?’

‘நண்டு பிடிக்கிறப்ப’

‘நண்டும் கடிக்குமே, பாம்புதான் கடிச்சதுனு எப்படிச் சொல்றீங்க?’

‘நண்டு கடிக்கும் பாம்பு கடிக்கும் வித்தியாசம் தெரியாமலா இத்தன வருசம் முத்தன் பள்ளத்தில குப்பை கொட்டிக்கிட்டிருக்கோம்’

நான் ஒன்றும் பேசாமல் அமைதியாக நின்றேன். என் உள்ளங்கால்கள் வியர்த்தன. அவர்கள் இடுப்பளவு தண்ணீயிலிருந்து மார்பளவு தண்ணீரில் இறங்கி முழங்காலளவு தண்ணீரில் ஏறியிருந்தார்கள்.

நான் அவர்களிடமிருந்து பார்வையை எடுத்து ஓரடி எடுத்து வைத்தேன். ஒருவர் பரிதவிக்க தலையில் முண்டாசு கட்டோடு ஓடி வந்தார். நான் அவரிடம் பேச்சுக்கொடுப்பதற்கு முன்னால் அவரே கேட்டார். ‘ எய்னே போறாங்க. பார்த்தீங்களா?’

‘இம், அதோ பாருங்க. கொட்டைச்செடி பத்தை தெரியுது அந்த மறைவில போய்க்கிட்டு இருக்காங்க’

‘நீங்க?’

‘நான் அந்தப் பொண்ணோட பெரியப்பா....’

‘எங்கே கொண்டுக்கிட்டு போறீங்க?’

‘மைலன்கோன்பட்டிக்கு’

‘ஆஸ்பத்திரி இருக்கா?’

‘மந்திரிக்க.’

‘மந்திரிக்கவா!’

நான் அதே இடத்தில் உறைந்து போயிருந்தேன். அவர் இடுப்பு வேட்டியை அவிழ்த்துத் தலையில் உருமாக்கட்டு கட்டிக்கொண்டு தண்ணீருக்குள் தாவிக்குதித்து ஓடத் தொடங்கினார்.

அவர்களின் செய்கை பார்க்க வியப்பாகவும் அக்குழந்தையின் எதிர் நிமிடங்கள் நினைக்கப் பரிதாபமாகவும் இருந்தது. அக்குழந்தையை நினைத்தபடி உலைக்குள் சிக்குண்டிருந்த ஒரு காலை எடுத்தேன். எடுக்க முடியவில்லை. வலது பாதத்தில் நீண்ட முள்ளொன்று குத்தியிருந்தது. ஒரு கையில் செருப்புகள். இன்னொரு கையில் அலைபேசி. இரண்டையும் தலைக்கு மேல் வைத்துக்கொண்டு கால்களை வெளியே இழுத்துவிடலாமென இழுத்தேன். கால்கள் தண்ணீரில் ஊறியிருந்ததற்கும் முள் தைத்ததற்கும் என் ஜீவன் அறுவதைப் போலிருந்தது. செருப்பைத் தண்ணீரில் விட்டெறிந்து விட்டு மெல்லக் குனிந்து முழங்காலுக்கு ஒரு கையைக் கொடுத்து வலது காலைப் பிடித்து வெளியே இழுத்தேன். கால் வெளியே வந்தது. மஞ்சளாக கலங்கிப் போயிருந்த தண்ணீர் சிவப்பாக மாறிக்கொண்டிருந்தது.

ஒருவர் எருமைகளை ஓட்டிக்கொண்டு அவ்வழியே வந்தவராக இருந்தார். என் தவிப்பைப் பார்த்ததும் ‘ யார் நீங்கள்; எந்த ஊர்?’ எனக் கேட்டவாறு என்னை நெருங்கியிருந்தார். அவர் ஒரு மேட்டில் நின்றுகொண்டு கையில் வைத்திருந்த குச்சியைத் தரையில் ஊன்றிக்கொண்டு எனக்கொரு கையைக் கொடுத்தார். அவரது கைத்தாங்கலில் மெல்லக் கால்களை எடுத்து உலை இல்லாத இடத்தில் வைத்தேன்.

‘என்ன ஜென்மமய்யா நீங்கள். எப்படி இந்த ஊர்ல வசிக்கிறீங்க. பிழைக்க வேற இடமே இல்லயா?’ என்றவாறு அவரைப் பார்த்தேன். முள் தைத்த காலைத் தொடை வரைக்குமாகத் தூக்கிப் பார்க்கையில் முள் ஆழமாக இறங்கி முனை முறியாமல் வெளியே வந்திருந்தது.

எனக்குக் கைகொடுத்தவர் மென்றுகொண்டிருந்த வெற்றிலை எச்சிலை கீழே ‘பொளிச்...’ எனத் துப்பியவாறு சொன்னார். ‘ஆமாம், நாங்க வாழ்றோம்! தினம் தினம் சாகுறோம்..! எல்லாம் பாட்டன் செய்த சித்தம்...’ என்றார்.

‘யார் பாட்டன்?’ எச்சிலை உள்ளங்காலில் முள் தைத்த இடத்தில் தடவியவாறு கேட்டேன்.

‘இந்த இடம் சிங்கப்பூர்னு நெனச்சி கால் வச்ச பத்து தலைமுறைக்கு முந்தைய மனுசன்....’

எனக்கு முள் தைத்த வலியினூடே சிரிப்பு வந்தது. ‘ஓ, அவரோட பெயரே பாட்டன்தானா?’

‘என்ன பேரோ, எங்க அப்பன் ஆத்தா அப்படிதான் சொல்லிக்கொடுத்திருக்காக’

நான் மெல்ல காலடிகள் எடுத்து வைத்து சற்றே தொலைவிலிருந்த ஒரு மேட்டிற்குச் சென்றிருந்தேன். எனக்குக் கைகொடுத்தவர் குனிந்து முள் தைத்த வடுவைப் பார்த்து, கால்சட்டைப் பைக்குள் கையை விட்டு வெற்றிலை முடிச்சை எடுத்து, அவிழ்த்து கட்டை விரல் நகத்தால் சுண்ணாம்பு எடுத்து, இரத்தம் கசிந்திருந்த இடத்தில் தடவினார். வெற்றிலையை எடுத்துக் கசக்கி அதில் வைத்தார். மற்றொரு வெற்றிலையை எடுத்துக் காம்பு வாக்கில் இரண்டாக மடித்துக் கிழித்து சீவல், சுண்ணாம்புடன் வாயிற்குள் குதப்பிக்கொண்டு என்னைப் பார்த்து, எச்சில் ஒழுகியவராகச்

சொன்னார். 'முத்தன் பள்ளங்கிறது இப்ப நாங்க வச்சிக்கிட்டபேரு. இதுக்கு முன்னாடி இதோட பேரு வேற.....' எனப் பற்களுக்கிடையில் எச்சிலைப் பீச்சினார். எச்சில் தண்ணீரில் விழுந்ததும் குட்டி மீன்கள் எச்சிலில் கொச, கொச.. என மொய்த்தன.

# 3

**பா**ட்டன், ஊரையும் குடியையும் விட்டுவிட்டு கண் காணாத இடத்திற்கு போய்விட வேண்டும் என்கிற முடிவிற்கு வந்திருந்தான். இதற்கு மேலும் அவன் அந்த ஊரில் தங்கியிருக்க அவனுக்குள்ளிலிருந்த சுயமரியாதை உதைத்தது.

அவனது அப்பாவைத் திருக்காட்டுப்பள்ளியிலிருந்து அழைத்து வந்து அந்த ஊரில் குடிசைக் கட்டித் தங்கவைத்தவர்கள் கூட சொல்லிவிட்டார்கள். ‘பச்சைக்குலை வெட்டி குடிவேலை பார்க்கிறதாருந்தா ஊர்ல நீ இருக்கலாம். முடியாதுனா ஊரை விட்டுப் போகலாம்....’ அவனது இடுப்பு உயரத்திலிருந்த ஊர்த்தலையின் பேரப் பிள்ளையான் அப்படிச் சொன்னது பாட்டனுக்குள் யாரோ உதைத்ததைப் போலிருந்தது.

அந்தப் பொடியனின் தாத்தா ஊர்க்குத் தலை. வாய் பேசாத வார்த்தைகளை அவரது மீசை பேசும். மீசை விட்டு வைக்கும் ஒன்றிரண்டு வார்த்தைகளைக் கண்கள் பேசும். கண்கள் பேசி படியாத பேர்வழிகளிடம் அவர் அணியும் மிதியடி பேசும். அத்தகைய ஊர்த்தலை ஒரு கட்டத்தில் படுத்த படுக்கையாகிப் போனார். அதற்குப் பிறகு அவரால் பேச முடிந்திருக்கவில்லை. பேச வாயைத் திறந்தால் இருமலும் நெஞ்சுச் சளியும்தான் வாயில் முட்டும்.

ஊர்த்தலையை ஊரே வந்து பார்த்துச் சென்றுவிட்டது. ‘அய்யா, என்ன இப்டி படுத்திட்டீங்க. நீங்க தலைகாட்டாம முயலு நரிய விரட்டுது. நரி புலிய விரட்டுது. பூனை மீசைக்காரப் பயல்வ புலி மீசையா திரியுறான்க. புலி மீசை வச்ச நாம பூனையால ஆகிக்கிட்டிருக்கோம்....’

நெஞ்சு மயிரைத் தடவிக்கொண்டு கேட்டார் ஊர்த்தலை. ‘என்னள்ள பூடகமா பேசுறீரு. புரியும்படியா விளக்குடே...’

‘நேத்தக்கு ஏம் பொண்ணு வயசுக்கு வந்திட்டா. மாமன் சீர் சனம் திரட்டிக்கிட்டு ஏழாம் நாளுதான் வர்றேனு சொல்லிவிட்டிருக்கான். காட்டுக்குள்ளே நரி, ஓநாய் நடமாட்டம் அதிகமாக இருக்கு. காவலுக்கு வேற்று ஊர்லருந்து ஒரு குடியைக்

கொண்டு வந்து வச்சதிலேருந்து இப்பவெல்லாம் நம்மள யாரும் காட்டுக்கு போறதில்ல. வயசுக்கு வந்த பொண்ணுக்குப் பச்சைக்குலை சாத்தணுமெனக் கூப்பிட்டு விட்டா, வர்றேன்... வந்தால் என்ன தருவீங்கனு கேட்டுவிட்டிருக்கான்....'

சேதியைக் கேட்டு முடிப்பதற்குள்ளாக தலைக்கு இருமல் மேல் இருமல் வந்தது. வாயில் ஒரு கொட்டாங்குச்சி சளி. அருகில் வெங்கலக் கோப்பை இருந்தது. அதில் 'ஆ....த்பூ' எனக் கொட்டினார்.

'யாரத் துப்புறீரு?'

கட்டிலின் ஒரு காலைப் பிடித்துகொண்டு மெல்ல எழுந்தவர் இரு கால்களையும் தொங்கவிட்டுக்கொண்டு நிமிர்ந்து உட்கார்ந்தார். நீண்ட நாட்களுக்குப் பிறகு, அவரிடம் ஒரு பஞ்சாயத்து வந்திருந்த குதூகலத்தில் அவரை அப்படியாக எழுந்து உட்கார வைத்தது.

'யாரடா நீ சொல்றீரு?'

'யாரச் சொல்றேன். நீங்க ஊர்க்காவலுக்குனு ஒருத்தனக் கொண்டு வந்து வச்சிருக்கீங்கள்ள அவனைச் சொல்றே....'

'யார் பாட்டனையா?'

'ஆமேம்....'

'என்ன சொல்றான்?'

'முடியாதுங்கிறான்....'

'அப்படிச் சொல்ற பய இல்லையே அவன். கூப்பிட்டு விட்டா வர்றேன்னு சொல்றவனாச்சே..'

'அப்படிச் சொல்றவன்தான். நான் கூப்பிட்டதுக்கு என்ன தருவீகனு கேட்டா எப்படிங்கிறேன்?'

'சரி, என்னதான் கொடுப்பீரு?'

செய்தி சொல்லிக்கொண்டிருந்தவருக்கு நாசியின் மேல் கோபம் வந்தது. ஊர்த்தலையாக இருக்கிறாரே என்று கோபத்தைத் தொண்டைக்குள் அடக்கிக்கொண்டார்.

'அவன் கேட்கிற மாதிரில நீங்க கேட்குறீக. நீங்க கேட்கிறதப் பார்த்தா நீங்க சொல்லிக்கொடுத்துல்ல அவன் கேட்கிற மாதிரி இருக்கு....'

‘எலே மக்கு. என்ன கேட்டுட்டேனு இப்படி மலைக்கும் மடுவுக்கும் முடிச்சிப்போடுற?’

கட்டிலையொட்டி கைத்தடி இருந்தது. அதை எடுத்து ஊன்றிக்கொண்டு திரும்பி உட்கார்ந்தார். ‘சொல்லு, என்ன நீ கொடுப்பீரு?’

‘என்ன கொடுப்பாக, உங்களுக்குத் தெரியாதா. பச்சைக் குலை வெட்டிக்கிட்டு வார அன்னைக்கு சின்னப்படிக்கு ஒரு படி நெல்லு. அஞ்சாம் நாளு படி அரிசி. மாமன் சடங்கு சுத்த வாற அன்னைக்குத் தேங்கா, அரை சீப்பு வாயப்பயம், ஒரு செப்புக் காசு. இதுதானே கொடுப்பாக...’

‘அவன் என்ன கேட்கிறான்?’

‘என்ன கேட்கிறான்னே தெரியல. கூப்பிட்டு விட்டதுக்கு என்ன கொடுப்பீங்கன்னு கேட்டுவிட்டா எப்படிங்கிறேன்?’

ஊர்த் தலை நன்றாக சாய்ந்து உட்கார்ந்து கொண்டார். பாட்டனோட அப்பனைக் கொண்டு வந்து வச்சது எங்க குடும்பத்துக்கு சேவை செய்ய. நான் கொடுக்கிறதயே நீங்களும் கொடுக்க முடியுமா, கொஞ்சம் கூடக்குறைச்சி கொடுக்கணுமா இல்லையா?’

‘என்ன கொடுக்கணும்?’

‘அவன் கேக்கறதில அள்ளிக்கொடுக்காட்டியும் கிள்ளிக் கொடுக்கலாம்ல....’

‘உங்க குடும்பத்துக்குச் சேவ செய்ய அழைக்கப்போனவக என்னை ஏன் துணைக்கு அழைச்சிக்கிட்டு போனீக. ஏன் போனீகங்கிறேன். நல்லா இருக்கே உங்க கத. நாங்களும் இந்த ஊர்லதான் இருக்கோம்...எனக்கும் உங்களுக்குப் போல மீச இருக்கு. மீசையில நுனினு ஒன்னு இருக்கு. ஊருக்கு அழைச்சி வந்தவனை எங்க வீட்டுக்கு விளக்கேத்த வந்தவன்னு உரிமை கொண்டாடுனா எப்படிங்க?’

ஊர்த்தலைக்குக் கோபம் வந்தது. ‘எலே, என்னடா பேசுறீரு.. வார்த்தைய அளந்து வைக்கணும் ஆமா....’

ஊர்த்தலை கொடுத்த சத்தத்தில் நான்கைந்து பேர் தெருவிற்குளிலிருந்து வந்திருந்தார்கள். அத்தனை பேரும் கையைக் கட்டிக்கொண்டு நின்றார்கள்.

‘என்ன பாட்டன் தனக்கு மட்டுந்தேனு ஊர்த்தலை பட்டாப் போடுறாரா?’

ஊர்த் தலைக்குக் கோபம் வந்தது. ‘என்னங்கடா நீங்களும்?’

‘தலை, நீங்க கொடுக்கிற செல்லம்தான் அவன் எல்லாத் தலையிலும் நக்கறிக்கிறான். நரியென்ன, முயலென்ன... எங்கேயிருந்து அவனுக்குக் கிடைக்குது. நம்ம வெள்ளாம நெலத்திலிருந்து தானே கிடைக்கிது’

‘அதுக்கு?’

‘பச்சைக் குலை வெட்டிச்சாத்த அவன் வரணும்...’

‘இல்லைன்னா?’

‘சாகிறப்ப அவன கிட்ட விடமாட்டோம்’

‘யாரு சாகிறப்ப?’

‘யாரு இன்னைக்கு நாளைக்குனு இழுத்துக்கிட்டு கிடக்கிறா...’

தலைக்குக் கண் மண் தெரியாமல் கோபம் வந்தது. மீசை துடித்தது. நாசிகள் விடைத்தன. கண்கள் சிவந்து உதடுகள் துடித்தன. ‘ எலே, தறுதல நாய்களா. என்னயடா சொல்றீக...’

‘வேற யாரச் சொல்றோம்?’

தலை மிரண்டுபோனார். ஊர்த்தலை பாட்டனோடு எப்பவெல்லாம் சந்தைக்கு, வேட்டைக்கு, வெள்ளாமை கொல்லைக்கெனப் போகிறாரோ அப்பவெல்லாம் அவர் சொல்வார். ‘பாட்டா, நான் சாகிறப்ப அழுகிற ஆம்பளை நீயாகத்தான் இருக்கணும். என்னை ஆட்டம் பாட்டத்தோடு கொண்டுபோய் வைக்கணும். எரிச்சிப்புடணும். என் மகன் சிலோன்ல இருக்கான். அவன் வந்து சேர ஒரு திங்களாகும். அது வரைக்கும் என்னை திண்ணையிலப்போட்டு நாறடிச்சிறக் கூடாது. நாறிப்போன பிணத்த நாய் இழுத்துக்கிட்டுதான் போகுமே தவிர தூக்கிக்கிட்டு போகாதுடா. என்ன பாட்டா, சொல்றத கேட்டுக்கிட்டுதானே வாறே?’

‘உங்களுக்கு நா செய்யாம வேறெயாரு செய்யப்போறா?’

கடந்த காலத்தை அவர் நினைத்துப் பார்த்தார். அவர் வாழ்ந்த வாழ்க்கையை விடவும் அவருடைய மரணமும் மரணத்தில் விழும் மாலையும் கூடும் கூட்டத்தையும் பறை, ஆட்டம் பாட்டத்துடன் அவர் எரியூட்டப்போகும் தினத்தை உயிருடன் இருக்கும் பொழுதே நினைத்துப் பார்த்துக்கொள்பவர் அவர்.

‘என்ன சொல்றீரு, பாட்டனை வரச்சொல்றீரா இல்ல நாங்க வேறு யாரையும் வச்சிப் பாத்துக்கட்டுமா?’

இக்கேள்வியை ஊர்த்தலை எதிர்பார்க்கவில்லை. ஒரு ஊரில் ரெண்டு வெட்டுமாவன் இருந்தால் ஊர் ரெண்டுபட்டு போயிடும். ஊர் ரெண்டு பட்டால் கூத்தாடிகளுக்குக் கொண்டாட்டந்தே...’ என நினைத்தவர் அருகில் நின்றவனைக் கூப்பிட்டு சொல்லிவிட்டார். ‘போய் பாட்டனை நா கூப்பிட்டேன்னு கூட்டிக்கிட்டு வா....’.

‘செரிங்க....’ என்று ஓடியவன் போன வேகத்தில் பாட்டனோடு திரும்பி வந்தான்.

# 4

முத்தரையர்களின் தலைமையிடம் நியமம் என்கிற கிராமமாக இருந்தது. அக்கிராமம் அக்காலத்தில் சந்திரலேகை சதுர்வேதி மங்கலம் என அழைக்கப்பட்டு வந்தது. முத்தரையர்கள் முப்பத்து ஐந்து இனக் குழுக்களாக வாழ்ந்தவர்களாக இருந்தார்கள். முத்துராஜா, முத்திரியர், அம்பலக்காரர், சேர்வை, சேர்வைக்காரர், வலையர், கன்னபகுல வலையர், பரதவ வலையர், பாளையக்காரர், காவல்காரர், தலையாரி, வழுவடியர், பூசாரி, முதிராஜ், முத்திரிய மூப்பர், முத்திரிய மூப்பனார், முத்திரிய நாயடு, முத்திரிய நாயக்கர், முத்துராஜா நாயடு, வன்னியகுல முத்துராஜா, முத்துரிய ஊராளி கௌண்டர், முத்துரிய ராவ், வேட்டுவ வலையர், குருவிக்கார வலையர், அரியர், அம்பலம், பிள்ளை, வேட்டுவன், வேடன், காவிலவன், மாவிலவன், பூவிலவன், வால்மீகி.... இப்படியாக. இதில் முத்துராஜா, முத்திரையர், வலையர், பூசாரி இனக்குழு மட்டும் தமிழைத் தாய்மொழியாகக் கொண்டவர்கள். அரியர் மலையாளிகளாகவும், நாயடு தெலுங்கு பேசுபவர்களாகவும், ராவ் மற்றும் கௌண்டர் கன்னட மொழி பேசுபவர்களாகவும், மற்ற இனத்தவர்கள் மொழியால், இனத்தால் கலந்துவிட்டவர்கள்.

இன்றைக்கு இருப்பதைப்போல அன்றைக்குக் கள்ளர்கள் வேறு, முத்தரையர்கள் வேறு அல்ல. ஒரு பிரிவுக் கள்ளர்களின் பட்டப்பெயர்தான் முத்தரையர். முத்தரையர்கள், கள்ளர் இனத்தைச் சேர்ந்தவர்களாக இருந்தாலும் அவர்களின் வாழ்க்கை முறையில் அவர்கள் பிற கள்ளர் இனத்திலிருந்து வேறுபட்டுத் தெரிந்தார்கள்.

முத்தரையர்கள் இனக்குழுவாக வாழக்கூடியவர்கள். அவர்களது தொழில் காவல் காப்பதும், வேட்டையாடுவதுமாக இருந்தது. அவர்கள் பாண்டியர்கள் மற்றும் பல்லவர்களுடன் சகோதரத்துவம் கொண்டிருந்தார்கள்.

முத்தரையர்கள் சிறப்பு அவர்களின் ஆட்சி முறைதான். முத்தரையர்களின் ஆட்சியில் அதிபதி ஒரு முத்தரையர். சோனாபதி ஒரு முத்தரையர். அவர்களின் குடிகள் முத்தரையர். அவர்களுக்குக் காவல் காப்பவர்களும், வேட்டையாடுபவர்களும் அவர்களாகவே இருந்தார்கள்.

முத்தரையர் இனக்குழுக்களாக வாழ்வதில் பெருமை உடையவர்களாக இருந்தார்கள். அவர்கள் வாழும் பரந்து விரிந்த நிலம், முத்தரையர்களுடையதாகவே இருந்தது. விவசாயம் செய்வதும் அதை அறுத்து ஒன்று சேர்ப்பதும் அவர்களாகவே இருந்தார்கள். நெல்லை அளந்து கொடுப்பவர்களும் அதை பெறுபவர்களும் அவர்கள்தான். பசு வளர்க்கத் தெரிந்த அவர்களுக்கு அது இறந்தால் தூக்கிப் புதைக்கவும் தெரிந்திருந்தது.

அவர்களின் ஆட்சியும் சரி, அவர்கள் அமைத்துக்கொண்ட குடியும் சரி, தன்னை விட உயர்ந்தவர்கள் யாருமில்லை என்கிற புரிதல் இருந்ததைப்போல தனக்கும் கீழ் யாரும் அடிமை இல்லை என்பதையும் புரிந்து வைத்திருந்தார்கள். அவர்கள், குடியிருப்பை வட்டமாக அமைத்துக்கொண்டவர்கள். கீழ்த் தெரு, மேலத் தெரு என்கிற பாகுபாடு இல்லை.

நியமம் இன்றைக்குத் திருக்காட்டுப்பள்ளியையொட்டி இருக்கிறது. பாட்டனின் மூதாதையர்கள் மக்களின் குடியிருப்பிற்குள் வேட்டை இனங்கள் நுழையாதவாறு காவல் காக்கும் தொழிலைக் கொண்டிருந்தார்கள். பாட்டனின் அப்பன் முத்தன் வேட்டைக்கு பெயர்போனவர். விவசாயத்தைச் சூறையாட வரும் செந்நாய்களையும் ஓநாய்களையும் நரிகளையும் மறைந்திருந்து உயிருடன் பிடிக்கும் சாமர்த்தியம் கொண்டவராக இருந்தார்.

# 5

அன்றைக்குத் தஞ்சைப் பகுதி முழுவதும் முத்தரையர்களின் ஆட்சிக்கு உட்பட்டிருந்தது. அவர்களின் தலைமையிடம் செந்தலை என்றும் நியமம் என்றும் இரு பெயர்களில் அழைக்கப்பட்டது. முத்தரையர்கள் ஆட்சிக்காலத்தின் போது தஞ்சாவூர் ஆட்சிப் பகுதிக்குத் தெற்குப் பகுதியைப் பல்லவர்களும் அதனினும் தென்மேற்குப் பகுதியைப் பாண்டியர்களும் ஆட்சி செய்து வந்தார்கள். முத்தரையர்கள் ஆட்சிக் காலத்தின் போது பாண்டிய நாட்டின் அரசனாக இருந்தவன் வரகுண பாண்டியன். இவன் போரின் மீது அதீத விருப்பம் கொண்டவனாக இருந்தான்.

எதிர்காலத்தில் வரலாற்றைத் திருத்தி எழுதும்படியான சந்திப்பு அன்றைய தினம் நடந்தேறியது. பாண்டிய மன்னன் வரகுண பாண்டியன், விடேல்விடுகு முத்தரையருடன் ஒரு முழு அமாவாசை அன்று ரகசியச் சந்திப்பு நடத்தினான். இதற்காக அவன் மதுரையிலிருந்து தன் சேனைகளுடன் குதிரையில் வந்திருந்தான். மாங்கோட்டைக்கும் தஞ்சை வல்லத்திற்கும் இடையில் அன்றைக்கு எந்தவோர் ஊரும் கிடையாது. வெறும் காடுதான்.

இருவரின் சந்திப்பும் முத்தரையர் ஆட்சிக்கு உட்பட்ட எல்லைக்குள் நடந்தேறியது. இருவரின் படைகளையும் ஒரு மைல் தூரத்தில் நிறுத்திக்கொண்டு இரு மன்னர்கள் மட்டும் மாங்கோட்டையில் சந்தித்துக்கொண்டார்கள். மாங்கோட்டையில் முத்தரையர்கள் ஒரு பெரியக் கோட்டை ஒன்றை கட்டியிருந்தார்கள். அக்கோட்டை வேட்டையாடுதலின் போதும் முத்தரையர்கள் இளைப்பாறிச் செல்லவும் சில இரசியக் கூட்டங்கள் நடத்துவதற்காகவும் பயன்பட்டிருந்தது.

வரகுண பாண்டியன் விடேல்விடுகு முத்தரையர் இருவரும் கைகுலுக்கிக்கொண்டு ரகசிய பேச்சைத் தொடங்கினார்கள். பாண்டியன்தான் முதலில் தொடங்கினான். 'பரந்து விரிந்த நாடு உனதும் எனதும். இதற்கிடையில் பல்லவ சாம்ராஜ்ஜியம் இருப்பது நாம் இருவரும் நட்புக்கரம் நீட்டிக்கொள்ள இடையூறாக இருக்கிறது. பல்லவன் ஆட்சி சிறிய ஆட்சியாக இருந்தாலும் பல்லவர்கள் பல குறுநில மன்னர்களுடன் நட்பு கொண்டவனாக

இருக்கிறான். அவனை என் ஒருவனால் தனித்து வீழ்த்தமுடிவது இயலாத ஒன்றாக இருக்கிறது. நீ என் படையுடன் கைகோர்க்க வேண்டும். நமது இருபடைகளும் பல்லவப் படைகளை வீழ்த்தி பல்லவ நாட்டினைச் சமமாகப் பங்கிட்டுக்கொள்ள வேண்டும். என்ன சொல்கிறாய் நீ....' என்ற வரகுண பாண்டியன் முத்தரையரை ஊடுருவிப் பார்த்தான்.

முத்தரையரால் சட்டென பதில் சொல்ல முடியவில்லை. நேற்றைக்கு வரைக்கும் அவன் பல்லவ மன்னர்களுடன் நட்புக்கொண்டவனாகவே இருந்தான். திடீரென்று நட்பை முறித்துப் பகைமை பாராட்டுவதன் வாயிலாக இத்தனை நாட்கள் நான் கொண்டிருந்த நட்பும் உறவும், கொடுக்கல் வாங்கலும் முற்றிலும் அறுந்துவிடவே செய்யும். இத்தனைக்கும் பல்லவ மன்னன் குறுநில மன்னனாகவே இருக்கிறான். போயும்போயும் ஒரு குறுநில மன்னனுடன் மண்ணிற்காகப் போரிடுவதா, பாண்டியனின் யோசனையை அவன் துண்டிக்கச் செய்தான்.

முத்தரையரின் இத்துண்டிப்பை வரகுண பாண்டியனால் ஏற்றுக்கொள்ள முடியவில்லை. எப்படியேனும் முத்தரையரின் சேனைப்படையைப் பெற்றுவிட வேண்டும் என்கிற உந்துதலுடன் அவன் பேச்சை முத்தரையரின் நலம் சார்ந்து திருப்பினான். 'இப்போரை நான் உனக்காகவே தொடுக்கிறேன்' என்றான். அவன் அப்படிச் சொன்னதும் முத்தரையரின் தலை நிமிர்ந்தது.

'ஏன், எனக்கும் பல்லவருக்கும் என்ன? நாங்கள் இருவரும் நட்பு பாராட்டியபடிதானே இருக்கிறோம்'

'நீங்கள் இருவரும் நட்பைக் கொண்டாடுகிறீர்கள். ஆனால் பல்லவன் உனக்கு எதிராகக் குறுநில மன்னனாகத் தலையெடுக்கும் விசயாலயனுடன் பல்லவன்கூட அல்லவா கரம் கோர்க்கிறான். பல்லவன், விசயாலயன் இருவரும் அணி சேர்ந்தால் உன் சாம்ராஜ்ஜியம் என்ன ஆகுமென்று உனக்குத் தெரியும் தானே! உன் வீழ்ச்சியை நண்பனாகிய என்னால் பார்த்துகொண்டிருக்க முடியுமா. உன் வீழ்ச்சி என் வீழ்ச்சி அல்லவா! என்ன சொல்கிறாய் நீ? விசயாலயன் மீது உறவுகொண்டாடும் பல்லவன் மீது நான் போர்தொடுக்க இருக்கிறேன். அப்போரையும் உனக்காகவே தொடுக்க இருக்கிறேன். உன் சம்மதம் கேட்டு நான் வந்திருக்கிறேன். நல்ல பதிலைச் சொல்லி என்னை என் தேசத்திற்கு அனுப்பி

வை....' என்று சொல்லிய வரகுண பாண்டியன் முத்தரையரது முகத்தைக் கூர்ந்து பார்த்தவாறு இருந்தான்.

முத்தரையர் ஆட்சிப்பகுதியின் மேற்கு பகுதிகளை விசயாலயன் பிடித்து வைத்துக்கொண்டு முத்தரையர் ஆட்சிக்கு எதிராகக் கலகம் செய்தவனாக இருந்தான். முத்தரையர் ஆட்சிக்கு எதிரான அவனது தலையெடுப்பு விடேல் விடுகு முத்தரையரின் காதுக்குள் கருவண்டு நுழைவதைப் போலிருந்தது.

முத்தரையர் விசயாலயனை நேரில் அழைத்துப் பேச்சுவார்த்தையில் இறங்கினான். 'அப்பகுதியை நீ ஆட்சி செய்துகொள். ஆட்சிப் பகுதிக்கான வரியை என் கருவூலத்தில் செலுத்தி விடு' என்றான் முத்தரையன். முதல் யோசனைக்குச் சம்மதம் தெரிவித்த அவன், இரண்டாம் பகுதிக்கு மறுப்பு தெரிவித்தான். ஒரு பௌர்ணமி தினத்தன்று தன் படைசூழ விசயாலயன் மீது போர்த்தொடுத்தான் முத்தரையன். விசயாலயனுக்கு ஆதரவாகப் பல்லவப் படை வருவதைக் கண்டு முத்தரையர் திகைத்துப் போனான். போரைப் பாதியோடு முடித்துகொண்டு தலைநகர் திரும்பிய அவனுக்குப் பல்லவ படையின் குறுக்கீடு பெருத்த இடையூறாக இருந்தது.

இதற்கு முன்பு வட நாட்டினர் இரண்டு முறை முத்தரையர் மீது படையெடுத்து வந்திருந்தார்கள். அன்றைக்கு முத்தரையரிடம் போதுமான அளவிற்குப் படைகள் இல்லை. அவன் பல்லவப் படையின் உதவியை நாடினான். பல்லவர்கள் முத்தரையர்களுடன் கைகோர்த்தார்கள். வட நாட்டுப்படைகளை விரட்டி அடித்திருந்தார்கள். தக்க நேரத்திற்கு உதவியிருந்த செய்நன்றி மறவாமையால் முத்தரையர் பல்லவ மன்னனின் வேண்டுகோளிற்குக் கட்டுப்பட்டு படையைத் தலைநகரை நோக்கி திருப்பியிருந்தான்.

விசயாலயன் ஆட்சிக்கு உட்பட்டிருந்த பகுதி முத்தரையரின் ஆட்சிப் பகுதியாக இருந்தது. அவனை வீழ்த்தி இழந்த நிலத்தை மீட்டெடுப்பது அவனுக்கு அவசியமாக இருந்தது. முத்தரையர் சற்றும் யோசிக்காமல். பாண்டியன் வலையில் வீழுந்துபோனான். இருவருக்குமான ஒப்பந்தம் செப்பேட்டில் எழுதப்பட்டது. 'பாண்டியன், முத்தரையர் இரு படைகளும் சேர்ந்து பல்லவ-விசயாலயன் படைகளுடன் போரிடச் சம்மதிக்கிறோம். போரில் வென்றெடுக்கும் பகுதியை இருவரும் சம அளவாகப் பிரித்தெடுத்துக்கொள்கிறோம். விசயாலயன் பிடியில் இருக்கும்

ஆட்சிப்பகுதி முத்தரையரின் நிலப்பகுதி என்பதால் அந்நிலப்பகுதியை முத்தரையரிடம் கொடுப்பது என இரு நாட்டுப் படைகளும் தீர்மானித்துக் கொள்கிறோம்....'.

இருவரின் சந்திப்பையும் ஒற்றன் மூலமாக அறிந்திருந்தான் பல்லவ மன்னன் அபராசிதன் . அவன் அவனைப் போன்றிருக்கும் குறுநில மன்னர்களை ஒன்றுதிரட்டினான். குறிப்பாக அவனது நீண்ட நெடியகால நண்பனான கங்க மன்னன் பிருதிவிபதியையும் விசயாலயனையும் தன் படைக்குள் கொண்டு வந்தான்.

வரகுண பாண்டியனின் போர் அழைப்பை எதிர்நோக்கியிருந்த பல்லவன் - விசயாலயன் கூட்டுப்படைகள் ஒரு முழு பௌர்ணமி அன்று பாண்டிய - முத்தரையர் படைகளை எதிர்கொண்டன. இவ்விரு படைகளும் சந்தித்துக்கொண்ட இடம் இன்றைய தஞ்சாவூருக்கு நேர் தெற்கு. கந்தர்வகோட்டையின் வடக்கு எல்லை. இன்றைக்கு அந்த இடம் ஆனைவிழுந்தான் பள்ளம் என அழைக்கப்பட்டு வருகிறது. இவ்வூர் மஞ்சப்பேட்டை கிராம ஊராட்சிக்கு உட்பட்ட ஊராக இருக்கிறது.

அன்றைக்கு இப்பகுதியில் ஒரு ஊரும் கிடையாது. வெட்டவெளிப் பகுதி. மரம், செடிகள் முளைவிடாத மலைப்பாறை கொண்ட தரைப்பகுதி. ஏழு நாட்கள் தொடர்ந்து நடைபெற்ற இப்போரில் பாண்டிய - முத்தரையர் படைகள் பின்வாங்கின. பல்லவ - விசயாலயன் படைகள் வெற்றிபெற்றன. இப்போரில் பாண்டியர்கள் யானையை அதிகமாகப் பயன்படுத்தியிருந்தார்கள். யானையை போரில் ஈடுபடுத்தி யானையை மதம் பிடிக்க வைத்து எதிரிப்படைக்குள் விரட்டி விட்டார்கள். பல்லவ - விசயாலயப் படைகள் சேனைப்படைகளாக இருந்ததால் அவர்கள் மனிதப் படைகளை வீழ்த்துவதைப் போலவே யானைகளையும் வீழ்த்தியிருந்தார்கள். பல யானைகள் பின் வாங்கி தம் இருப்பிடத்தை நோக்கி ஓட்டமெடுத்தன. ஒரு யானை அதன் மேலிருந்த ஒரு வீரனுடன் ஒரு பெரிய பள்ளத்திற்குள் விழுந்துவிட்டிருந்தது. யானை விழுந்திருந்த அப்பள்ளம் அதன்பிறகு ஆனைவிழுந்தான் பள்ளம் என அழைக்கப்படத் தொடங்கி பிறகு அவ்விடத்தில் உருவான ஒரு குக்கிராமத்திற்கு அப்பெயரே நிலைத்துவிட்டது.

பல்லவ - விசயாலயன் செப்புப்பட்டைய ஒப்பந்தத்தின்படி முத்தரையர் ஆட்சிப்பகுதி இரு பெரும் பிரிவாகப் பிரிக்கப்பட்டது. அதன்படி ஆனைவிழுந்தான் பள்ளத்திற்கு வடக்குப் பகுதி

விசயாலயனின் ஆட்சி அதிகாரத்தின்கீழ் சென்றது. இப்பகுதி பிற்காலத்தில் சோழர்களின் ஆட்சிப்பகுதியாக பரந்து விரியத் தொடங்கியது. தென்பகுதி பல்லவ ஆட்சிப் பகுதியானது.

விசயாலயன் தனக்குக் கிடைத்த பகுதியை உறையூரை மையமாகக் கொண்டு ஆட்சி செய்யத் தொடங்கினான். அவனது பெயருக்குப் பின்னே சோழன் என்கிற பட்டத்தை இணைத்துகொண்டான். உறையூரை மையமாகக் கொண்டு தஞ்சாவூர்ப் பகுதிக்குள் இருந்த நியமம் மையமாக கொண்ட முத்தரையர்களின் ஆட்சிப் பகுதியைச் சுவடு இல்லாமல் அழிக்கும் வேலையில் இறங்கினான்.

சோழர்களின் ஆட்சி தஞ்சாவூரில் ஆழமாகக் காலூன்றியதன் பிறகு சோழர்களுக்கு முத்தரையர் சவால் மிக்கவராக திகழ்ந்தார்கள். சோழர் ஆட்சிக்கு எதிராக அவர்கள் மறைமுகப் போருக்குத் தயாரானார்கள். போருக்குத் தயாராகும் முத்தரையர்களை ஒழித்துக்கட்டும் வேலையில் இறங்கினான். வேட்டை, போர், சண்டையிடுதலுக்குப் பெயர்ப்போனவர்களைத் தனிமைப்படுத்த தொடங்கிய சோழன், காலப்போக்கில் அவர்களை நிலத்திலிருந்து அகற்றும் வேலையில் இறங்கினான். முத்தரையர்களை அகதிகளாக வேற்று நாடுகளுக்கு விரட்டி அடித்தான்.

சோழர்களின் ஆட்சிக்குப் பிறகான நாயக்கர்களின் ஆட்சியிலும் அதைத் தொடர்ந்து மராட்டிய ஆட்சியிலும் இக்குடிபெயர்வு தொடரவே செய்தது. சோழ, நாயக்கர் மராட்டியர் இம்மூன்று ஆட்சிகளும் முத்தரையர்களை மறைமுகமாகக் கண்காணிக்கும் வேலையைச் செய்திருந்தன. அவர்களை ஒடுக்கிக் கீழ்க்குடிகளாக வைத்திருப்பதன் மூலமே தங்களது ஆட்சியை நிலைநாட்டிக்கொள்ளவும் நிலைத்து நிற்கவும் முடியும் என்ற எண்ணத்தில் அவர்கள் முத்தரையர் மீது பெரும் அதிகாரத்தைச் செலுத்தினார்கள்.

முத்தரையர்களின் வீரமும் வேட்டையாடலும் எதையும் கண்ணி வைத்துப் பிடிக்கும் திறமையாலும் அவர்கள் ஆளும் மன்னர்களுக்குச் சிம்மசொப்பனமாக இருந்தார்கள். முத்தரையர்களின் குடியிருப்பிற்குள் மற்ற குடிகள் குடியேறினார்கள். சில முத்தரையர், குடும்பங்களை இனக்குழு குடியிருப்பிலிருந்து வெளியேற்றி, மற்ற சமூகக் குடிகள் கொண்ட குடியிருப்பிற்குள் குடி வைத்தார்கள். இந்தக் குடியமர்த்தலால் முத்தரையர்கள் திருக்காட்டுப்பள்ளியிலிருந்து

சரம் சரமாக இடம் பெயரத் தொடங்கினார்கள். அப்படி இடம் பெயர்கையில் சில குடும்பங்கள் ஆங்காங்கே குடிசைகளைக் கட்டிக்கொண்டு தங்கத் தொடங்கினர். சில குடிகள் வேற்றுக் குடிகளுக்குள் குடியேறி அவர்களின் சொற்படி நடந்தவர்களாக இருந்தார்கள். சில ஊர்களுக்கும் குடிகளுக்கும் முத்தரையர் குடி தேவையென இருந்தது. அவர்களின் காத்தல் தொழில் அவர்களுக்குத் தேவைப்பட்டிருந்தது. அவர்கள் திருக்காட்டுப்பள்ளி வரைக்கும் சென்று அவர்களை அழைத்துவந்து தாம் தம் ஊர், குடிகளைக் காவல் காக்கப் பணித்தார்கள். அப்படியாகத் திருக்காட்டுப்பள்ளியிலிருந்து தோப்பவிடுதிக்கு அழைத்து வரப்பட்ட ஒரு குடும்பம் பாட்டனின் அப்பன் முத்தனின் குடும்பம்.

# 6

**மு**த்துக் குளிப்பும், வேட்டையாடலும் முத்திரையர்களின் குலத்தொழிலாக இருந்தது. முத்துக்குளிக்க கடலுக்குள் இறங்கி இறந்துவிட்டான் என இறுதிச்சடங்கு செய்து ஓய்ந்ததற்குப் பிறகு அவர்கள் கரைக்குத் திரும்பி வரும் அளவிற்கு மூச்சுக் கட்டுவதில் சிறந்தவர்களாக இருந்தார்கள். எதையும் குறிபார்த்து அடிப்பதிலும் காத்திருந்து கண்ணி வைப்பதிலும் அவர்களுக்கு நிகர் அவர்கள்தான். கொக்கு எப்படி ஒற்றைக்காலில் நின்று மீனைக் கவ்விச்செல்லுமோ அப்படியாக அவர்கள் எதையும் காத்திருந்து காரியத்தை முடிப்பதில் கைதேர்ந்தவர்கள்.

அரையர் என்றால் நாடாள்வோர். முத்துகளைக் கொண்டு நாட்டை ஆண்டதால் அவர்கள் முத்தரையர் என அழைக்கப்பட்டார்கள். அவர்களின் கொடிச் சின்னம் கயலாக இருந்தது. கடலோடிப் பகுதிகளில் அவர்கள் மீனவர்களாக இருந்தார்கள். அவர்களின் குலதெய்வம் கருப்பண்ணசாமியாக இருந்தது. கையில் ஒரு அரிவாளுடன் கடல் நீல நிறத்தில் வடக்கு நோக்கித் திரும்பி நிற்கும் கருப்பண்ணசாமியை வேட்டையாடுதலின் தலைவனாக பாவித்தவர்கள் அவர்கள் இடம் பெயரும் இடத்திற்கெல்லாம் அச்சாமியை அழைத்துசெல்லவும், நிலைநாட்டவும், பூசாரித்தனம் செய்யவும், கிடா வெட்டிப் பூஜை செய்பவர்களாக இருந்தார்கள். முத்தரையர்கள் எப்பொழுது வேட்டைக்குச் சென்றாலும் குடியிருப்பிற்கு மேற்கில் நிறுத்தியிருக்கும் கருப்பண்ணசாமியை வழிபட்டதன் பிறகே அவர்களின் தொழில் தொடங்கும்.

முத்தனை அழைத்துக்கொண்டு வந்த ஊர்த்தலை ஊருக்குக் கிழக்கில் குடி அமர்த்தியிருந்தார். அவருடைய பெயர் பெரியய்யா. பெரியகுடிகளைப் பெயர்ச்சொல்லி அழைக்கும் பழக்கம் அன்றைக்கு இல்லை என்பதால் அவர் ஊர்த்தலை என்றே ஊரார்களால் அழைக்கப்பட்டார்.

முத்தன் இறந்ததற்குப் பிறகு பாட்டன் அந்த ஊரில் பெரிதென நினைத்தது ஊர்த்தலையைத்தான். அவருக்கு அடுத்துத் குலதெய்வம் கருப்பண்ணசாமியை. பாட்டனின் அப்பனைத் திருக்காட்டுப்பள்ளியிலிருந்து அழைத்துகொண்டு வந்து ஊரில்

குடி வைக்கையில் அவர் வெறுங்கையோடுதான் வந்தார். ஆனால் அவருடைய உடுப்பில் ஒரு பிடி மண் இருந்தது. அது அவரது குலசாமி கருப்பண்ணசாமியின் காலடி மண். அவர் அந்த ஊரில் குடி வைத்ததன் பிறகு அவர் கொண்டு வந்திருந்த மண்ணை அவ்வூர் பெண் தெய்வக் கோயிலின் காலடியில் வைத்தார். அவ்வூர் மக்களின் குலதெய்வமான பெண்தெய்வத்துடன் கருப்பண்ணசாமியும் இணைந்துகொண்டது. ஊரின் கீழக்குடியாக முத்தன் வைக்கப்பட்டார்.

முத்தரையர் ஆண்ட வம்சமாக இருந்தாலும் அவர்கள் இடம் பெயர்வுக்கு பிறகு அவர்கள் மாற்றுக்குடியாகவே பார்க்கப்பட்டார்கள். முத்தரையர்கள் குடியேறும் ஊரில் ஒரு புதரைத் தேர்ந்தெடுத்து அதற்குள் ஒரு கோயிலை உருவாக்கிக்கொண்டார்கள். கோயில் இருக்கும் ஊரில் கோயிலுக்கு அருகில் அவர்களின் குடியிருப்பை அமைத்துக்கொண்டார்கள். பாட்டன் அவரது அப்பா இறந்ததற்குப் பிறகு தோப்பவிடுதி ஊரையும் கோயிலுக்குப் படிமாத்தான் செய்யும் வேலையையும் செய்யத் தொடங்கினான்.

பாட்டனின் அப்பன் முத்தன் திருக்காட்டுப்பள்ளியில் கோயிலை எப்படியெல்லாம் பராமரித்து வந்தானோ அப்படியாக அவன் கோயிலைப் பராமரித்து வந்தான். வெள்ளி, செவ்வாய்களுக்குத் தீபராதணைக் காட்டி அவ்விரு நாட்களிலும் அடுத்த வீட்டில், வயசுக்கு வந்த, குழந்தை பிறந்த, செத்த வீட்டில் அன்னம் தண்ணீர் புழங்காமல் கோயில் கதியென்று இருந்தார். அவர் இறந்ததற்குப்பிறகு பாட்டன் அப்பன் விட்ட வேலையைச் செய்யத் தொடங்கினான்.

அவன் கோயிலுக்குப் படிமாத்தம் செய்தது பலருக்கும் பிடித்திருக்கவில்லை. அவனுடைய கையில் விபூதி வாங்கிப் பூசிக்கொள்ளவும் எதாவது சொல்லி ஏ புள்ளைக்குத் திருநூறு கொடுங்க சாமி, எனக் கைக்கட்டி நிற்பது ஊரின் பலரின் கண்களை உறுத்தவே செய்தது. அதை விடவும் பலரையும் கோபமடையச் செய்தது மேட்டுக்குடிகள் கொடுக்கும் எதையும் அவன் பல நேரம் தீட்டு என வாங்க மறுத்ததுதான்.

**அ**ன்றைய தினமும் ஊர்த்தலை அழைத்து வந்திருந்த பாட்டன் அதையேதான் சொல்லியிருந்தான். ‘ஊர்த்தலை சொன்னாருன்னு வந்தேன். எனக்குக் கொடுக்கிறதா இருந்தா காசாக் கொடுங்க. அன்னம், ஆகாரம் எதுவும் எனக்கு வேண்டா...’

'ஏலே பாட்டா, நீ எங்க குடியில சாப்பிடாமப் போனா வெளியூரு சாதி சனம் எங்கள மதிக்குமாலே...'

'தலையில தீட்ட வச்சிக்கிட்டு உங்க வீட்டுல நான் சாப்பிட்டா நா கையெடுக்கிற சாமி என்கிட்ட அணையுமாங்க....'

'என்னடா பேசுறீரு. கோயிலு. எங்க கோயிலுடே...'

'அந்தக் கோயிலுக்குச் சக்தி ஏ அப்பன் கொடுத்தது....'

பல ஊர் விருந்தாளிகள் பார்க்க அவன் மேட்டுக்குடிகளை எதிர்த்துப் பேசியதும் ஒருவன் அடிக்க கையை ஓங்கவும், இன்னொருத்தன் அதைத் தடுக்கவும் அவர்களுக்குள் கைகலப்பாகிப்போனது.

அந்த வருடம் பங்குனி மாதம் கோயில் திருவிழா கூடியிருந்தது. ஒரு வாரக் காலத் திருவிழா அது. திருவிழாக் காலமான ஒரு வாரமும் ஈரத்துணி காயாமல் நின்று கோயிலுக்கு வருகிற பக்தர்களுக்குத் தேங்காய் உடைத்துத் திருநீறுக்கொடுத்து பூசாரித்தனம் செய்திருந்தான். கோயிலுக்கு வருகிற தேங்காய்களில் ஒரு மூடி கோயிலுக்கு. வருகிற வாழைச் சீப்புல ரெண்டு பழம் கோயிலுக்கு. அவன் நீட்டுகிற தட்டில் விழுகிற காசு அத்தனையும் கோயிலுக்கு.

கோயில் திருவிழா முடிந்து பத்தாம் நாள் கோயில் வருமானத்தைப் பங்கு வைத்தார்கள். அன்றைய தினம் பங்கு வைக்கையில் ஊர்த்தலை இருந்திருக்கவில்லை. ஐப்பசி அமாவாசை அன்று இறந்துவிட்டிருந்தார். ஊர்த்தலை சொன்னதைப்போல பாட்டனால் அவரைக் கட்டிப்பிடித்து அழ முடியவில்லை. அவர் செத்ததற்காக அவன் அழுததை விடவும் தன்னை அவரிடம் விடமாட்டேங்கிறார்கள், என்றே அழச் செய்தான். அவரைத் தூக்கிக் குளிப்பாட்ட முடியவில்லை. சுடுகாட்டிற்குத் தூக்கிக்கொண்டு போகையில் ஆட மட்டுமே செய்திருந்தான்.

ஊர்த்தலை இல்லாமல் கோயில் வருமானத்தைப் பங்கு வைத்ததில் பாட்டனுக்கு ஏமாற்றம்தான் மிஞ்சியது. ஒரு நாளைக்கு ஒரு தேங்காய் மூடி வீதம் பத்து நாளைக்குப் பத்துத் தேங்காய் மூடி. ஒரு சீப்பு வாழைப்பழம் அவ்வளவேதான்! அதிலும் பாதி பழங்கள் அழுகிப்போயிருந்தன. தட்டில் விழுந்த காசுகளில்

ஊரார்கள் பங்கு வைத்து கொண்டது போக அவனுக்குக் கிடைத்தது ரெண்டு அணா செப்புக்காசுதான்.

அவன் பங்கை அவன் எடுத்துக்கொள்ளவில்லை. பத்து நாட்கள் முடிந்து மூன்றாம் நாள் உதிராப் பூஜை முடித்துதான் அவன் பேச வேண்டும். ஒன்றும் பேசாமல் அவனது குடிசையை நோக்கி நடையைக் கட்டினான். அவனுக்கென ஒதுக்கியிருந்த தேங்காய், வாழைப்பழத்தைக் காக்கைகளும் நாய்களும் சண்டையிட்டுக் கவ்விச்சென்றன.

மூன்றாம் நாள் உதிராப் பூஜை முடிந்தது.

அவன் காட்டுக்குச் சென்று உடும்பு ஒன்று பிடித்து வந்திருந்தான். அதை வெட்டிக் கொத்திச் சீர்செய்தான். சிலோனிலிருந்து அம்மாவுடன் திருவிழாவிற்காக வந்திருந்த ஊர்த்தலையின் பேரனுக்கு விளையாட்டுப் பொருளொன்று வாங்கிக்கொடுத்து அவனைத் தூக்கி தோளில் வைத்துக்கொண்டு பாட்டன் வீட்டிற்கு நான்கைந்து பேர் வந்தார்கள். அப்பொடியனுக்குப் பத்து வயது கூட ஆகியிருக்கவில்லை.

பாட்டன் உடும்புக்கறியை அரிந்துகொண்டு வருகிறவர்களை நிமிர்ந்து பார்த்தான். தோளில் உட்கார்ந்திருந்த சிறுவன் பார்க்க இறந்துபோயிருந்த ஊர்த்தலையைப் போலிருந்தான். அவரைப் போலவே முகவெட்டு, உதடு, ஏறிய நெற்றி. குவிந்த நாசி. அவனைப் பார்க்கப் பார்க்க பாட்டனுக்குக் கண்கள் கலங்கின.

ஊருக்குள் இருக்கையில்தான் ஊர்த்தலைக்குப் பாட்டன் எடுபிடி வேலை பார்ப்பவன். வீடு, வாசலைத் தாண்டி காடு, கரைக்குச் சென்றுவிட்டால் இருவரும் ஒரு நுகத்தடியில் பூட்டிய சோடி காளைகள்தான். ஒரு குடம் கள்ளு வாங்கி இருவரும் ஒரு வாய் வைத்துக் குடிப்பார்கள். யாருடைய எச்சில் யாருக்குள் போகிறதென்று தெரியாது.

துணிக்கடைக்குச் சென்றால் பாட்டன் அளவுக்குத்தான் ஊர்த்தலை துணி எடுப்பார். உடுத்தி பழசாகிய பிறகு அதைப் பாட்டன் உடுத்திக் கொள்ள கொடுப்பார். ‘வாடா...போடா...’ ஊருக்குள். ஊரைத் தாண்டிவிட்டால் ‘வாப்பா...போப்பா...’

ஊருக்குத் தெரியாமல் ஊர்த்தலை வைத்திருந்த அந்தரங்கம் அத்தனையும் இவனுக்கு அத்துபடி. அடுத்தவர்களிடம் அவன் அதுகுறித்து ஒரு வார்த்தை கசிய விடணுமே, மாட்டான்.! ஒருநாள்

பாட்டனும் ஊர்த்தலையும் பட்டுக்கோட்டைச் சந்தைக்குப் போய்க் காட்டு வழியே வந்துகொண்டிருந்தார்கள். நடுகாட்டிற்குள் நரிக்கூட்டம் இருவரையும் வளைத்துக்கொண்டது. பாட்டன் தன் வேட்டியை அவிழ்த்து அதற்குள் கற்களை அள்ளி போட்டுக்கொண்டு இறுக முறுக்கி விளாசிய விளாசலில் நரிகள் தப்பித்தால் போதுமென்று நாலாபுறமும் தெறித்து ஓடின. அப்படியும் ஒரு நரி ஊர்த்தலை மீது ஏறி பாயத் தொடங்கியது. அவன் நரியிடம் மல்லுக்கட்டிப் பார்த்தான். முடியவில்லை. கடைசியில் ஊர்த்தலையைத் தூக்கித் தோளில் கிடத்திக்கொண்டு ஓட்டமெடுத்தான்.

அந்த ஒரு நரியுடன் சேர்ந்து நான்கைந்து நரிகள் விரட்ட தோப்பவிடுதி ஆற்றாங்கரையில் வந்துதான் ஓட்டத்தை நிறுத்தினான். திகைத்துப்போனார் ஊர்த்தலை. அவருக்கு வேறொன்றும் சொல்லத்தோன்றவில்லை அவனுடைய கைகளை இறுகப் பற்றிக் கண்ணில் புதைத்து கொண்டு அழத்தொடங்கினார். ‘அய்யா, என்ன இது! யாரும் பார்த்தால் உங்க குடிப்பெருமை என்னாவது....’

‘என்னலே பெரிய வெங்காயக் குடிப்பெருமை. இந்த உசிரு நீ கொடுத்த பிச்சைலே....’ அவருடைய கண்களில் கண்ணீர் தாரையாக ஒழுகியது.

‘நீ என் பிள்ளையடா....’

பாட்டன் வெறுமென நின்றுகொண்டிருந்தான். அவனுடைய கைகள் ஊர்த்தலையின் கையை இறுகப் பிடித்திருந்தன.

‘என்னை விட்டு எங்கேயும் போயிடாதேடா. நீ இந்த ஊர்லேயே இருக்கணும்.. உன்னைப் பார்க்கிறப்பெல்லாம் நீ என்னைத் தூக்கிக்கொண்டு ஓடி வந்தீயே அது ஞாபகத்திற்கு வரணும். என்னையும் அறியாம நான் கண் கலங்கணும்..’

பாட்டன் சொன்னான் ‘உங்கள விட்டு நா எங்கே போகப் போறேன். எனக்கு இந்த ஊரயும் உங்களையும் தவிர வேறென்ன தெரியும்.’

‘நீ சாதாரணப் பட்டவனல்ல. நீ வீரனடா. முத்தரையர்களின் வீரத்தை நான் கேள்விப்பட்டிருக்கேன். இப்பதான் பார்க்கேன்....’

ஊர்த்தலை கம்பீரம் குலைந்து மீசைகள் கீழே தொங்கிப்போய் பேசியது பாட்டனுக்குச் சிரிப்பு வந்தது.

'எனக்கு ஒரே ஒரு ஆசையடா.'

'என்னனு சொல்லுங்க..'

'நான் சாகுற அன்னைக்கு நீதான் என்னை தூக்கிக் குளிப்பாட்டணும். சுடுகாட்டுக்குக் தூக்கிக்கிட்டு போகணும்....'

பாட்டன் சொன்னான். 'செத்தும் உங்களுக்கு நான் தொண்டூழியம் பார்க்கணும். கள்ளன் ஆசை பேராசை கேள்விப்பட்டிருக்கேன். இப்பதான் பார்க்கேன்...'

'பதிலுக்குப் பதிலாலே...' ஊர்த்தலை சிரித்தார். பாட்டனும் சிரித்தான்.

'நா தூக்குவேன்... குளிப்பாட்டுவேன். உங்க சாதி சனம் அதுக்கு இடம் கொடுக்கணுமே...'

பழைய நினைவுகள் அவனுக்குள் பிசைந்தன. கண்களில் தூசி விழுந்ததைப் போலக் கண்கள் கலங்கின.

ஊர்த்தலையின் பேரனைத் தூக்கிக்கொண்டு அவர்கள் பாட்டனை நெருங்கியிருந்தார்கள். அவர்கள் சொல்லிக்கொடுத்ததை வார்த்தை தவறாமல் அச்சிறுவன் சொன்னான் 'ஏலே பாட்டா....'

'ஏலே பாட்டா....'

திகைத்துப்போனான் பாட்டன். ஊர்த்தலை அழைப்பதைப் போன்று அதே அழைப்பு. அதே தொனி. கரகரப்பு குரல். இன்னொரு பக்கம் அவனுக்குள் யாரோ உதைப்பதைப் போலிருந்தது. என்ன வயது இவனுக்கு.? எப்படி அழைக்கிறான் என்னை..' பாவம் அவன்! அவனுக்கு என்ன தெரியும்... அவன் பொடியன்.

'என்னடா...!' நுனி நாக்கு வரைக்கும் வந்திருந்த வார்த்தையை எச்சிலால் கரைத்துத் தொண்டைக்குள் இறக்கிக்கொண்டான்.

'நீ சரிப்பட்டு வர மாட்ட. நீ ஊர விட்டே போயிடு....'

பாட்டன் காதிற்குள் ஈயத்தை உருக்கி ஊற்றுவதைப் போலிருந்தது. 'பாட்டா, என்னை விட்டு எங்கேயும் போயிடாதேப்பா....' ஊர்த்தலை பேசுகிற அதே குரல். அதே தொனி. ஆனால் பொருள்தான் மாறி உச்சரிக்கிறது. 'நீ ஊர விட்டு போயிடு'

அவனது நெஞ்சுக்குழிக்குள் உருவமற்ற பாய்ச்சல் எடுத்தது. அவனுடைய கையிலிருந்த உடும்புக்கறியைப்போல இதயம் நழுவியது. அவன் அச்சிறுவனின் கண்களைப் பார்த்துச் சொன்னான் ‘போயிடுறேன்.... உங்கள விட்டே போயிடுறேன்....’ சொல்லும் பொழுதே வார்த்தைகள் உளறின. அதைப் பார்த்ததும் சிறுவனின் கண்கள் கலங்கின.

‘ஏன்டி தங்கம் அழுகிற....?’

‘நீங்க ஏன் மாமா அழுறீங்க..?.’

எழுந்து அவனைத் தூக்கி ஊர்த்தலையைத் தூக்கிக்கொண்டு ஓடியதைப்போல அச்சிறுவனையும் தூக்கிக்கொண்டு ஓட வேண்டும் போலிருந்தது. ஆனால் சுயமரியாதை என்று ஒன்று இருக்கிறதே! தடுத்தது.

‘ஒன்னுமில்லடி தங்கம் கண்ணுல தூசி....’

‘நானா ஊதி விடட்டா....’

பாட்டனுக்கு உதடுகள் துடித்தன. கறியைச் சட்டியோடு வாசலில் வைத்துவிட்டுக் குடிசைக்குள் ஓடிப் பனைமட்டையில் முகத்தைப் புதைத்துகொண்டு தேம்பத் தொடங்கினான்.

# 7

மண் சட்டிக்குள் உடும்புக்கறி குதறிக்கிடந்தது. பாட்டன் அதைச் சட்டியோடு எடுத்தான். அவனது கை நடுங்கியது. கை நடுங்க சட்டியும் நடுங்கியது. சட்டிக்குள்ளிருந்த கறியும் நடுங்கியது.

'போயிடுறேன் உங்கள விட்டே போயிடுறேன்....' எனச் சொல்கையில் அவனது திடம் மண் சுவர் நொறுங்குவதைப் போல நொறுங்கியது.

பாட்டனுக்கு ஓர் அண்ணன் இருந்தான். அவன் ஊரணிக்காட்டில் ஒரு பெருங்குடிக்குக் காவலுக்குப் போயிருந்தான். அண்ணன் இல்லாத குறையைக் குடிசைக்கு அருகிலிருந்த கிணறு போக்கியது. அவனும் அவனது அண்ணனும் சேர்ந்து பறித்த கிணறு அது. கிணற்றில் வாய் வரைக்குமாகத் தண்ணீர் இருந்தது. பிட்டத்தைத் தொடை தாங்க கிணற்று வாயிடத்தில் உட்கார்ந்தவன் கறியோடு மண்ச் சட்டியைக் கிணற்றுக்குள் அளாவித் தண்ணீரை அள்ளினான். கறியை அலசினான். அவனது முகம் வீங்குவதைப் போல கறி உப்பியது. அலச, அலச நுரைப் பொங்கியது. கறியைச் சட்டியின் விளிம்பில் அணைத்துக்கொண்டு தண்ணீரை வடிகட்டி திரும்பவும் சட்டியைக் கிணற்றுக்குள் நுழைத்து தண்ணீரை அள்ளி கறியை அலசினான்.

அண்ணன் இந்த ஊரையும், குடிசையையும் விட்டு வெளியேறுகையில் அவனை அனுப்பி வைக்க நான் இருந்தேன். நான் ஊரைவிட்டு கிளம்புகையில் எனக்கென்று யாருமில்லை என்கிற ஏக்கம் அவனை மென்றது. அண்ணன் தன்னை விட்டுப் பிரிந்து செல்கையில் திரும்பித் திரும்பி பார்த்துக்கொண்டு சென்றதைப்போல செல்ல வேண்டுமா, இல்லை ஏமாற்றத்தை முகத்தில் ஏந்திக்கொண்டு திரும்பிப் பார்க்காமல் செல்ல வேண்டுமா, மனதிற்குள் அசை போட்டுக்கொண்டான்.

அண்ணன் அவனை விட்டு பிரிகையில் கடைசியாகச் சொல்லிவிட்டு போன வார்த்தைகள் அவனது நினைவிற்கு வந்தன. ஒரு பக்கம் அண்ணனிடம் அவன் கொடுத்த வாக்குறுதி இன்னொரு

பக்கம் அவனைக் குடையும் சுயமரியாதை.

அண்ணன் சொன்னான். 'நீ இதே ஊரில இரு. நான் நாலு ஊரு தாண்டி இருக்கேன். அப்பதான் உனக்கும் எனக்குமிடையே பாசமிருக்கும். ஊர், உலகத்தப்பத்தி தெரிஞ்சிக்கிற நாலு விசயமும் கிடைக்கும்...'

பாட்டன் சொன்னான், 'இதே ஊர்லிருந்து எத்தன நாளைக்குத்தான் காலம தள்ளுறது. எப்ப குடியானவ மவள் வயசுக்கு வருவாள். அவளுக்குக் குச்சி வெட்டிக் கொடுக்கிறதும், அவங்க கொடுக்கிற அரை மரக்கா நெல்ல வாங்கி குத்திக்காய்ச்சி வயித்தக் கழுவுறதும்... நானும் உன் கூட வந்திடுறண்ணே....' அவனுடைய அப்பனும் ஆத்தாவும் செத்த அன்றைக்குக்கூட அழாத பாட்டன் அண்ணனிடம் அழுது கேட்டிருந்தான்.

'அப்பன் புலங்கின எடம். ஆத்தா உன்னையும் என்னையும் சமைஞ்ச எடம். எப்படிடா இத விட்டுட்டு ரெண்டு பேரும் போக முடியும்...'

'நீ போற...?'

'குடிகாக்க ஆளு வேணுமெனக் கூப்பிடுறாக. போனா வரகு, சோளம் கிடைக்குமில...'

'அப்பன், ஆத்தா புழங்கிய எடத்த விட்டு போக உனக்கு எப்டிண்ணே மனசு வருது...'

'என்ன செய்ய! மனசு தவிக்குது உறவுக்கு. வயிறு தவிக்குதே உணவுக்கு...'

'நீ இந்த எடத்த விட்டுப் போகாதேண்ணே....'

'சரி நா போகல. அப்ப நீ போறியா....'

பாட்டனால் ஒரு பதிலும் சொல்ல முடியவில்லை. கைகளைப் பிசைந்துகொண்டு நின்றான். 'பாட்டா.... மனசைப் போட்டுக் குழப்பிக்காதே.. கூப்பிடு தூரத்திலதானே நான் இருக்கப்போறேன். உனக்கும் எனக்கும் குறுக்கே ஒரு கால்வாய்தானே ஓடிக்கிடக்கு. நான் இருக்கப்போவது ஊரணிக்காட்டுல. நீ இருக்கப்போவது தோப்பவிடுதியில....'

'நானும் உன்கூட வந்திடுறேன்ண்ணே...'

'நீனும் வந்திட்டா நாம கையெடுக்கிற குலசாமி என்னாவது...? நமக்கென தலமுற மாறாம இருக்கிறது கருப்பண்ணசாமி ஒன்னேதான். நம்மள தலைமாடு, கால்மாடு காக்கிறது அதுதான்.

அத விட்டுட்டு ரெண்டு பேரும் போனா அதுக்குத் தீபராதனை காட்டுறது யாரு?.

பாட்டா, ஒனக்குத் தெரியாதது ஒன்னுமில்ல. நம்ம அப்பன் இந்த ஊர விட்டு போகிறப்ப எதையும் கொண்டுக்கிட்டு போவல. ஆனா இந்த ஊருக்குள்ள அவரு வருகிறப்ப குலசாமிய கூப்பிட்டுக்கிட்டு வந்தாரு. அந்தக் குலசாமிய உன்கிட்ட விட்டுட்டு போறேன்.. பாத்துக்கோப்பா...' தம்பியை ஆரத் தழுவிக்கொண்டு உடுத்திய துணியோடு தம்பியைப் பிரிந்து நடக்கத்தொடங்கினான் அண்ணன்காரன்.

அண்ணன்காரன் நடக்க நடக்க தம்பிக்குப் பூமி குலுங்குவதைப்போலிருந்தது. தம்பியைப் பார்த்தபடியே நடக்கிறான், அண்ணன். பார்த்துக்கிட்டே நிற்கிறான் தம்பி. கூப்பிடலாமெனத் தோணுது அவனுக்கு. போகிறப்பப் பின்னாடி நின்னு கூப்பிடுறது பாதகம். வாய் வரைக்குமாக வந்த வார்த்தையைத் தொண்டைக்குள் விழுங்கிக் கொண்டான் பாட்டன்.

'தம்பி அழைக்க மாட்டானா. அழைத்தால் தம்பியோட நின்னுக்கலாமே....' பார்த்துகொண்டே நடக்கிறான் அண்ணன். திரும்பி வந்திருண்ணே. ஏங்கினான் தம்பி.

ஆற்றாங்கரை நெருங்கியதும் வேலமரக் காட்டுக்குள் அண்ணன் முகம் கரைந்து போனது. பாட்டனின் கண்களில் குளம் வழிந்தது. நான் இந்த ஊரை விட்டுப் போகிறப்ப என்னை அழைக்க யார் இருக்கார்? குடிசை பார்க்கும் அழைக்குமா? கிணறு குமறும் கை நீட்டுமா.? உதடுகள் வெம்பின. உடும்புக்கறி வேகுவதைப்போல நெஞ்சு வெந்தது. குழம்புக் கொதிப்பு மனதிற்குள் கொதித்தது.

**வெ**ள்ளி முளைக்க எழுந்திருந்தான் பாட்டன். குடிசைக்குள் வரகு இருந்தது. சோளமிருந்தது. குறுணி நெல் இருந்தது. அதையெல்லாம் அள்ளினான். குடிசையைச் சுற்றி விதைத்தான். சமைத்த உடும்புக்கறி சமைத்தபடியே இருந்தது. அதை எடுத்துப் பின்பக்கமாகக் கொட்டினான். சாமிகிட்ட போகிறவன் கறியைச் சாப்பிட்டுப் போக முடியுமா? கிணற்று வாயிடத்தில் கிடந்த தண்ணீரை அள்ளி முகத்தைக் கழுவிக்கொண்டான். முகத்தைக் கழுவ, கழுவ கன்னத்தோடு வழிந்தது கண்ணீர். அப்பன் எப்படி அந்த ஊருக்குள் வந்தாரோ அப்படியாகவே அவன் ஊரைவிட்டுக் கிளம்பினான். அப்பன் கொண்டுவந்தது ஒரு பிடி மண். அதே மண்ணைக் கோயில் வாசலில் அள்ளினான். அதை வேட்டித் தலைப்பில் முடிந்துகொண்டான். வெட்...வெட்...என

நடக்கலானான். அண்ணன் இருக்கிற ஊருணிக்காடு நெருங்குகையில் பொழுது தீட்டிய உளுந்தைப்போல விடிந்திருந்தது. நடையை நிறுத்தித் திரும்பிப் பார்த்தான். அவன் சோற்றை தின்று வளர்ந்திருந்த இரண்டு நாய்கள் அவன் கூட வந்திருந்தன.

# 8

புதுக்கோட்டை அப்பொழுது இதே பெயரில் அழைக்கப்பட்டிருக்கவில்லை. பல்லவராயன் சீமை என்று அழைக்கப்பட்டிருந்தது. இராமநாதபுரம்,சிவகங்கை, இன்றைய புதுக்கோட்டை, தஞ்சாவூரின் தெற்குப் பகுதிகள் என நீண்டு பரந்த மொத்த தேசமும் பல்லவராயன் சீமைதான். பல்லவராயன் வம்சத்தில் கடைசியாக ஆண்ட மன்னர் சிவந்தெழுந்த பல்லவராயராக இருந்தார். இவர் திருக்கோகர்ணம் கடவுளுக்குக் கொடுத்த பொற்கிரீடம் இன்றைக்கும் பேசும் பொருளாக இருக்கிறது. இவரை மையமாக வைத்து மல்லையூர் சிற்றம்பலக் கவிராயர் பாடிய சிவந்தெழுந்த பல்லவராயர் உலா மிக முக்கியமான உலாவாக இன்றைக்கும் இருக்கிறது.

இன்றையப் புதுக்கோட்டையின் மையப் பகுதி பல்லவராயர் ஆட்சிக்கு உட்படுவதற்கு முன்பாக அது முத்தரையர்களின் வசம் இருந்தது. முத்தரையர்கள் பல்லவர்களை எதிர்த்துப் போர் புரிந்ததற்கு பிறகு அவர்களிடமிருந்து நாடு கைநழுவிப் போய்விட்டிருந்தது.

பல்லவர்-முத்தரையர் இருவரும் நெருங்கிய நண்பர்கள். பாண்டியன் சூழ்ச்சியால் முத்தரையர்கள் பல்லவர் மீது போர்தொடுத்தார்கள். பல்லவன் விசயாலயனுடன் கரம் கோர்த்தான். வெற்றியும் பெற்றான். இந்த வெற்றியும், அவர்களின் கரம் கோர்ப்பும் நீண்ட ஆண்டுகள் நட்புறவில் நீண்டிருக்கவில்லை. விசயாலயன் நோய்வாய்ப்பட்டு இறந்ததன் பிறகு அவனது மகன் ஆதித்தன் மன்னனாக முடிசூடிக் கொண்டான். அவன் தன்னைச் சோழன் என அறிவித்துக் கொண்டான். தன் நாட்டின் எல்லைகளை விஸ்தரிப்பது ஒன்றே எனது லட்சியம் என்றான். அதன்படி அப்பாவின் நட்பு நாடான பல்லவ நாட்டின் மீது படையெடுத்தான். அப்பொழுது பல்லவ ஆட்சிக்கும் வெற்றிக்கும் பக்கபலமாக முத்தரையர்கள் நின்றார்கள்.

முத்தரையர்கள் தொடக்கத்தில் சமண மதத்தின் மீது நம்பிக்கை கொண்டிருந்தார்கள். கடவுள் மறுப்பாளராக இருந்தார்கள். முத்தரையர் மன்னன் சாத்தன்மாரனின் தாயாருக்கு அடிக்கடி அம்மை நோய் கண்டது. இது தெய்வத்தின் பீடு என்பதாகக் கருதி

திருமயத்தில் பாழடைந்திருந்த சத்தியமூர்த்தி கோயிலைப் புதுப்பிக்கத் தொடங்கினான்.

இதேபோன்று நார்த்தாமலை பழியிலி ஈச்சுரம் என்னும் குகைக்கோயில், விஜயாலய சோழீச்சுரம் கோயில் இரண்டும் முத்தரையர்களின் படைப்பு. கீரனூர் மேலத்தாணயம் உத்தமதானீஸ்வரர் சிவன் கோயில் முத்தரையர்களில் மிக முக்கிய மன்னனான இளங்கோ முத்தரையனால் கட்டப்பட்ட கோயிலாகும். உத்தமதானி என்பது இளங்கோ முத்தரையரின் பட்டப்பெயர்.

பல்லவ ஆட்சியின் கிளை குடியினர் பல்லவராயர்கள். இவர்கள் சிவகங்கைக்கு வடக்குப் பகுதியை ஆளும் உரிமையைப் பெற்றிருந்தார்கள். இவ்வளவு பரந்த பகுதியை ஆள்வதற்கு அவர்களிடம் போதுமான படை வீரர்களும் நிதியும் உளவாளிகளும் போதாமையாக இருந்தார்கள். அவர்களுக்குள் எழுந்த பங்காளிச் சண்டைகள் பல்லவராயன் சீமை பல துண்டுகளாக உடைய வாய்ப்பாக அமைந்தது. அவர்களின் ஆட்சி, நிர்வாகம் வெளிப்படைத் தன்மை இல்லாமலிருந்தது நாட்டுக்குள் பல குறுநில மன்னர்கள் உருவாக வாய்ப்பளித்தது.

பல்லவராயர்கள் பரவலாக நாடு முழுமைக்கும் குறுநில மன்னர்களை நியமித்தார்கள். அவ்வாறு நியமிக்கப்பட்டவர்கள் அண்டை மன்னர்களுடன் கள்ளத் தொடர்பு வைத்துக்கொண்டு ஆட்சிக்கு எதிராகக் கலகம் செய்தார்கள். சிவந்தெழுந்த பல்லவராயருக்கு நெருங்கிய நண்பராக இருந்தவர் விஜயரகுநாத சேதுபதி. அவர் பரந்து பட்ட பல்லவராயன் சீமையை ஒரு பகுதியைப் பிரித்து பல்லவராயரின் இரத்த உறவான தொண்டைமானுக்குக் கொடுத்து நல்லாட்சி புரியக் கேட்டுக்கொண்டார். அவர்கள் பல்லவராயர் குடும்பத்திற்கு மாமன் மைத்துனன் உறவு கொண்டவர்கள். தொண்டைமான் கைக்கு இப்பகுதி வந்ததும் பல்லவராயன் சீமையின் வடக்குப்பகுதி தொண்டைமான் சீமை என அழைக்கப்படத் தொடங்கியது. தொண்டைமான் சீமையின் முதல் மன்னர் ஆவுடை ரகுநாதராய தொண்டைமான்.

தொண்டைமானின் முதல் ஆட்சி அதிகாரம் சுக்கிரன்விடுதியை ஒட்டியுள்ள அம்பாள்தோப்பை மையமாகக் கொண்டு நடந்தேறியது. அவர்கள் இப்பகுதியைத் தேர்ந்தெடுப்பதற்கு ஒரு விஷேச காரணமிருந்தது. தொண்டைமானுக்கு முன் இப்பகுதியை ஆட்சி செய்த பல்லவராயர்கள் குடியேறிய பகுதி அது.

பல்லவராயர்கள் ஆட்சியின் பிற்பகுதியில் அக்னியாற்றின் தென்கரையில் காடு போல வளர்ந்திருந்த பத்தைகளை அழித்துக் குடியேறி இருந்தார்கள். அவர்கள் குடியேறிய இடம் பல்லவராயன்பத்தை என அழைக்கப்பட்டது. இப்பொழுது அது புதுப்பட்டி என அழைக்கப்பட்டு வருகிறது. பிறகு அவர்கள் பல்லவராயன்பத்தைக்கு நேர் வடக்கில் பிலாவிடுதியில் குடியேறினார்கள். பிலாவிடுதி பிலா மரங்கள் செழித்து வளரும் பகுதியாக இருந்தது. பல்லவராயன்பத்தை, பிலாவிடுதி, அம்பாள்தோப்பு ஆகிய ஊர்கள் ஒரு முக்கோணமாக சந்திக்கும் படியான ஓரிடத்தில் ஒரு புதர் இருந்தது. அப்புதருக்குள் தொண்டைமான் குடும்பத்தினர் குடியேறினார்கள்.

தொண்டைமான்கள் பல்லவராயர்களின் இரத்த உறவு கொண்டவர்களாக இருந்தார்கள். அவர்கள் பல்லவராயர்கள் குடியேறியிருக்கும் பிலாவிடுதிக்கு நேர் கிழக்குப் பகுதியில் பெருந்தோப்பாக இருந்த புதர்களை அழித்து அதற்குள் குடியேற்றமடைந்திருந்தார்கள். அத்தோப்பிற்குள் அவர்களின் குலதெய்வமான அம்பாளுக்கு ஒரு கோயிலை எழுப்பினார்கள். அது முதல் அம்பாள் தோப்பு என அழைக்கத் தொடங்கியது.

அம்பாள் தோப்பு ஒன்பதரை வேலிகள் கொண்ட பரந்த நிலப் பரப்பைக் கொண்டது. அதற்குள் ஒரு சத்திரம் கட்டினார்கள். சத்திரத்தைச் சுற்றி மூன்று கிணறுகள் வெட்டினார்கள். கிணற்றைச் சுற்றிலும் கற்களாலான சுவர்களை எழுப்பினார்கள். அக்கிணறு வாய் வரைக்குமாக தண்ணீர் தழும்பியிருந்தது. அக்கிணற்றிலிருந்து தண்ணீர் இரைக்கும் வேலையை பல அடுக்கு காளைகள் செய்திருந்தன.

அம்பாள் தோப்பு கிணற்றுத் தண்ணீர்க்கென்று ஒரு சிறப்பு இருந்தது. அக்கிணற்றின் தண்ணீர் பார்க்கப் பால் போலவும், பருக இளநீர் போலவும் இருந்தது. கிணற்றுக்குள் தவளை இறங்காமல் பார்த்துக்கொள்ள இரவு, பகல் காவலாளிகள் நியமிக்கப்பட்டிருந்தார்கள். கிணற்றிலிருந்து தண்ணீர் இரைக்கும் சத்தம் அச்சுற்றுவட்டார ஊர்களுக்குக் கேட்டிருந்தது.

நூறு அடிகள் கொண்ட ஆழக்கிணறு அது. மூன்று கிணறுகளும் அம்பாள்தோப்பின் பாதியை விழுங்கிவிட்டிருந்தன. அம்பாள் தோப்பு முழுமையும் நறுமணச் செடிகள் பயிரிடப்பட்டிருந்தன. நறுமணச் செடிகளுடன் கூடிய கிணற்று நீரின்

குளுமை பறவைப்பட்சிகளின் ஆலவட்டத்திற்கும் வலசைக்கும் வசதியாக இருந்தது.

அம்பாள் தோப்பைச் சுற்றி உருவான அத்தனை ஊர்களும் அத்தோப்பிற்கு வேலை செய்யவும் காவல் காக்கவும் குடியேறிய குடிகளின் ஊராக இருந்தன. அப்படியாக உருவான ஊர்களுக்குத் தொண்டைமான் அவ்வூரின் ஆதிக்கக் குடியின் பெயரைக் கொண்டு பெயர் சூட்டினார்.

அம்பாள்தோப்பு இருக்கும் பகுதியில் ஆதிக்க குடியாக இருந்தவர் சுக்கிரர். அவரது பெயர்க் கொண்டு உருவான ஊர் சுக்கிரன்விடுதி. தீத்தான் என்பவரின் பெயரைக் கொண்டு உருவான தீத்தான்விடுதி, கரம்பையர் என்பவரைக் கொண்டு கரம்பவிடுதி,.. இப்படியாக நிறைய ஊர்கள் உருவாகின. மணிக்கிராயன்விடுதி, காடுவெட்டுவிடுதி, ராஜாளிவிடுதி, வெள்ளத்தேவன்விடுதி, பட்டுவிடுதி, ராங்கியன்விடுதி, மேனட்ராயன்விடுதி, களியராயன்விடுதி, பல்லவராயன்பத்தை, பள்ளத்தான்மனை, குளந்திரான்பட்டு, நரங்கியப்பட்டு,...

மூன்றாம் தொண்டைமான் காலத்தில் தொண்டைமான்கள் அம்பாள்தோப்பிலிருந்து புதுக்கோட்டைக்கு இடம் பெயர்ந்திருந்தார்கள். அப்படியாக இடம் பெயர்கையில் அம்பாள்தோப்பு சத்திரம், கோயில், யாவற்றையும் சுக்கிரர் என்பவரிடம் நிர்வகிக்கச் சொல்லிச் சென்றிருந்தார்கள்.

அம்பாள் தோப்பிற்கு நேர் மேற்கே அக்னியாற்றின் கரையை யொட்டி பரந்து விரிந்த கரிசல்மண் சார்ந்த பரந்த பரப்பில் குடியேறி தொண்டைமான் தம் ஆட்சிக்கு உட்பட்ட மையப்பகுதியில் ஒரு கோட்டையைக் கட்டினார்கள். அக்கோட்டை தொண்டைமான் கோட்டை என அழைக்கப்பட்டது.

அக்கோட்டை கட்டுவதற்கான தளவாடங்களும் வேலை ஆட்களும் அம்பாள்தோப்பைச் சுற்றிய ஊர்களிலிருந்து கொண்டு செல்லப்பட்டன. அவர்கள் பருகுவதற்கான குடிநீர் அம்பாள்தோப்பு கிணற்றிலிருந்து கொண்டு செல்லப்பட்டன.

அம்பாள்தோப்பிற்கும் புதுக்கோட்டைக்கும் இடையே பரந்து விரிந்த காட்டில் பயணம் செய்ய முத்தரையர்களால் மட்டுமே முடியும் நிலை இருந்தது. இவ்விரு பகுதிகளுக்கிடையில் அடர்ந்த காடு இருந்தது. காட்டிற்குள் வேட்டை விலங்குகளும் விஷமிகளும்

இருந்தன. மராட்டிய வம்சத்தினர் அக்காடுகளுக்குள் மறைந்து நாடு பிடிக்கும் வேலையில் இறங்கியிருந்தார்கள். இவர்களை அடையாளம் காணவும் தேவைப்பட்டால் அவர்களுடன் சண்டை செய்யவும், உக்கிரப்போர் புரியவும் முத்தரையர்கள் தேவைப்பட்டிருந்தார்கள். இத்தேவையை உணர்ந்து மேலும் பல முத்தரையர்கள் திருகாட்டுப்பள்ளியைச் சுற்றியுள்ள பகுதியிலிருந்து தொண்டைமான் ஆட்சிக்கு உட்பட்ட எல்லைக்குள் குடியேறத் தொடங்கினார்கள்.

தொண்டைமான் அம்பாள் தோப்பில் சத்திரம் கட்டிக் குடியிருந்தாலும் அவர்களின் தலைமையிடமாக அம்புக்கோயில் இருந்தது. அம்புக்கோயிலை மையமாக்க கொண்டு ஆட்சி செய்த பகுதிகள் அம்பு நாடு என அழைக்கப்படத் தொடங்கியது. அம்பு நாட்டில் அம்புக்கோயிலை மையமாகக்கொண்டு ஒரு நிர்வாகவும் அம்பாள் தோப்பில் அதன் கிளை நிர்வாகவும் நடைபெற்றன. மேற்தட்டு மக்களின் பிரச்சனைகளை விசாரித்துத் தீர்ப்பு வழங்கும் இடமாக அம்புக்கோயிலும் கீழ்குடிகளை விசாரிக்க அம்பாள்தோப்பும் நாட்டுப் பஞ்சாயத்துக் களமாக மாறின. அம்பாள் தோப்பில் கீழ்க்குடிகளுக்குத் தண்டனை கொடுப்பற்கென்று ஓரிடம் ஒதுக்கியிருந்தார்கள். அதற்குப் பிறகு அம்பாள் தோப்பு என்றால் தண்டைக்கு உரிய இடமாக ஆகிவிட்டிருந்தது.

தொண்டைமான் தொடக்கத்தில் அம்பாள் தோப்பில் குடியிருந்தாலும் அவர்களின் ராஜரீதியான உறவும் நிர்வாகமும் அலும்பில்தான் நடந்தேறியது. தொண்டைமான்கள் சைவர்கள். சிவபக்தி கொண்டவர்கள். அவர்கள் அலும்பிலை மையமாக்கொண்டு கட்டப்பட்ட சிவன் கோயிலைப் புதுப்பித்தார்கள். அலும்பிலில் கட்டியிருந்த சிவன் கோயிலைப் புதுப்பித்து அக்கோயிலைப் பெரிதாக எழுப்பியதன் பிறகு அலும்பில்கோயில் என்று அழைக்கப்படத்தொடங்கி பிறகு அது அம்புக்கோயில் என மருவிப்போனது.

தொண்டைமான் அம்புக்கோயிலைத் தலைமையிடமாகக் கொண்டு ஆட்சிச் செய்த பகுதி அம்பு நாடு என அழைக்கப்பட்டது. நிர்வாகத்தின் பொருட்டு அம்பு நாட்டை இரு கிளைகளாகப் பிரித்தார்கள். மேற்கு பகுதி அம்புநாட்டின் கிளை நாடு என்றும் கிழக்கு நாடு அம்புநாடு என்றும் அழைக்கப்படத் தொடங்கியது. அம்புநாட்டின் கிளை நாடான மேற்குப் பகுதி கல்லாக்கோட்டை

ஜமீன் ஆட்சிக்கு உட்பட்ட நாடானாது. அம்பு நாட்டின் கிழக்கு பகுதி தொண்டைமானின் நேரடிக் கட்டுப்பாட்டிற்குள் இருந்தது.

தொண்டைமான்கள் அம்புநாட்டின் கிழக்குப் பகுதியை அவர்களின் கட்டுப்பாட்டிற்குள் வைத்துகொள்வதற்கு ஒரு காரணமிருந்தது. தொண்டைமானின் இரண்டாம் மனைவி காளியராயன்விடுதியில் இருந்தார். தொண்டைமான் புதுக்கோட்டையிலிருந்து அம்புநாட்டிற்கு வருகையில் வைப்பாட்டியை ரகசியமாகப் பல்லக்கில் தூக்கிவந்து பல நாட்கள் தங்கிச் செல்லும் இடமாக அம்பாள் தோப்பு சத்திரம் ஆகிவிட்டிருந்தது.

கல்லாக்கோட்டையை மையமாகக் கொண்ட மேற்கு அம்புநாடு மேற்கில் சிவந்தான்பட்டி, கிழக்கில் ரெகுநாதபுரம், தெற்கில் வெட்டன்விடுதி, வடக்கில் குளத்தூர் நாயக்கர்பட்டி, தென்கிழக்கில் மழையூர் என பரந்து விரிந்திருந்தது. பிறகு அது குறுகி ஒன்பது குப்பம், பதினெட்டு பட்டிகள் என்கிற அளவிற்குள் அடங்கியது.

இரண்டாம் தொண்டைமானின் சீமைக்கு உட்பட்ட மற்ற ஜமீன்கள் வாராப்பூர் மற்றும் கந்தர்வகோட்டையைத் தலைமையிடமாகக் கொண்டிருந்தார்கள். இவ்விரு நாட்டினர் மீதும் வடக்கிலிருந்து வந்த நாயக்கர்கள் படையெடுத்தார்கள். நாயக்கருக்கும் தொண்டைமானுக்கும் இடையில் போர் மூண்டது. போரில் நாயக்கர்கள் வெற்றி பெற்றார்கள். அவ்வெற்றியால் தொண்டைமான் ஆட்சிக்கு உட்பட்ட வாராப்பூர் மற்றும் கந்தர்வகோட்டை இரு குறு நிலங்களும் நாயக்கர் வசமானது. தொண்டைமானால் நியமிக்கப்பட்டிருந்த பண்டாரம் நாயக்கரால் கொல்லப்பட்டார். இதனால் நாயக்கர்களுக்கும் தொண்டைமான்களுக்குமிடையே நிரந்தர பகை உண்டானது.

நாயக்கர்கள் கைப்பற்றிய பகுதிகளை அவர்களால் நேரடியாக ஆட்சிசெய்ய முடியவில்லை. இவ்விரு பகுதிகளையும் நாயக்கர் அந்தணர்களிடம் ஒப்படைத்திருந்தார்கள். வாராப்பூரை மையமாகக் கொண்டு ஒரு அந்தணரும் கந்தர்வகோட்டையை மையமாகக் கொண்டு இன்னொரு அந்தணரும் ஆட்சி செய்தார்கள். அந்தணர்கள் ஆட்சி செய்த இப்பகுதி அந்தணர் நாடு என அழைக்கப்பட்டது. பிறகு அதுவே அந்தநாடு என்றும் மருவியது.

விஜயரகுநாதராய தொண்டைமான், ராயரகுநாதராய தொண்டைமான், ராஜா விஜயரகுநாத தொண்டைமான், ராஜா

விஜயரகுநாதராய தொண்டைமான், ராஜா ரகுநாத தொண்டைமான் பகதூர், ராஜா ராமச்சந்திர தொண்டைமான் பகதூர் காலம் வரைக்கும் அம்புநாட்டில் கிழக்கு பகுதியின் அதிகாரம் தலைதூக்கி இருந்தது. ஏழாவது மன்னராக மார்த்தாண்ட பைரவத் தொண்டைமான் பதவி ஏற்றதும் அவரது பார்வை கல்லாக்கோட்டையை மையமாகக் கொண்ட மேற்கு அம்புநாட்டின் மீது திரும்பியது.மார்த்தாண்ட பைரவத் தொண்டைமான் அடிக்கடி கல்லாக்கோட்டைக்கு வந்து செல்பவராக இருந்தார். அவர் தங்குவதற்கென்று பழைய கோட்டையைப் புதுப்பித்தார்.

இரண்டாம் தொண்டைமான் தான் வசிப்பதற்கென்று பெருங்களூருக்குத் தெற்கே முதல் கோட்டையைக் கட்டினாலும் அது மண்ணாலான கோட்டையாகவே இருந்தது. ஆனால் அக்கோட்டையைக் கட்டுவதற்கு முன்பாக கட்டப்பட்ட கற்களாலானக் கோட்டையை, ஏழாம் மார்த்தாண்ட பைரவத் தொண்டைமான் புதுபிக்கும் வேலையில் இறங்கினார். ஆகவே அவர் அடிக்கடி கல்லாக்கோட்டைக்கு வந்து செல்கிறவராக இருந்தார்.

# 9

**பா**ட்டன் முத்தன் பள்ளம் வருகையில் அவனது தோளில் வாய் கிழிபட்ட நரியொன்று கிடந்தது. நரியின் இரத்தம் அவனது உடம்பில் ஒழுகிக்கிடந்தது. அவன் பின்னே அவனது இரண்டு நாய்களும் ஓடி வந்தன.

கருப்படிப்பட்டியிலிருந்து ஓடி வந்த களைப்பும், அதற்குப் பிறகு நரியிடம் மல்லுக்கட்டியக் களைப்பும் அவனுக்குப் பெருமூச்சு வாங்கியது. ஓரிடத்தில் அவனுக்கு இளைப்பாறத் தோன்றியது. அவன் தோளில் கிடந்த நரியை எடுத்துத் தரையில் கிடத்திவிட்டு வேட்டியை பிட்டத்திற்கும் மேலாகத் தூக்கிவிட்டுக்கொண்டு உட்கார்ந்த இடம்தான் முத்தன் பள்ளம்.

முத்தன் பள்ளம் என்பது அன்றைக்கு அந்தப் பெயரில் அழைக்கப்படவில்லை. பள்ளம் என்றுதான் அழைக்கப்பட்டது. நத்தை அதிகமாக ஊறும் இடம் என்பதால் நத்தைப்பள்ளம் என்றும் பிறகு அதுவே நத்தப்பள்ளம் என்றும் அழைக்கலானது.

முத்தன் பள்ளம் என்பது இந்திய விடுதலைக்குப் பிறகு சூட்டப்பட்ட பெயர். ஊரே திரண்டு எங்கள் குடியிருப்பிற்குப் பட்டா வேண்டும், குடிநீர் வசதி வேண்டும், மின்சாரம் வேண்டும், குடும்ப அட்டைகள் வேண்டும், எங்களையும் வாக்காளர் பட்டியலில் சேர்க்க வேண்டும், காலரா ஊசி, டைபாய்டு ஊசி போடப்பட வேண்டும். இலவச பல்பொடி, செருப்பு, ஆடு, கோழி, குருவி, வெள்ள நிவாரணம் பாகுபாடு இல்லாமல் தரப்பட வேண்டும்... என மாவட்ட ஆட்சியரிடம் மனு கொடுக்கையில் முகவரி இடத்தில் பள்ளம் என்றும் நத்தம் என்றும் தோப்பவிடுதி பள்ளம், நத்தைப்பள்ளம், நத்தப்பள்ளம் என்றும் ஆளுக்கொரு பெயர் எழுதி மனுவை நீட்ட அப்பொழுது ஒரே பெயராக இருக்கட்டும் என அதிகாரிகளால் சூட்டப்பட்ட பெயர்தான் முத்தன் பள்ளம்.

நத்தம் என்றும் அல்லது முத்தன்நத்தம் என்றும் கூட அவர்கள் பெயர் சூட்டியிருக்கலாம். நத்தம் என்றால் குடியேறும் நிலமாகி விடும், அதற்கு பட்டா கொடுத்தாக வேண்டும், அவர்களுக்குத்

தேவையான அத்தனை வசதிகளும் செய்துகொடுத்தாக வேண்டும் என்பதால் அதிகாரிகளும் அதிகாரிகளுக்கு நெருக்கமான பெருந்தலைகளும் அவ்வூருக்குப் பள்ளம் என்று பெயர்சூட்டினார்கள். பள்ளம் என்பதற்கு வாழ்வதற்கு தகுதியற்ற நிலம் எனப் பொருளாகும். முத்தன் என்பது முத்தரையர்களைக் குறிக்கும் சொல்லாக வைத்து அப்படியொரு பெயரைச் சூட்டியிருந்தார்கள்.

பாட்டன் அந்த இடத்தில் நரியைக் கிடத்திக்கொண்டு உட்கார்கையில் அந்த இடம் கல்லாக்கோட்டை குடிநாட்டு கட்டுப்பாட்டில் இருந்தது. கல்லாக்கோட்டை ஜமீன் புதுக்கோட்டையிலிருந்து வாராப்பூர், துவார் வழியே வேட்டையாடிக்கொணடு வருகையில் சற்றே நின்று இளைப்பாறி செல்லும் இடமாகக்கூட முத்தன் பள்ளம் இருந்திருக்கவில்லை. இப்படியொரு தாழ்வான இடம் சமஸ்தானத்தின் கட்டுப்பாட்டில் இருக்கிறது என்று கூட ஜமீனுக்குத் தெரிந்திருக்கவில்லை. நெய்வேலி வரைக்கும் புதுக்கோட்டை சமஸ்தானம் இருக்கிறது, எனத் தெரிந்த அவர்களுக்கு அதற்குட்பட்ட நரியாறு, மானியக்குளம், அக்னி ஆறு இவைகள் சந்திக்கும் இடத்தில் தீவு போல ஓரிடம் இருக்கிறது, எனத் தெரிந்து வைத்திருக்குமளவிற்குக்கூட அந்த இடம் இருந்திருக்கவில்லை.

பாட்டன் இடுப்பில் கத்தி இருந்தது. தீப்பெட்டியும் இருந்தது. கத்தியை எடுத்து அவனது காலடியில் கிடந்த ஒரு கல்லின் மீது தீட்டினான். கழுத்து வழியே கத்தியைப் பாய்ச்சி நரியின் தோலை உரித்தான்.

அவன் உட்கார்ந்திருந்த இடம் பெருங்காடு. சுற்றிலும் பனைக்கூடல். அதன் மட்டைகள் கீழே விழுந்துகிடந்தன. அதை எடுத்து விரித்து அதன் மீது கறிகளை வெட்டிக்கொத்தி அரிந்து வைத்தான். சுற்றிலும் உவர் மண்ணாக இருந்தது. உப்புக்கரிக்கும் மணல் அது. அம்மண்ணை அள்ளி வேட்டியில் கிடத்தி தண்ணீரை ஊற்றிக் கறியில் வடியவிட்டான். கறியை எடுத்து புதர் பத்தைகளின் மீது காய வைத்தான். சுள்ளிகளைப் பொறுக்கி, தீ மூட்டினான். கறியைக் குச்சியில் கோர்த்து நெருப்பில் சுட்டு பிய்த்து அனல் பறக்கத் தின்றான். கறியின் ருசி அவனது பசியையும் களைப்பையும் போக்கியது. நரியின் மண்டையைப் பார்க்கையில் அவனுக்குச் சிரிப்பு வந்தது. கறியை மென்றுகொண்டே சிரிக்கச் செய்தான்.

அண்டனூரிலிருந்து அவன் கிளம்பிய நேரம் அவனுக்கு நல்ல நேரமாக இருந்திருக்கிறது. அப்படி இருந்ததனால்தான் அவனால் இந்த நரியிடமிருந்து தப்பிக்கவும், அதே நரியை பசியாறவும் முடிந்திருக்கிறது. அண்டனூரில் ஊர்க்கூடி சொல்லிவிட்டார்கள். 'எங்கள் குடும்பத்திற்கு மட்டும் நீ காவல்காரனாக இரு. முடியாது என்றால் ஒரு நிமிடம் இந்த ஊரில் இருக்கக்கூடாது...'

'ஒரு வருஷக் காலம் என்னை ஊர்ல வச்சிருந்திட்டு இப்படி அனுப்பினா எப்படிங்க...?' - பாட்டன் கேட்டிருந்தான்.

'ஊருக்கே காவல் காக்கிறேனு சொல்லு. இங்கே இருக்கலாம்....' ஒரு தரப்பினர் கேட்டுக்கொண்டார்கள்.

'என்னங்க நான் என்ன முடியாதுனா சொல்றேன். ஊர்ல பல சாதியா இருக்கீங்க. எங்களுக்குப் பார்த்தா அந்தக் குடிகளுக்குப் பார்க்கக்கூடாதுனு சொல்றாங்க அவங்க. அவங்களுக்குப் பார்த்தா எங்களுக்குப் பார்க்கக்கூடாதுனு சொல்றீங்க நீங்க. நான் யாருக்குத்தான்க கட்டுப்படுறது....' பாட்டன் குனிந்த தலை நிமிராமல் கேட்டிருந்தான்.

'ஊர்ல ஜனம் பெருத்த சாதி நாங்க. எங்களுக்குதான் நீ பார்க்கணும்...'

இன்னொரு தரப்பினர் 'இந்த ஊர்ல பெரிய குடி நாங்க. எங்களுக்கு மட்டுந்தே பார்க்கணும்...'

'ஊருக்கே பார்க்குறேங்க....'

'என்னடா பாட்டா, அவன்களும் நாங்களும் ஒன்னாடே. உன்னய விட்டா அவன்க குடியில எங்கள பொண்ணு எடுக்கச் சொல்லுவே போலிருக்கலே....'

'அவன், இவன்னு பேசக்கூடாது. மரியாத முக்கியம்....'

ஊரின் இரு தரப்பினர்களுக்கிடையே சண்டை மூண்டது. பாட்டன் கமுக்கட்டில் வைத்திருந்த துண்டை எடுத்து இடுப்பில் இடுக்கிக்கொண்டு நடக்கத் தொடங்கினான். ஊருக்கு மேற்கே மோர்சா குளமிருந்தது. அதன் கரையில் ஒரு ஆலமரமிருந்தது. அந்த மரத்தின் அடியில் இரவு படுத்திருந்தான். வெள்ளி முளைப்பதற்கு முன்பாக ஊருக்குத் தெற்குத் திசையை நோக்கி நடையைக் கட்டினான். இடையப்பட்டி, கருப்படிப்பட்டி தாண்டி நடக்கையில்தான் அவன் பின்னே வந்த இரண்டு நாய்களும்

மோப்பம் பிடித்து குரைக்கத் தொடங்கின. அவன் நின்று நிதானித்துப் பார்த்தான். நான்கைந்து நரிகள் அவனை விரட்டத் தொடங்கின.

நான்கு நரிகளை இரண்டு பெட்டை நாய்களால் என்ன செய்திட முடியும்? குரைத்துப் பார்த்தன. பிறகு பாட்டனை நிமிர்ந்து பார்த்தன. பிறகு ஆளுக்கொரு திசையில் தெறித்து ஓட்டமெடுத்தன.

மூன்று நரிகள் இரண்டு நாய்களை விரட்டிச் செல்ல ஒரு பெரிய நரி பாட்டனை விரட்டத் தொடங்கியது. கருப்பபடிப்பட்டி வயற்காடுகள் தாண்டி, அக்னி ஆற்றில் குதித்துக் கரை ஏறி கொஞ்சத் தூரம் ஓடியவன் ஒரு பனைமரக்காட்டிற்குள் நுழைந்ததும் நரி அவனை விடுவதாக இல்லை. அதற்கு மேலும் ஓட அவனிடம் ஜீவனில்லை. கால்கள் தடுக்கிக் கீழே விழுந்தான். குப்புற விழுந்தவன் விழுந்த சடுதியில் மல்லாக்கப் புரண்டான். அவன் மீது நரி பாய்ந்தது. நரியின் வாய் பாட்டனின் குரல்வளைக்கு வந்திருந்தது. இரண்டு கைகளாலும் நரியின் மேல், கீழ் பற்களுக்கிடையில் கையைக் கொடுத்து வாயைப் பிளந்தான். நரி கால்களால் அவனை பருவி எடுத்தது. அவன் நரியை விடுவதாக இல்லை. மெல்ல எழுந்தான். வாயைப் பிளந்தவாறு மார்பிற்கும் மேலே தூக்கினான். மடமடவென நரியின் கடா எழும்புகள் முறிந்தன. பாய்ந்த நரிகளின் கால்கள் இரண்டொரு உதறுகள் உதறி தொங்கத் தொடங்கின. வாய் கழுத்து வரைக்கும் பிளந்து போயிருந்தது. நரியை அருகிலிருந்த பாறையின் மீது விட்டெறிந்தான். கைகளை உதறிக்கொண்டான். ஓடி வந்த பாதையைப் பார்த்தான். கண்களுக்கு எட்டிய தூரமட்டும் சூரப்பத்தை, குருவிப் பத்தைகள் ஒரு மரத்தின் மீது ஏறி நின்று பார்த்தான். அவனைப் பின் தொடர்ந்த இரண்டு நாய்களும் நாக்குகளைத் தொங்கவிட்டவாறு அவனைத் தேடி ஓடி வந்தன.

# 10

**பா**ட்டனுக்கு முத்தாயி நினைவிற்கு வந்தாள். முத்தாயியை விட்டுவிட்டு அவன் மட்டும் கறியை மென்றுகொண்டிருப்பது அவளைப் பார்க்க வைத்துக்கொண்டு தின்பதைப் போலிருந்தது.

அவள் தின்றுகொண்டிருந்த கறியைக் கக்கி ' இந்தா, தின்னு...' எனக் கொடுத்தவளுக்கு இந்தக் கறியைக் கொடுத்தால் எத்தனை சந்தோஷப்படுவாள் என நினைத்தான். படுத்து உறங்கக் குடிலையும் போர்த்திக்கொள்ள அவளையும் கொடுத்தவள் அல்லவா அவள். அவளது நினைவுகள் அவனுக்குள் ஊடுருவின.

தோப்பவிடுதியை விட்டு அவன் கிளம்பி ஊருணிக்காடு சென்று அண்ணன் முன் நிற்கையில் அண்ணன் ஒரே வார்த்தையில் சொல்லிவிட்டான். 'அப்பன் குடியேறிய இடமடே அது. உன்னையும் என்னையும் ஆத்தா சமைஞ்ச இடம். அதை விட்டுட்டு எந்த மூஞ்சியை வச்சிக்கிட்டு இங்கே வந்தே. வெளியே போடா ஊருக்கு உதவாதவனே....' என அண்ணன் பாட்டனை விரட்டி அடித்தான்.

பாட்டன், அண்ணன் தயவைத் தேடிச் செல்கையில் வெறுங்கையோடு செல்லவில்லை. உடும்பு ஒன்றை வேட்டையாடித் தூக்கிச்சென்றான். இடுப்பு வேட்டியில் மறைத்து வைத்திருந்த உடும்பை அவிழ்த்து அண்ணன் முன் நீட்டினான் பாட்டன். 'என்னடா, இத நீட்டினா நான் மனசு மாறிடுவேனு நினைக்கிறீயா. உறவு அறுத்துக்கொண்டு வந்த எடத்துக்குத் திரும்பவும் போ. இதே உடும்பை அரிஞ்சு ஆய்ஞ்சு ஆக்கி வை திங்குறேன்...'

'எந்த மொகத்த வச்சிக்கிட்டு மறுக்கா என்னை அங்கே போகச் சொல்றே?'

'எந்த மோகத்த வச்சிக்கிட்டு நான் உனக்கு கொடுத்த வாக்க மறந்திட்டு வந்து நிற்கிறீயோ அந்த மொகத்த வச்சிக்கிட்டு போ...'

'என்னால முடியாதிண்ணே'

'அப்ப என் குடில விட்டு வெளியே போடா'

பாட்டன் ஒன்றும் பேசவில்லை. உடும்பை எடுத்துத் தோளில் போட்டுக்கொண்டு அவன் நடக்கலானான். எங்கே

போகிறோமென்று தெரியாமல் நடக்கத் தொடங்கினான். பொழுது இருட்டிக்கொண்டு வந்தது. பசி எடுத்தது. அவன் தீத்தான்விடுதி நெருங்குகையில் தன்னந்தனியே ஒரு குடிசை இருந்தது. அக்குடிசை இருக்கிற இடம் என்ன ஊர் என்று கூட அவனுக்குத் தெரிந்திருக்கவில்லை. அக்குடிசைக்கு முன்னே நின்றான்.

'யாரது குடிசையில?'

'ஏங்?' என்றவாறு ஒரு பெண் எட்டிப் பார்த்தாள். அவளிடம் தண்ணீர் கேட்டுக் குடிக்கணும் போலிருந்தது. பசியைப் பொறுக்கலாம். தாகம் பொறுக்கமுடியாது.

'யாரு நீங்க?'

'தண்ணீ வேணும்...'

அவள், பொழுது போன நேரத்தில் அவனுக்குத் தண்ணீர் கொடுப்பதா, வேண்டாமா,.. என நினைத்தாள். தவித்த வாய்க்குத் தண்ணீர் அவளால் மறுக்க முடியவில்லை. குடிசைக்குள் சென்று மண் கலனியில் ஒரு கலனி தண்ணீர் கொண்டுவந்து அவன் முன் நீட்டினாள். கலனி வாயில் விரல்கள் கோர்க்க அவள் தண்ணீர் நீட்ட அவன் கலனியின் அடியை உள்ளங்கையால் வாங்கிப் பருகினான். தாகம் தணிந்ததும் பசி எடுத்தது.

'சோறு இருக்குமா?'

அவளால் பேசமுடியவில்லை.

'சும்மா தர வேணாம். இந்த உடும்ப வச்சிக்கிட்டு ஒரு வாய் வேணும். பசி குடலைத் தின்னுது...'

அவள் அவனுடைய கண்களைப் பார்த்தாள். கண்களில் பசி மயக்கம் தெரிந்தது. ஈரம் கசிந்திருந்தது.

'உலையில இப்பத்தானே அரிசி போடுறேன்....'

'சோறு போடுறேனு சொன்னீனா, இருந்துகூட பசியாறிட்டுப் போறே....'

அப்பன் இல்லாத வீட்டில் யாரென்று தெரியாத ஒருவரைத் தங்க வைப்பது அவளுக்கு அச்சமாக இருந்தது. வயிறு பிசைந்தது. அவள் ஒன்றும் சொல்லாமல் குடிசைக்குள் நுழைந்துகொண்டாள். பாட்டன் தோளில் கிடந்த உடும்பை எடுத்து உரிக்கத் தொடங்கினான்.

குடிசை சோறு வாசலுக்கு வந்தது. வாசலில் உரித்த கறி குடிசைக்குள் போனது. அவளுக்கென சோறு இருக்கிறதா கேட்டுக்கூட வைக்காமல் கேட்டுவாங்கிச் சாப்பிட்டான். தனக்கென்று ஒரு வயிறு இருக்கிறது என நினைக்காதவளாய் பரிமாறி முடித்தாள் முத்தாயி.

அவள் சமைத்த சோறு இவனுக்கு. இவன் கொண்டு வந்த கறி அவளுக்கு.

உண்ட மயக்கம் பாட்டனை அதே இடத்தில் கால் நீட்டி படுக்க வைத்தது. குடிசைக்கும் பக்கத்தில் ஒரு பூவரசு மரம். அந்த மரத்தின் அடியில் தலையை வைத்து வடக்குப் பக்கமாகக் கால்களை நீட்டிப் படுத்தான். அவனது காலடியில் இரண்டு நாய்களும் படுத்துக்கிடந்தன.

முத்தாயி ஒன்றை மட்டும் கவனித்தாள். பசியாறிய வீட்டிலேயே படுத்தும் கிடக்கிறான். படுத்தவுடன் தூங்குகிறானா, இல்லை புரண்டுபுரண்டு படுக்குறானா, என்று. அவன் படுத்ததும் தெரியவில்லை. தூங்கியதும் தெரியவில்லை. இவளுக்குத்தான் தூக்கம் வருவேனா என்றது. அவள் படுப்பதும் திடுக்கென விழிப்பதும், அவனை உற்றுப் பார்ப்பதுமாக இருந்தாள்.

குடிசைக்குள் குளிர் வாட்டி எடுத்தது. எத்தனை சாக்குகள் கொண்டு போர்த்தினாலும் நடுங்கவே செய்தது. பாட்டன் குளிர் என்று கூட பார்க்காமல் அசந்து தூங்கிக்கொண்டிருந்தான். அவள் மெல்ல எழுந்து அவனைப் பார்த்தாள். சட்டிப் பானைகளை உருட்டினாள். தொண்டைக்குள் கனைத்தாள். அவன் சற்றும் அசைந்து கொடுக்கவில்லை. எப்படிப் படுத்தானோ அப்படியே தூங்கியிருந்தான்.

'இக்கூம்....' கனைத்தாள் அவள். வாசலுக்கும் குடிலுக்குமாக நடந்தாள். அவன் விழித்துப் பார்க்க வேண்டும் என்பதற்காகவே நடந்தாள். அடித்துப் போட்டவனைப்போல கிடந்தான் அவன். அவனுடைய வயிறு மட்டும் ஏறி இறங்கியது.

'உன்னத்தான்....' அவளிடமிருந்து சத்தம் வந்தது; வார்த்தை வரவில்லை. கையில் ஒரு குச்சி இருந்தது. அதை எடுத்துப் பாதத்தில் அடித்தாள். ஒரு காலால் அதைத் தட்டிவிட்டு புரண்டு படுத்தான். நாசிக்குள் குச்சியை விட்டாள். வாரிச்சுருட்டிக்கொண்டு எழுந்தான் பாட்டன். எழுந்தவனால் பேசமுடியவில்லை.

தான் எங்கே இருக்கிறேன். எதற்காக இத்தனை தூரம் வந்திருக்கிறேன். இவள் யார், ஏன் என்னை எழுப்பினாள். எதுவும் அவனுக்கு தெரிந்திருக்கவில்லை.

‘பனி பெய்யுது. உள்ளே வந்து படுத்துகோய்யா....’

அவன் தயங்கினான். அவளை அவன் நிமிர்ந்து கூடப் பார்க்கவில்லை. திரும்பவும் மரத்தின் அடியில் தலை வைத்துப் படுக்கத் தொடங்கினான். அவனது செய்கை அவளுக்கு வியப்பாக இருந்தது. அவனை உள்ளே அழைத்துச்செல்வதற்கு வழியைத் தேடினாள்.

‘ஒத்தே ஆளா படுக்க எனக்குப் பயமா இருக்கேய்யா....’

அவன் ‘மாக்’ கென்று எழுந்தான். அவள் ஒன்றும் பேசவில்லை. அவள் முன்னால் நடக்க அவன் பின்தொடர்ந்தான். குடிசைக்குள் கீற்றுப்பாய் விரித்துக்கிடந்தது. ஒரே பாய்தான். பாய்க்கும் அருகில் வெறுந்தரையில் அவள் தன் முந்தானையை விரித்துப் படுத்தாள். பாயில் அவன் படுத்தான். படுத்த வேகத்தில் அவனுக்கு மறுதூக்கம் வந்தது.

‘உன்னத்தான்.....’

அவன் விழிக்கவில்லை.

‘கேட்குறேன்ல. உன்னத்தான்....’ காதிற்குள் கூப்பிட்டாள்.

திடுக்கிட்டு விழித்தான். ‘ என்ன?’

‘குளிருதா?’

அந்நேரம் வரைக்கும் குளிராத குளிர் அப்பொழுது குளிர்ந்திருந்தது. அவனால் பேசமுடியவில்லை. அவளது கண்களை மட்டும் பார்க்கச் செய்தான். அவள் இமைகளைச் சிமிட்டுகையில் இவனும் சிமிட்டினான். அவளுடைய கரு விழிகள் அவனையே பார்த்துகொண்டிருந்தன. நிலா வெளிச்சத்தில் இருவரின் பார்வைகளும் ஒன்றையொன்று பார்த்துகொண்டன.

‘குளிருதா?’

‘இம்’

அவனது ‘இம்’ விற்கு என்ன பதில் சொல்ல வேண்டும் என்பது அவளுக்குத் தெரியவில்லை. அவள் அவனிடமிருந்து பார்வையை எடுத்து மறுபக்கமாகத் திரும்பிக்கொண்டாள்.

அவன் அவளையே பார்த்திருந்தான். அவளது இடுப்பில் கையை வைத்து மெல்ல அவளை இவன் பக்கமாகத் திருப்பினான். 'எனக்குக் குளிருது....'

அவனது கண்கள் அவளை மெல்லச் சூடேற்றின. 'எனக்கும் குளிருது...' அவளுடைய உதடுகள் துடித்தன. அவளை அவன் நெருங்கினான். அவள் அவனிடமிருந்து விலகினாள். விலகல் மேலும் நெருங்கியது.

பொழுது விடிந்திருந்தது. விழித்துப் பார்க்கையில் அவளுக்கு 'பக்'கென்று இருந்தது. அவன் சொல்லாமல் கொள்ளாமல் அவளை விட்டுப் போய்விட்டிருந்தான். அவளது அடி வயிறு கனத்தது. அவனது பிரிவு பெரித்த ஏமாற்றமாக இருந்தது. ஆனாலும் ஏமாற்றத்தில் ஓர் அர்த்தமிருந்தது. இரண்டு நாய்களில் ஒரு நாய் குடிசையைப் பார்த்தவாறு படுத்திருந்தது. அந்த நாய் அவளுக்கு ஒரு செய்தியைச் சொல்லிக்கொண்டிருந்தது.

# 11

கல்லாக்கோட்டைக்கு மார்த்தாண்ட பைரவத் தொண்டைமான் அடிக்கடி வந்துசெல்பவராக இருந்தார். இவர் தொண்டைமான் வரிசையில் ஏழாவது மன்னர். கல்லாக்கோட்டை ஜமீனுக்கும் தொண்டைமானுக்கும் இடையில் நல்ல நெருக்கம் இருந்தது. தொண்டைமான் வயதில் சிறியவராக இருந்ததால் அவருக்கு ஜமீன்களின் ஆலோசனை தேவைப்பட்டிருந்தது. ஜமீன்களில் கல்லாக்கோட்டை ஜமீன் அனுபவத்தாலும் அறிவாலும் சிறந்தவராக இருந்ததால் அவர் அவ்வபோது கல்லாக்கோட்டைக்கு வந்து செல்கிறவராக இருந்தார்.

இவரது ஆட்சிக்காலத்தில் புதுக்கோட்டையில் அவரது ஐந்தாவது தொண்டைமான் கட்டத் தொடங்கிய சிவப்பு கற்களாலான கோட்டையின் கட்டுமானப் பணி முழுமை பெற்றிருந்தது. அக்கோட்டை கட்டத் தொடங்கிய காலத்திலிருந்தே தொண்டைமான் நாடு புதுக்கோட்டை என அழைக்கப்படத் தொடங்கியிருந்தாலும் மார்த்தாண்ட பைரவத் தொண்டைமான் தான் ஆட்சி செய்யும் நாடு தொண்டைமான் நாடு என அழைக்கப்படுவதை விடவும் புதுக்கோட்டை என்று அழைக்கப்பட விருப்பம் கொண்டவராக இருந்தார்.

மார்த்தாண்ட பைரவத் தொண்டைமான் அவரின் மூதாதையர்களைப் போலவே சிவபக்தி உடையவராக இருந்தார். இவர் ஆட்சிக்கு உட்பட்டிருந்த பகுதிகளிலிருந்த சிவன் கோயில்களைப் புனரமைக்கும் வேலையில் இறங்கினார். கோயில்களுக்கு வெள்ளி, செவ்வாய் தவறாது பூஜை செய்ய ஆணையிட்டார். அப்பூஜைகளுக்குத் தேவையான தண்ணீர் அவர்களின் பூர்வீக இடமான அம்பாள் தோப்பிலிருந்து கொண்டுவரப்பட்டது.

பாட்டனுக்கு அம்பாள் தோப்பில் தண்ணீர் இறைத்துக்கொடுக்கும் வேலை கிடைத்திருந்தது. அத்தோப்பிற்கு அத்தோப்பை ஒட்டியுள்ள பெண்களும் வேலைக்கு வருவதாக இருந்தார்கள். அவ்வேலைக்கு முத்தாயியும் வந்திருந்தாள்.

அம்பாள் தோப்பில் பழம் தரும் மரங்கள் நிறைய இருந்தன. பலா, மா, வாழை, மாதுளை இப்படியாக. பழங்கள் கிணற்றுக்குள்

விழுந்து மிதந்தன. தண்ணீர் இரைக்கையில் குடத்துடன் வரும் பழங்களைப் பறித்து அவன் முத்தாயிக்கு ஊட்டிவிடுவதாக இருந்தான்.

முத்தாயி அவனுக்குப் பிடித்துபோயிருந்தாள். அவளது கன்னக்குழி அழகும், பிட்டம் வரைக்கும் தொங்கும் கூந்தலும் அவளது அழகை மேலும் கூட்டியிருந்தன. கையை ஒரு பக்கமாக சாய்த்துகொண்டு பாட்டனைக் கண்ட வெட்கத்தில் அவள் நடக்கும் அழகு தனிதான்!

அப்பொழுது முத்தாயி இரண்டு மாத கர்ப்பிணியாக இருந்தாள். அவளது முகம் வெட்கத்தால் சிவந்துபோயிருந்தது. அம்புகோயில் சிவன் சன்னதியில் இருவருக்கும் திருமணம் ஆனதற்குப் பிறகு அவள் தீத்தான்விடுதியிலேயே தங்கிவிட்டிருந்தாள். பெண் எடுத்த வீட்டில் தங்குவதற்கு அவனுக்கு இருப்புக்கொள்ளவில்லை. அவனுக்குத் தெரிந்த ஒரே இடம் அவன் நரியை உரித்து சுட்டுத் தின்ற இடமாக மட்டுமே இருந்தது.

அவன் ஒருநாள் சிவபூஜைக்குத் தண்ணீர் எடுத்துகொண்டு புதுக்கோட்டையை நோக்கி நடக்கத் தொடங்கினான். ஒரு நீண்ட தடியில் இரு பக்கமும் நிறைகுடங்களைக் கட்டித் தொங்கவிட்டவாறு தடியை எடுத்துத் தோளில் வைத்துகொண்டு அவன் நடந்தவனாக இருந்தான். அப்படி நடப்பவர்கள் கரம்பக்குடி, வெட்டன்விடுதி, ஆலங்குடி, சம்பட்டிவிடுதி வடவாளம் வழியே செல்பவர்களாக இருந்தார்கள். இவன் மட்டும் அவனது நரி உரித்த இடத்தின் வழியே நத்தைப் பள்ளத்தைக் கடந்து மழையூரைத் தொட்டு வடவாளம் வழியே செல்பவனாக இருந்தான்.

அவன் அம்பாள் தோப்பில் வேலைக்குச் சேர்ந்து ஆறு மாதங்களாகியிருந்தன. அவனுடன் வேலைக்குச் சேர்ந்திருந்த கூலிகள் தங்குவதற்கு இடம் கிடைத்திருந்தது. அவன் வேலைக்கு சேர்ந்ததற்குப் பிறகு உருவான ஊராகச் சொக்கன்தெருவும் மைலன்கோன்பட்டியும் இருந்தன. இவனுக்கு அந்த ஊர்கள் பிடித்தவையாக இல்லை. அவனது முழு பார்வையும் நரியைக் கிடத்திய இடமாக இருந்தது. இத்தனை தூரம் அவன் புதுக்கோட்டை செல்வதற்கு இரண்டு காரணங்கள் இருந்தன. ஒன்று இதுநாள் வரைக்கும் அவன் மார்த்தாண்ட பைரவத் தொண்டைமானைப் பார்த்ததில்லை. அவரைப் பார்த்துத் திரும்ப வேண்டும் என்பது ஒன்று. மற்றொன்று அவளது மனைவிக்கு காப்பு வாங்கி வர வேண்டும்.

மார்த்தாண்ட பைரவ தொண்டைமானைப் பாட்டன் அப்பொழுதுதான் பார்த்தான். மன்னன் பதினொரு வயதேயான சிறுவனாக இருந்தார். அவர் புதுக்கோட்டை பிரகதாம்பாள் கோயிலில் வைத்து அவரைப் பார்த்திருந்தான். அவர் அடுத்த மாதம் அம்பு நாட்டிற்கு வருகை தர இருக்கும் செய்தியை அவன் தெரிந்து வைத்துகொண்டான்.

தொண்டைமானுக்கு உட்பட்ட குறுநில நாடுகளில் பட்டப்பெயர் சொல்லி அழைக்கும் ஒரே நாடு அம்புநாடாக இருந்தது. மார்த்தாண்ட பைரவத் தொண்டைமான் பழைமைவாதங்களை மறுப்பவராக இருந்தார். அவருக்கு முந்தைய தொண்டைமான்களை விடவும் மாறுபட்டவராக இருந்தார். இவர் இஸ்லாமியர்களை அரவணைப்பவராக இருந்தார். அவர்களுக்கு மசூதி கட்டிக்கொள்ள இடம் கொடுத்து நிதி உதவியும் செய்திருந்தார்.

அம்புநாட்டின் ஊர்ப்பெயர்கள் மார்த்தாண்ட பைரவத் தொண்டைமானுக்கு முகம் சுழிக்கும்படியாக இருந்தது. அத்தனை ஊர்களும் மேல் சாதிகளின் பெயரில் அழைக்கப்படுவதாக இருந்தது. கீழ் சாதி மக்களுக்கு அவர் சம உரிமை கொடுக்க நினைத்தார். அதற்காக அவர் சில புதிய ஊர்களை உருவாக்கினார். அவ்வூர்களுக்கு சொக்கன்தெரு, சேவுகன்தெரு, கண்டியன்தெரு, மைலன்கோன்பட்டி, பள்ளத்தான்மனை,.. எனப் பெயர் சூட்டினார். அவ்வூர்களில் தாழ்த்தப்பட்ட மக்களைக் குடியேற்றினார்.

அம்பு நாட்டினர் ஒரே சாதிக்குள் அதுவும் அம்பு நாட்டினர்களுக்குள் பெண்ணு எடுத்து பெண்ணு கொடுக்கும் பழக்கத்தைக் கொண்டிருந்தனர். அறுத்துக்கட்டும் பழக்கம் அவர்களிடம் இல்லாமலிருந்தது. கணவன் இறந்தால் மனைவிக்கு மறுமணம் முடிக்கக்கூடாது என்றும் மீறி முடித்தால் ஊரை விட்டு ஒதுக்கி வைக்கும் நடைமுறையைக் கொண்டிருந்தது.

வாராப்பூர் மற்றும் கந்தர்வகோட்டை அந்தணர் நாட்டினருக்கும் அம்பு நாட்டினருக்கும் கொலைப்பலி பகை புகைந்து கொண்டிருந்ததால் பெண் கொடுக்கல், எடுத்தல் முறையில் பெரிதாக விரிசல் விழுந்திருந்தது. இதனால், அதுநாள் வரைக்குமிருந்த உறவுகள் ஒட்டுமில்லாமல் உறவுமில்லாமல் அறுந்திருந்தது. ஜமீன் பகை அவர்களின் ஆட்சி அதிகாரத்திற்கு உட்பட்ட மற்ற சாதிகளுக்குள்ளும் வேர்விட்டிருந்தது. அம்பு நாட்டினர் அந்தணர் நாட்டினரை விடவும் உயர்ந்தவர்கள் எனக்

காட்டிக்கொள்ளவும் அந்தணர் நாட்டினர் தாங்கள் அம்பு நாட்டினரை விடவும் வீரத்தில் சிறந்தவர்கள் எனப் பறை சாற்றிக்கொள்வதுமாக இருந்தார்கள். பசுவைக் கவர்தல், காளைகளை அடக்குதல், பண்ணையார்களின் வீட்டில் திருடுதல், திட்டமிட்டு பலி வாங்கல்,....போன்ற செயல்களால் அந்தணர் நாட்டினரின் செய்கை மேலோங்கியிருந்தது. காலப்போக்கில் அம்பு நாட்டினர் அந்த நாட்டினரிடமிருந்து முற்றிலுமாக உறவுகளைத் துண்டித்துக் கொண்டார்கள்.

அம்பு நாட்டு சேரிகள் அந்தணர் குடும்பத்தின் மீது இரகசியமாக உறவு வைத்திருந்தார்கள். இன்னும் சிலர் அவர்களின் வீட்டில் பெண் எடுத்திருந்தார்கள். அந்த நாட்டினருடன் உறவு வைத்திருப்பவர்களை விசாரிப்பதற்கென்றும், அவர்களுக்குத் தண்டனை கொடுப்பதற்கென்றும் இரு மாதத்திற்கு ஒருநாள் அம்பாள் தோப்பில் பஞ்சாயத்து கூடி கலைவதாக இருந்தது.

அன்றைய தினம் மார்த்தாண்ட பைரவத் தொண்டைமான் அம்பாள் தோப்பிற்கு வந்திருந்தார். அவர் வருவதற்கு முன்பாகவே நாட்டுப் பஞ்சாயத்து கூடியிருந்தது. தாழ்ந்த குடியைச் சேர்ந்த ஒருவன் கணவனை இழந்துவிட்டிருந்த பெண்ணை சேர்த்துகொண்டு வாழ்வதாக இருந்தான். அதை விசாரித்துத் தண்டனை வழங்கும் பஞ்சாயத்தாக அன்றைய நாட்டுப் பஞ்சாயத்து கூடியிருந்தது.

அம்பாள்தோப்பு பஞ்சாயத்து சுற்றுவட்ட நாடுகளில் பிரபலமாகியிருந்தது. தஞ்சைப் பகுதியை ஆண்டிருந்த ஆங்கிலேயர்கள் கூட அம்பாள்தோப்பு வருகைதந்து பஞ்சாயத்து நடைபெறும் முறையையும் தண்டனை வழங்கும் முறையையும் பார்த்துச் சென்றார்கள். நாடே திரண்டு வந்து நின்ற பார்த்த பஞ்சாயத்தைப் பாட்டன் ஒரு மரத்தின் கிளையில் ஏறி உட்கார்ந்துகொண்டு பார்த்தவனாக இருந்தான்.

குற்றம் செய்தவர்கள் கோமணத்துணியோடு நிறுத்தி வைக்கப்பட்டார்கள். அவன் சேர்த்துகொண்ட பெண் தலைவரிக்கோலமாக தலையில் தண்ணீர் ஒழுக நிற்கவைக்கபட்டாள். எந்த விசாரணையும் நடைபெறவில்லை. பஞ்சாயத்து நீதிபரிபாலர்கள் உட்கார்ந்திருந்தார்கள். குற்றம் சாட்டப்பட்டவர்கள் அவர்களாகவே முன் வந்து ‘அய்யா...’ என விளித்துத் தன் பக்கமிருக்கும் நியாயத்தைச் சொன்னால்தான் உண்டு.

அன்றைய தினம் பஞ்சாயத்து முன்பாக நின்றுகொண்டிருந்தவர்கள் ஒன்றும் சொல்லாமல் நின்றுகொண்டிருந்தார்கள். 'அப்படியாக நின்றால் நான் சேர்ந்து வாழ்ந்தது சரியே...!' என்று பொருளாகும். அவர்களிடம் எந்தவொரு பதட்டமும் இல்லை. அவர்கள் எங்கள் பக்கம் நியாயம் இருக்கிறது, என்பதைச் சொல்வதைப் போல நின்றிருந்தார்கள். பஞ்சாயத்தார்கள் நின்றுகொண்டிருந்தவளின் தலையில் தண்ணீர் அடித்தார்கள். அவள் முகத்தைத் திருப்பவோ, தலையை அசைக்கவோ இல்லை. அவர் கல் போல ஒரே இடத்தில் நின்றிருந்தாள். அவளது முடிகள் முழங்கால்கள் வரைக்குமாக நீண்டு கிடந்தது. சேரி குடியைச் சேர்ந்த ஒருவன் விரிந்து கிடந்த முடியை மழித்தான். அரைகுறையாக மழிக்கப்பட்ட தலையில் சாணியைக் குழைத்துப் பூசினான். அவள் அழவில்லை. அவளது உடம்பு சற்றும் குலுங்கவில்லை. மொத்த இலைகளையும் உதிர்த்துவிட்டு மரத்தைப்போல அவன் நின்றுகொண்டிருந்தாள்.

அவளது மயிர் மழித்தலுக்குப் பிறகு நாட்டுப் பஞ்சாயத்தாரர்கள் அவளது இரண்டாவது கணவன் பக்கமாகத் திரும்பினார்கள். அவனது தலை மொட்டை அடிக்கப்பட்டு இருந்தது. ஈச்சங்குச்சியினலான கூடையில் நான்கு கூடை மண்ணை வெட்டி அவனது வெறுந்தலையில் வைத்தார்கள். இன்றைய தினம் முழுமைக்கும் அவன் ஒற்றைக் காலில் நிற்க வேண்டும் என்பது அவனுக்கான தண்டனையாக இருந்தது. நாளைய தினம் அவனுக்கு வேறொரு தண்டனை. நாளைய தண்டனை கொடிக்கட்டுதல். இத்தண்டனை முந்தைய தண்டனையை விடவும் கொடிய தண்டனை. ஊனாங்கொடியை அறுத்து கயிறு போலத் திரித்து வளையம் போல முடிந்து கழுத்திற்கும் தொடைக்கும் இடையில் கட்டிவிடுவார்கள். அவன் இரண்டு நாட்கள் பள்ளமான இந்த இடத்தில் ஒற்றைக்காலில் நின்றுகொண்டு அத்தண்டனையை அனுபவிக்க வேண்டும்.

இரண்டாவதாக கணவனை ஏற்றுக்கொண்டவள் அந்த இடத்தை விட்டு நகர்வதாக இல்லை. முடி மழிக்கப்பட்டு கரும்புள்ளி, செம்புள்ளி குத்தப்பட்ட அவள் அவளது பிறந்த வீட்டிற்கு வாழா வெட்டியாக போகலாம்தான் என்றாலும் அவள் குனிந்த தலை நிமிராமல் அதே இடத்தில் நின்றிருந்தாள். இதற்கு முன்பு யாரும் அப்படியாக நின்றதில்லை. அவளது இருப்பு பலருக்கும் வியப்பைக் கொடுத்திருந்தது.

தண்டனை அனுபவிக்கும் ஆண் தயவுகூர்ந்து கேட்டுக்கொண்டால் அவனுக்கான தண்டனை குறைக்க வாய்ப்பிருக்கிறது. ஆனால் அவன் வாயைத் திறந்து மன்னிப்பு கேட்கவோ, பணியவோ, கண்ணீர் சிந்தவோ இல்லை. அவன் இன்னும் எவ்வளவு தண்டனை கொடுத்தாலும் அதை என்னால் அனுபவிக்க முடியும், எனச் சொல்வதைப் போல நின்றுகொண்டிருந்தான்.

மாட்டுவண்டி கட்டிக்கொண்டு நாட்டுப்பஞ்சாயத்தைப் பார்க்க வந்திருந்தவர்கள் பஞ்சாயத்தைக் கண்டும், பஞ்சாயத்தில் கொடுக்கப்பட்ட தண்டனையைக் கண்டும் மிரண்டுபோயிருந்தார்கள். அறுத்துக்கட்டுதல் பெரும் குற்றமாகப் பார்க்கப்பட்ட அம்புநாட்டில் வாழ்வதில் சிலர் பெருமையாக நினைத்தார்கள். சிலர் சிறுமைத்தனமாக நினைத்தார்கள்.

அம்பு நாட்டைத் தாண்டி அந்தநாட்டினர் வீட்டில் பெண் எடுப்பவர்களுக்கு நூறு சவுக்கடிகளும் திருட்டு குற்றத்திற்கு ஐம்பது சாட்டை அடிகளுடன் கரும்புள்ளி செம்புள்ளி குத்தி மொட்டை அடித்து ஊரைவிட்டு ஒதுக்கி வைக்கும் பழக்கம் அம்புநாட்டினரின் வழக்கமாக இருந்தது.

அம்பாள்தோப்பில் குற்றவாளியை விசாரித்துத் தண்டனை வழங்கும் முறையைப் பார்க்க மார்த்தாண்ட பைரவத் தொண்டைமான் வந்திருந்தார். குதிரையில் வந்து இறங்கிய தொண்டைமானுக்கு அம்புநாட்டு பஞ்சாயத்தாரர்கள் எழுந்து வணக்கம் செலுத்தவோ, மரியாதை செய்யவோ இல்லை. பஞ்சாயத்து கூடும் அம்பாள் தோப்பில் உட்கார்ந்திருந்தவர்கள் உட்கார்ந்தபடியும், நின்றவர்கள் நின்றபடியும் இருந்தார்கள். மார்த்தாண்ட பைரவத் தொண்டைமானுக்குப் பெருத்த அவமானமாக இருந்தது. அந்த இடத்தை விட்டு நகர்ந்து கோபம் பொங்கியவராகக் கல்லாக்கோட்டைக்குத் திரும்பியிருந்தார்.

பஞ்சாயத்து முடிந்து அம்பு நாட்டினர் ஜமீன் தலைமையில் தொண்டைமான் முன் கைகட்டி நின்றார்கள். அவர்களின் செய்கை தொண்டைமானுக்கு வியப்பாக இருந்தது. அம்பு நாட்டு ஜமீன் சொன்னார் ‘ இரண்டாம் தொண்டைமான் காலம் தொட்டு நாங்கள் நாட்டுப் பஞ்சாயத்து நடத்தி வருகிறோம். அம்புநாட்டின் பஞ்சாயத்து வழக்குபடி பஞ்சாயத்திற்கென்று உட்கார்ந்துவிட்டால் யாருக்காகவேணும் இடையில் எழுந்திருக்கும் பழக்கம் இருந்ததில்லை. அப்படியாகத்தான் பஞ்சாயத்திற்குக் கட்டுப்பட்டு

நாங்களும் பஞ்சாயத்தில் உட்கார்ந்திருந்தோம். மற்றபடி தாங்களை அவமதிப்பு செய்ய வேண்டும் என்பதற்காக அல்ல...’ என்பதாகச் சொல்லி மன்னிப்பு கோரிக்கொண்டார். இதைக் கேட்டதும் தொண்டைமானுக்கு வியப்பாக இருந்தது. நீதிப்பஞ்சாயத்து சட்ட விதிகளுக்கு உட்பட்டு அவர்களை மன்னிக்கச் செய்தார்.

மறுநாள் காலையில் மார்த்தாண்ட பைரவத் தொண்டைமான் புதுக்கோட்டைக்குக் கிளம்புகையில் அவரது காதிற்கு ஒரு செய்தி வந்திருந்தது. நேற்றைய தினம் தண்டனை கொடுக்கப்பட்டிருந்த இருவரும் தமக்குத்தாமே மூச்சை அடக்கிக்கொண்டு இறந்துவிட்டார்கள், என்கிற செய்தி அது. அச்செய்தி மார்த்தாண்ட பைரவத் தொண்டைமானைப் பெரிதும் கனக்க வைத்திருந்தது. அவர் கண் பார்க்க இப்படி நடந்ததை அவரால் ஏற்றுக்கொள்ள முடியவில்லை. அவர் கனத்த மவுனத்துடன் நின்றுகொண்டிருந்தார். அவரால் யாருடனும் பேச முடியவில்லை. புதுக்கோட்டை கிளம்புவதற்கு முன்பாக ஒன்று சொல்லிவிட்டுச் சென்றார். அம்பாள்தோப்பில் நடமாட்டம் இனி நம் குலத்திற்கு ஆகாது. அம்பாள் தோப்பைத் தொண்டைமான் வாழ்ந்த சுவடு தெரியாமல் சிதைத்து விடுங்கள். அவர்கள் இருவரும் மாண்டுகிடக்கும் அவ்விடத்தை அச்சேரி மக்களுக்கே கொடுத்துவிடுங்கள்...’

இதன்பிறகு அம்பாள் தோப்பு தொண்டைமான் குடும்பத்திற்கு ஆகாத தோப்பாக ஆகிவிட்டிருந்தது.

# 12

அம்புக்கோயிலுக்கு உட்பட்ட அம்பு நாட்டை விடவும் கல்லாக்கோட்டைக்கு உட்பட்ட கிளை அம்புநாடு மார்த்தாண்ட பைரவத் தொண்டைமானுக்குப் பிடித்ததாக இருந்தது. கல்லாக்கோட்டை அம்புநாடு நத்தம், கோட்டை, பட்டி, விடுதி, பேட்டை என பல அடுக்குகள் கொண்டிருந்தன. கிராம சபை ஊர், நாடு, பெருங்குறி என்கிற பெயரில் அழைக்கப்பட்டு வந்தது. பிராமணர்களை நிர்வகிக்கத் தனியாக நிர்வாகக் குழு இருந்தது. அது சதுர்வேதி மங்கலம் என அழைக்கப்பட்டது. கிராம சபை நிர்வாகத்திற்கு நிறைய பொறுப்புகளைப் பைரவ தொண்டைமான் கொடுத்திருந்தார். புறம்போக்கு நிலங்கள் கிராம சபை கட்டுப்பாட்டிற்குள் வந்தன.

கிராமத்தின் சட்ட ஒழுங்கைப் பாதுகாக்க பாடிக்காவல் நடைமுறைக்கு வந்தது. பாடிக்காவல் அம்பு நாட்டில் அம்பாள் குப்பத்தில் நடந்தேறியது. அம்புநாட்டினரின் பொதுக் கோயில் மங்களாக்கோவில் பிடாரி அம்மனாக இருந்தது. அக்கோயிலில் அரசுக்கு முதல் மரியாதையும் அரசுக்கு அடுத்ததாக அம்பலம் எனக் கேட்டுப் பெறும் உரிமை அண்டனூரில் குடியிருந்தார்கள். அம்பலகாரருக்கு இரண்டு வாரிசுகள். ஒரு குடும்பத்தை அண்டனூரில் குடிவைத்துவிட்டு இன்னொரு குடும்பம் அண்டனூருக்குத் தெற்கே ஆத்தாங்கரைவிடுதிக்கு இடம்பெயர்ந்திருந்தார்கள்.

அம்புநாட்டில் புறம்போக்கு நிலங்கள் அதிகம் கொண்ட பொழுதுபோக்குச் சாகச வித்தைகள் அதிகம் நடைபெற்ற இடம் ‘விடுதி’ என அழைக்கப்பட்டது. புதுக்கோட்டையில் விடுதி ஊர்கள் நாற்பத்து ஒன்பது இருந்தன. அம்புநாட்டில் ஆத்தாங்கரைவிடுதி, வெள்ளாளவிடுதி, வெட்டன்விடுதி போன்றவை விடுதி ஊர்கள். பொதுக்காரியங்களுக்காக விடப்பட்ட காலியிடங்களில் உருவான ஊர்கள் விடுதி என்பதால் ஊரின் நிலப்பகுதிகள் ஆக்கிரமிப்பிற்கு உள்ளாகாமல் இருக்கவும் நிலங்களில் விளையும் தானியங்களுக்கு வரிகளை வசூல் செய்யவும் தொண்டைமானால் நியமிக்கப்பட்டவர்கள்தான் மணியக்காரர் என அழைக்கப்படும் அம்பலக்காரர்கள்.

மார்த்தாண்ட பைரவ தொண்டைமான் புதுக்கோட்டையில் இருந்த காலம் வரைக்கும் மணியக்காரர்கள் விடுதியைச் சுற்றியுள்ள ஊர்களின் நிர்வாகத்தை நிர்வகிக்கும் பொறுப்பைக் கொண்டிருந்தார்கள். தொண்டைமான் முப்பது வயதில் அரசு முறை பயணமாக ஆஸ்திரேலியா சென்று அவருடன் நெருங்கிப் பழகிய எஸ்மி மோலி பிங்க் என்கிற அந்நாட்டுப் பெண்ணைக் காதலித்துத் திருமணம் செய்துகொண்டதன் பிறகு, புதுக்கோட்டை சமஸ்தானம் ஒழுங்கு நிர்வாகமற்ற சமஸ்தானமாகியது. தொண்டைமானின் பெயரைச் சொல்லிப் பலரும் அந்தெந்த குடிகளில் அவரவர் ஆட்சி அதிகாரத்தைச் செலுத்தத் தொடங்கினார்கள். முத்தன் பள்ளம் மேற்குக் கிளை அம்புநாட்டினரின் முழு கட்டுப்பாட்டிற்குள் வந்தது. அம்புநாடுகளை நிர்வகிக்கும் அதிகாரம் கல்லாக்கோட்டைக்கும் கீழ் வந்தது.

ராஜா மார்த்தாண்ட பைரவத் தொண்டைமான் புதுக்கோட்டை சமஸ்தானத்தில் இருந்த காலம் வரைக்கும் மற்ற சமஸ்தான ராஜாக்களைப் போலில்லாமல் பலதரப்பட்ட மக்களிடம் நெருங்கிப் பழகுபவராக இருந்தார். ஜாதிய இறுக்கம் பிடிகொண்டிருந்த காலத்திலும் கூட அதிலிருந்து அவர் தன்னைத் தளர்த்திக்கொள்பவராக இருந்தார். பெண் என்கிற ஒற்றைக் காரணத்திற்காக முத்துலெட்சுமிக்கு மன்னர் கல்லூரியில் படிக்க உரிமை மறுக்கப்பட்ட பொழுது, மார்த்தாண்ட பைரவ தொண்டைமான் தலையீட்டு முத்துலெட்சுமியின் மேற்படிப்பிற்குத் துணை நின்றார்.

புதுக்கோட்டை மாமன்னர் கல்லூரியின் முதல்வராக இருந்த நாராயணசாமி ஐயர் மீது மார்த்தாண்ட பைரவத் தொண்டைமானுக்குப் பெரிய மரியாதை இருந்தது. காரணம் அவர் செய்துகொண்ட சாதி மறுப்பு திருமணம். ஐயர் குடும்பத்தைச் சேர்ந்த அவர் இசை வேளாளர் குடும்பத்தைச் சேர்ந்த இசைத் துறையில் வல்லுநராக இருந்த சுந்தரம்மா என்கிற பெண்மணியைக் காதலித்துச் சாதி மறுப்புத் திருமணம் செய்திருந்தார். அத்தம்பதிகளுக்குப் பிறந்த மகள்தான் மருத்துவர் முத்துலெட்சுமி. காதல் மீதும், காதலர்கள் மீதும் நல்ல மரியாதை கொண்டிருந்த பைரவ தொண்டைமான் சாதி மறுப்புத் திருமணம் செய்துகொள்கிறவர்களைப் பாராட்டுகிறவராக இருந்தார்.

## 13

**பா**ட்டன் முத்தாயி வீட்டில் ஒருநாள் தங்கியிருந்தான் அல்லவா! மறுநாள் அவன் முத்தாயிடம் சொல்லாமல் கொள்ளாமல் அவளது வீட்டில் அவனது நாய் ஒன்றை நிறுத்திவிட்டு வந்திருந்தான் அல்லவா! அவன் அத்தனை வேகமாக அக்குடியை விட்டு வெளியேறுவதற்கு ஒரு காரணமிருந்தது.

அவன் அதிகாலையில் எழுந்து கல்லாக்கோட்டைக்கு வந்திருந்தான். அவன் கிளம்பிய நேரத்திற்கு வந்திருந்தால் அவன் தொண்டைமானைப் பார்த்திருக்க முடியும். தொண்டைமானை முதன் முதலாகப் பார்க்கையில் வெறுங்கையோடு பார்க்க முடியுமா என்ன?! அதற்காக அவன் காட்டிற்குள் நுழைந்து மான், நரி ஏதேனும் கிடைக்கிறதா எனத் தேடினேன். அவனது தேடலுக்கு முயல் கிடைத்திருந்தது. அதைப் பிடித்துக் கட்டியிருந்த வேட்டியில் சுருட்டி தோளில் கிடத்திக்கொண்டு அவன் கல்லாக்கோட்டைக்கு வந்திருந்தான். அவன் வந்திருந்த நேரத்திற்கு மார்த்தாண்ட பைரவ தொண்டைமான் புதுக்கோட்டை தலைமையிடத்திற்குக் கிளம்பியிருந்தார். அவனுக்கு ஏமாற்றம்தான் மிஞ்சியது. முயலை என்ன செய்வது. ஒரு மரத்தடியில் முயலைக் கிடத்தி அறுக்கையில் கற்களாலான கோட்டையைப் புதுப்பித்துக்கொண்டிருந்த பலரும் முயலைச் சுற்றி வட்டம் கட்டினார்கள்.

முயல் கறி பலருக்கும் வாநீரை வர வைத்தது. கறி எனக்கு உனக்கு என முண்டியடித்தார்கள். பாட்டன் ஒரு கோரிக்கை வைத்தான். 'எனக்கு இங்கே வேலை தருவதாக இருந்தால் உங்களுக்கு நான் கறி தருகிறேன்...'

'நீ எந்த நாட்டைச் சேர்ந்தவன்?'

அவனுக்குச் சொல்லத் தெரியவில்லை. அவன் கறியை உரிப்பதை நிறுத்திவிட்டு அவர்களை வெறிக்கப் பார்த்தான்.

'நீ அந்தணர் நாடு இல்லைதானே...?'

அவனுக்கு ஒன்றும் புரிந்திருக்கவில்லை. ஆனாலும் ' ஆமாம்...' என்றான்.

'எந்த ஊர் பக்கம் நீ...?'

அவன் திருதிருவென விழித்தான். அவனையொட்டி நின்றுகொண்டிருந்தவர்கள் 'இவன் எங்க ஊர் பக்கம். இவன் உரிக்கும் கறி எங்களுக்குத்தான். இவன் அண்டனூர்...' என்றவாறு அண்டனூர் மக்கள் அவனையும் அவன் உரித்த கறியையும் உரிமைக் கொண்டாடினார்கள். அவன் அண்டனூருக்கு அழைத்து செல்லப்பட்டான்.

பாட்டன் அண்டனூர் சென்றதற்குப் பிறகுதான் அவனுடைய வாழ்க்கை திருப்புமுனை கண்டது. தோப்பவிடுதியை அவன் முழுமையாக மறந்துவிடுவதற்கு அவ்வூர் வசதியாக இருந்தது. அங்கு அவன் இரண்டு ஆண்டுகள் வரைக்கும் இருந்தான். அண்டனூரின் வெண்ணாச்சி குளம், மனக்குளம், அண்டனிக்குளம் போன்றவற்றை அவன் காவல் காத்தான். அக்குளங்களை ஒட்டிய மனவயல், அண்டனிவயல், சின்னக்காடு, பெருங்காடு பகுதிகளை காவற்காப்பவனாக இருந்தான். அவன் அண்டனூரை விட்டு முற்றிலுமாக விலகிப்போவதற்கு ஒரு காரணம் இருந்தது. முத்தாயியைத் திருமணம் முடித்துகொண்டு அவளுடன் சேர்ந்து குடும்பம் நடத்த வேண்டும், என்கிற உந்துதல் அது.

பாட்டன், முத்தாயி கல்யாணம் அவசரகதியில் நடந்தேறிய கல்யாணம். அவன் இடுப்பில் சுற்றியிருந்த வேட்டியில் ஒரு தலைப்பைக் கிழித்து அதை இரண்டாக மடித்துத் தொடையில் உருட்டி கயிறு போலத் திறித்தான். அதில் மஞ்சள் துண்டை முடிந்து அவளது கழுத்தில் ஏற்றினான். அவனது தாலி ஏற்றலை கைத்தட்டி வாழ்த்த கோயிலில் யாரும் இருந்திருக்கவில்லை. கோயில் சுவற்றிலிருந்த பல்லி தான் விழுங்கிய பூச்சி செரிக்கும்படியாக கீச்..கீச்...என்றது. அதுவே அவர்களுக்குப் போதுமானதாக இருந்தது.

அவ்வளவு நேரம் குனிந்து நின்றுகொண்டிருந்த முத்தாயி ஒரு கனம் நிமிர்ந்தாள். பாட்டனை நேருக்கு நேர் பார்த்தாள். இத்தனை நாள் பார்த்த பார்வையாக அப்பார்வை இருந்திருக்கவில்லை. தனக்கானவனை, தனக்கு மட்டுமே உரிமையானவனைப் பார்ப்பதைப் போலதான் அவள் பார்த்தாள். அப்படியாகப் பார்ப்பது அவளுக்குப் பிடித்திருந்தது.

கருத்த தேகம், கூர்ந்த நெற்றி, கழுகின் நாசியைப் போல வளைந்த நாசி. அவளும் அவளுக்குப் பிறக்கப்போகும் குழந்தையும் சாய்ந்து கொள்ளும்படியான படர்ந்த மார்பு. குதிரையின் தோளைப்போல குலுங்கும்படியான புஜங்கள்.....

'முத்தாயி....'

அவன் அழைக்கையில் அவளது கண்கள் கலங்கின. அவள் அவனது மார்பில் கன்னம் பதித்துச் சாய்ந்தாள். அவளது கன்னத்தில் வழிந்த கண்ணீர் அவனைத் தகித்தது. அவன் கன்னத்திற்கு இரண்டு கைகளையும் கொடுத்து விரலால் கண்ணீரைத் துடைத்தான்.

'ஏன், நான் ஏமார்த்திடுவேனு நினைச்சீயா.?'

'ஊகூம்....நான் ஏமார்ந்திடுவேனோனு நினைச்சேன்'

'பேச்சுக்காரி....' என்ற அவன் கோயில்தளம் என்று கூட பார்க்காமல் அவளை இறுக அணைத்தான். இருவரும் ஒருவரையொருவர் ஆரத்தழுவிக்கொண்டார்கள். பாட்டன் முத்தாயி நெற்றியில் முத்தம் கொடுத்தான்.

முத்தாயியை அழைத்துகொண்டு எங்கே செல்ல வேண்டும் என்று அவனுக்குத் தெரிந்திருக்கவில்லை. இதே ஊரில் அவன் தங்கிவிடலாமென்று நினைத்தான். அதற்கு ஜமீன் அனுமதி வேண்டுமே. ஒரு கணம் தயங்கினான். அவளை அழைத்துகொண்டு தீத்தான்விடுதிக்குச் சென்றான். கல்யாணம் நடப்பதற்கு முன்பே தன் மகள் கர்ப்பமான செய்தியைக் கேட்டிருந்த முத்தாயியின் அப்பன் அவள் மீது கோபம் கொண்டிருந்தார்.

அம்புநாட்டில் கல்யாணத்திற்கு முன்பு கர்ப்பமாவது தண்டனைக்குரிய குற்றம். அவருக்குத் தெரிந்த செய்தியை தொண்டைக்குள் விழுங்கிக்கொண்டார். ஒருவேளை அவரைத் தாண்டி ஊர் உலகத்திற்குத் தெரிந்திருந்தால் அவ்வளவேதான். ஊர் கூடியிருக்கும். அம்புநாட்டில் திருட்டுத் தனமாக நுழைந்த குற்றத்திற்குப் பாட்டனுக்குப் பத்து சாட்டையடி. பெண்ணைத் தொட்டதற்காகச் சாணிப்பால் சவுக்கடி, அதிலும் கர்ப்பம் வேறு. அதற்கு என்ன தண்டனையோ! கூடை மண்ணைச் சுமந்துகொண்டு ஒற்றைக்காலில் ஒரு வாரம் நிற்க வேண்டும்.

முத்தாயியின் அப்பன், மகள் மீதும் தன் மீதும் கோபமாக இருப்பதை அறிந்துகொண்ட பாட்டன் அவளை அழைத்துகொண்டு அவனுக்குத் தெரிந்த ஒரே இடமான நரியை வேட்டையாடிக் கிடத்திய இடத்திற்குச் சென்றான்.

நரி வீழ்ந்த காடு சுற்றிலும் புதர்க்காடாக இருந்தது. சூரிய ஒளி தரையைத் தொடாதளவிற்கு அடைசலாக இருந்தது. நரியின் ஊளையிடுதலும் செந்நாய்களின் குரைப்பும் சன்னமாகக் கேட்டன. இடையிடையே பாம்புகள் ஊர்ந்து செல்லும் அரவம் வேறு.

அப்புதருக்குள் ஒரு பெரும்பத்தையைத் தேர்ந்தெடுத்தான். ஆங்காங்கே பனைமட்டைகள் கீழே விழுந்து கிடந்தன. அதை எடுத்துப் பத்தையின் மீது கிடத்தினான். சுற்றிலும் குருவிப்பத்தை, காரைக்காய் பத்தைகள் மண்டிக்கிடந்தன. அதை வேரோடு பிடுங்கி வேர்களை மேலாக வைத்து சுற்றிலும் அடைத்தான். அதற்குள் குனிந்து செல்லும்படியாக ஒரு நுழைவு பாதை வைத்தான்.

முத்தாயியின் விரல்களைக் கோர்த்துக்கொண்டு வலது கால் எடுத்து அப்புதருக்குள் நுழைந்தான். கால்களை நீட்டி படுக்க முடியாத அளவிற்கு இருந்த அக்குடில் மீது அவளுக்குப் பயமிருந்தாலும் அவளுக்கு அருகில் இருந்த கணவனால் அப்பயம் தொலைந்து விட்டிருந்தது. எதையும் துருவிப் பார்க்கும் அவனது கண்கள் மீது அவளுக்கு நம்பிக்கை வந்திருந்தது.

இத்தனை தூரம் நடந்து வந்திருந்த களைப்பு அவளை வாட்டியது. பசி எடுத்தது. சுற்றிலும் பனம்பழங்கள் விழுந்து கிடந்தன. சூரப்பழங்கள், குருவிப்பழங்கள், காரைப்பழங்கள், சப்பாத்தி பழங்கள். பறித்து வந்த பழங்களை அவளது மடியில் கிடத்தினான். ஒரு கல்லை எடுத்துக் குறி பார்த்து விட்டெறிந்தான். அணில் ஒன்று 'தொப்'பென்று தரையில் விழுந்தது.

'போதும்...' என்றாள் அவள். இரண்டு பேரும் அணிலைச் சுட்டார்கள். சப்பாத்திப் பழங்களை வகுந்தார்கள். இவன் பழங்களைப் பற்களால் அரைத்து நாக்கால் அவளுக்கு ஊட்டினான். அவளுக்குப் பசி தணிந்தது. அவள் அவனது மார்பில் தலை சாய்ந்தாள். அவனது கைகளைக் கோர்த்தாள். அவனது கைகள் அவளை ஊர்ந்தன. விரல்கள் நெற்றியை வருடி உதடுகளைத் தழுவி கழுத்தின் வழியே மாராப்பு சேலையை விலக்கியது. அவள் தடுத்தாள். அவன் தடையை விலக்கி மீறினான். அவனது கைகள் கீழே கீழே சென்றது. அவளது கண்கள் இமைக்குள் செருகின. அவளது மொத்த உடம்பும் கூச்சரித்து விடைத்து நின்றது. அவனது விரல்கள் கூந்தலைக் கோர்த்து அவளை இறுக்கின. ஒரு கணத்தில் அயர்ந்தாள். திடுக்கென விழித்தாள். அவளது விழிப்பு அவனையும் திடுக்கிட வைத்தது.

'இந்த இடம் யாருக்கானது...?' கண்களை 'படக்,படக்' கென அடித்துகொண்டு கேட்டாள் முத்தாயி. அப்படிக் கேட்கையில் அவனது விரல்கள் அவளது உணர்வு நரம்பிழைகளில் ஊர்ந்துகொண்டிருந்தன.

‘இம், இதுல என்ன சந்தேகம். எனக்கானதுதான்…’

‘இச்சீ…’ வெட்கினாள். ‘உங்களுக்குத்தான் எவ்ளோ குசும்பு…’ என்றவள் ‘நாம் தங்கியிருக்கிற இடத்தைக் கேட்கிறேன்…’ என்றாள்.

அவன் சிரித்தான். அவளது உதடுகளை வருடினான். அவளை மேலும் அணைத்தவாறு சொன்னான். ‘இந்த இடம் கல்லாக்கோட்டை அரண்மனைக்குச் சொந்தமானது…’

‘இதில எப்படி நீங்கள்?’

அவன் கோபித்துக்கொண்டான். முகத்தைச் சட்டென திருப்பிக் கொண்டான். அவனது கோபம் அவளுக்குப் புரிந்திருந்தது. அவனைத் தன் பக்கமாகத் திருப்பினாள். அப்படியாகத் திருப்ப அவள் அத்தனை முத்தங்கள் கொடுக்க வேண்டியிருந்தது.

‘என்ன கேட்டுட்டேன் நான்? இப்படி கோபிச்சிக்கிறீங்க…’ என்றவள் புருசனை ஆழமாக ஒரு பார்வை பார்த்துவிட்டுக் கேட்டாள் ‘சரி, இந்த இடத்தில நாம எப்படி…?’

அவளைத் தன் மீது போர்த்திக்கொண்டு சொன்னான். ‘நீ எப்படியோ, அப்படியே இந்த இடமும்…’

‘அரண்மனை அனுமதியில்லாமல்…?’

அவளுக்கு என்ன பதில் சொல்வதென்று அவனுக்குத் தெரிந்திருக்கவில்லை. அவன் எச்சில் விழுங்கும் சப்தம் அவளுக்குக் கேட்டது.

‘விடிந்ததும் ஜமீனிடம் அனுமதி கேட்கலாம்’

‘வேண்டாம்’

‘ஏன்?’.

‘தொண்டைமான் நல்ல மனிதரெனை ஊருலகம் பேசிக்குது. அவர நேரில் பார்த்து இக்காட்டை நான் காவல் காக்கிறேன், இந்த இடத்தில தங்கிக்கிற அனுமதி தாருங்கனு கேளுங்க…’ என்றாள்.

அவன் அவளை உச்சிதனை நுகர்ந்தான். அவளைப் போலவே அவளது யோசனையும் அவனுக்குப் பிடித்திருந்தது.

# 14

**ரா**ஜா மார்த்தாண்ட பைரவத் தொண்டைமான் வெளிநாட்டு பயணம் புதுக்கோட்டையில் புதிதாகக் கட்டப்பட்டிருந்த நகர் மன்றத்தில் பெரிய கொண்டாட்டத்துடன் தொடங்கியது. அவர் ஆஸ்திரேலியா நாட்டிற்குச் செல்லப் போகும் செய்தி பட்டித் தொட்டியெங்கும் பரவியது. அவரை வெளிநாட்டிற்கு அனுப்பி வைக்கும் வேலையில் குறுநில நிர்வாகத்தினர் இறங்கினார்கள்.

மன்னர் மார்த்தாண்ட பைரவத் தொண்டைமான் அடிக்கடி வெளிநாட்டிற்குச் சென்று வருபவராக இருந்தார். இதற்கு முன்பு அவர் ஐந்தாம் ஜார்ஜ் மன்னராக முடி சூடிக்கொள்ளும் விழாவிற்கு லண்டன் சென்று வந்திருந்தார். அதற்கு முன்பு ரோம் வழியே இங்கிலாந்து சென்ற அவர் ஏழாம் எட்வர்ட் மன்னரான வேல்ஸ் இளவரசரையும் விக்டோரியா மகாராணியையும் சந்தித்துப் புதுக்கோட்டைக்குத் திரும்பியிருந்தார். அவர்களின் சந்திப்பு நடந்தேறிய இடத்தைப்போல ஓர் இடத்தை அவர் புதுக் கோட்டியில் எழுப்ப நினைத்தார். அதே கட்டடக் கலையுடன் கூடிய ஓர் அரங்கத்தைக் கட்டி எழுப்பினார். அதற்கு நகர் மன்றம் எனப் பெயர் சூட்டினார். அந்த நகர் மன்றத்தில்தான் அவரை ஆஸ்திரேலியா நாட்டிற்கு வழி அனுப்பி வைக்கும் வைபோகம் நடந்தேறியது.

மதராஸ் ராஜதானியின் ஆட்சிக்கு உட்பட்டு ஐந்து சமஸ்தானங்கள் இருந்தன. புதுக்கோட்டையுடன் சாத்தூர், பங்கனப்பள்ளி, திருவாங்கூர், கொச்சி. மற்ற நான்கு சமஸ்தான மன்னர்களும் பைரவத் தொண்டைமானை வெளிநாட்டிற்கு அனுப்பி வைக்கும் விழாவிற்கு வருகை தந்திருந்தார்கள். அவர் வெளிநாடு செல்வதற்கு முன்பாக தன் ஆட்சிக்கு கீழ் வரும் குறுநில நிர்வாகங்களை கவனித்துவிட்டுச் செல்லலாம், என நினைத்தார். புதுக்கோட்டை சமஸ்தானத்திற்கும் கீழ் கோட்டை என முடியும் ஊர்கள்- அறுபத்து இரண்டு, பட்டி- ஆயிரத்து தொள்ளாயிரத்து எழுபத்து ஆறு, பட்டு - ஆறு, குடி - நூற்றி முப்பத்தி இரண்டு, குறிச்சி - இருபத்து ஒன்று, பட்டினம் - பதினேழு, ஊர்-நூற்றி எண்பத்து எட்டு, வாசல் - பதினொன்று, வயல் இருநூற்றுப் பத்து,

விடுதி - நாற்பத்து ஒன்பது, குளம் - பதினாறு, கோயில் - இருபத்து ஐந்து, மலை-ஆறு, மங்கலம்-முப்பத்து இரண்டு, புரம் -தொண்ணூற்று மூன்று. அத்தனை ஊர்களையும் அதன் குறைகளையும் கேட்டறியத் தொடங்கினார்.

தொண்டைமானின் பயணத்திற்கு முன்பாக பல கோரிக்கைகள் அவரது கவனத்திற்கு வந்திருந்தது. கைவினைக் கலைஞர்களுக்கும் கோயிலில் ஊழியம் செய்வோருக்கும் உற்சவ காரியக்காரர்களுக்கும், இராணுவ சேவை புரிந்தோருக்கும் ஜீவிதம் என அழைக்கப்படக்கூடிய நிலங்கள் அளிக்கப்பட வேண்டும், என்கிற கோரிக்கை உயர்குடிகளின் கோரிக்கையாக இருந்தது. அக்கோரிக்கையை நிறைவேற்ற முன் வந்தார்.

அக்கோரிக்கையை விடவும் மிக முக்கியமான கோரிக்கையாக இருந்தது குடிமக்களின் கோரிக்கைதான். முந்தைய தொண்டைமான் காலம் தொட்டு அன்றைய காலம் வரைக்கும் ஒரு கோரிக்கை தொடர்ந்து மன்னரின் கவனத்திற்குக் கொண்டுசெல்லப்பட்டிருந்தது. அது, 'மக்கள் அவரவர் வாழும் இடங்களில் நிரந்தரமாகத் தங்கிக்கொள்ளும் உரிமையைக் கோரும் கோரிக்கை. அக்கோரிக்கை தொடர்ந்து முன் வைக்கப்பட ஒரு காரணம் இருந்தது.

புதுக்கோட்டை சமஸ்தான குடிகளில் பலர் இடம்பெயர்ந்து வந்தவர்களாக இருந்தார்கள். ராமநாதபுரம், சிவகங்கைச் சீமையிலிருந்து திருச்சியையொட்டியுள்ள அன்பிலில் குடியேறியவர்களில் பலரும் புதுக்கோட்டைக்கு இடம் பெயர்ந்திருந்தார்கள். அதேபோன்று அம்பு நாட்டினரின் பெரும்பான்மையினர் முத்தரையர் ஆண்ட திருக்காட்டுப்பள்ளியிலிருந்து இடம் பெயர்ந்திருந்தார்கள். இவர்கள் வேலாடிப்பட்டி, மஞ்சம்பட்டி, கிருஷ்ணம்பட்டி, கருப்பட்டிப்பட்டி, மல்லிகைநத்தம், வேம்பன்பட்டி, அண்டனூர், கண்ணுக்குடிப்பட்டி, கல்லாக்கோட்டை, அம்புக்கோயில், கரம்பக்குடி, ஆத்தாங்கரை விடுதி, மலையூர்,...என பரவலாகக் குடியேறியிருந்தார்கள். முத்தரையர்கள் தொண்டைமான் ஆட்சிக்குப் பக்கபலமாக இருந்தார்கள். அந்நியர்கள் தொண்டைமான் சீமையின் மீது படையெடுக்கையில் அவர்களை எதிர்த்துக் களமாடிய வீரர்கள் முத்தரையர்களாக இருந்தார்கள். முத்தரையர்கள் அறவே இல்லாத வாராப்பூர், கந்தர்வகோட்டை நிலங்கள் நாயக்கர்களின் கைவசம் போனதன் பிறகு, அதுவே அந்தணர்களின் ஆட்சிக்கு உட்பட்டுப் போனதை தொண்டைமான்

அறிந்தே இருந்தார். இதை உணர்ந்து முக்கிய கோயில்களில் முத்தரையர்களுக்குச் சமஅதிகாரமும் உரிமையும் கொடுத்திருந்தார்.

அவர் வெளிநாடு செல்வதற்கும் முன்பாக அவர்களின் கோரிக்கைக்குச் செவிசாய்க்க எண்ணினார். அதன்படி ஒரு செப்புப் பட்டயத்தில் அவரவர் குடியேறிய நிலங்களும் அவர்கள் புழங்கிக்கொள்ள போதுமான தரிசுகளும் குடியேறிகளுக்கு உரிமையென பட்டயம் தீட்டி அதை ஒரு வெள்ளித்தட்டில் வைத்து, அத்துடன் புதுக்கோட்டை சமஸ்தானத்தின் காசான அம்மன் காசையும், புழக்கத்தில் இருந்த நாணயமான கழஞ்சு நாணயத்தையும் அத்துடன் சில முடிச்சுகள் தானியங்களையும் வைத்துக் கொடுத்திருந்தார். தொண்டைமானின் இந்த அளிப்பு மக்கள் மத்தியில் பெரும் வரவேற்பைப் பெற்றிருந்தது. யானைப் படை சூழ புதுக்கோட்டை மாநகரம் கொண்டாட்டத்தில் குலுங்கியது. பைரவத் தொண்டைமானை ஆடிப்பாடிக் கொண்டாடினார்கள். அவரைக் கொண்டாட்டத்துடன் வழி அனுப்பி வைக்க புதுக்கோட்டை மக்கள் தயாராக இருந்தார்கள்.

பைரவத் தொண்டைமானின் சபை சற்றுநேரத்திற்குள் வெறிச்சோடியது. அத்தனை பேரும் நகர்ச் சபைக்கு வெளியே மன்னரைப் பல்லக்கில் வைத்துத் தூக்கிச்செல்ல வாசலில் குழுமியிருந்தார்கள். நகர் மன்றம் ஆட்டம் பாட்டத்துடன் இருக்க ஒருவன் மட்டும் முகம் சோர்ந்துபோய் கூனிக்குறுகி நகர சபையின் முகப்பில் தொண்டைமான் பார்வை படும்படியாக நின்றுகொண்டிருந்தான். அவன் பாட்டன்.

# 15

**பா**ட்டனைக் கண்டுவிட்ட தொண்டைமான், அவனைப் பெயரைச் சொல்லி அழைத்தார். பாட்டன் கையெடுத்துக் கும்பிட்டபடி அவரை நோக்கி ஓடினான். பாட்டனை அவர் தெரிந்து வைத்திருந்ததற்கும், அவனைப் பெயரைச்சொல்லி அழைப்பதற்கும் இருவருக்குமிடையில் ஓர் இணக்கம் இருந்தது.

கடைசியாக மார்த்தாண்ட பைரவ தொண்டைமான், கல்லாக்கோட்டை அரண்மனையைப் பார்க்க வந்திருக்கிற செய்தி பாட்டன் காதிற்கு எட்டியிருந்தது. அப்போது பாட்டனின் மனைவி முத்தாயி இரண்டாவது குழந்தையாக ஆண் குழந்தையைப் பெற்றிருந்தாள். பாட்டன் நீண்ட நாட்களாகவே தொண்டைமானை நேரில் சந்திக்க வேண்டும், என நினைத்திருந்தான்.

சிறுவயது தொண்டைமானைப் பார்க்க ஆட்சிக்கு உட்பட்ட மக்கள் வண்டி கட்டிக்கொண்டு கல்லாக்கோட்டைக்கு வந்திருந்தார்கள். அவரவர் தோட்டத்தில் விளைந்த பழங்களுடன் அவர் முன் நின்றார்கள். பாட்டனின் கையில் கையில் ஒரு மான் குட்டி இருந்தது. மான், அச்சிறுவன் தொண்டைமானுக்குப் பிடித்து போயிருந்தது. மானை வாங்கி மார்போடு தழுவிக்கொண்டார் தொண்டைமான். ‘இந்த மான் எங்கே கிடைத்தது...?’

‘நத்தம் அரசே...’

‘அது எங்கே இருக்கிறது...?’

‘நம் அம்பு நாட்டுக் கோயிலுக்கு அருகில் அம்பாள் தோப்பிற்குச் செல்லும் ஒரு திருப்பத்தில் அரசே...’

‘நீ யார், உனது பூர்வீகம் எது?’

‘நான் நாடு அற்றவன். அம்பாள்தோப்பில் தண்ணீர் இறைத்துக்கொடுக்கும் வேலையைச் செய்துகொண்டிருக்கிறேன். இன்றைய தினம் ஒரு நரியை விரட்டிச் செல்கையில் இந்த மானைக் கண்டேன். கையில் புல் வைத்து கொண்டு கூப்பிட்டதும் வந்து விட்டது. பிடித்தேன். யாரிடம் கொடுக்கலாம் எனத் தேடுகையில் தாங்கள் வந்திருக்கும் செய்தி கண்டு ஓடி வந்தேன்...’

பாட்டனைப் பைரவ தொண்டைமான் ஆழமாகப் பார்த்தார். 'எனக்கு இதுபோன்ற மான்கள் இன்னும் நிறைய வேணுமே...' என்றார்.

'பிடித்துத் தருகிறேன் அரசே..' என்றான் பாட்டன்.

தொண்டைமான் சொன்னார். 'நீ, அதே நத்தத்தில் தங்கிக்கொள்ளும். நான் எப்பொழுதெல்லாம் கல்லாக்கோட்டைக்கு வருகிறேனோ அப்பொழுதெல்லாம் நீ மானுடன் என்னைச் சந்தியும்....'

'உத்தரவு அரசே...' என்றவன் தொண்டைமானைப் பார்த்து மார்பில் கைவைத்துக் கும்பிட்ட அவன் நத்தத்தை நோக்கி நடக்கலானான்.

பாட்டன், இத்தனை தூரம் நகரச் சபை வரைக்கும் வந்திருந்தது தொண்டைமானுக்கு வியப்பாக இருந்தது. பாட்டனை தொண்டைமான் அருகினில் அழைத்தார். பாட்டனுக்கு அவர் அருகில் செல்லத் தயக்கமாக இருந்தது. வெறுங்கையோடு வந்திருக்கிற தயக்கத்தை அவனது முகம் காட்டிக் கொடுத்தது. தொண்டைமான் கேட்டார், 'நீ குடியிருக்கும் இடத்திற்குச் செப்புப் பட்டயம் கிடைத்ததா இல்லையா...?'

'இல்லை அரசே...'

பாட்டனைக் கொஞ்ச நேரம் காத்திருக்க வைத்தார். நத்தம் உரிமை பட்டயத்தை வேகமாக அச்சிட்டு அத்துடன் செப்புக்காசு, தானிய முடிச்சுகளை வைத்து பாட்டனிடம் கொடுத்தார். அதை வாங்கிக்கொண்ட பாட்டன், பட்டத்தை மார்போடு அணைத்தபடி கண்களில் கண்ணீர் பனிக்க மார்த்தாண்ட பைரவ தொண்டைமானைக் கையெடுத்துக் கும்பிட்டான். அதுநாள் வரைக்குமில்லாத பூரிப்பு அன்றைய தினம் அவனுடைய முகத்தில் இருந்தது.

அவனது கையில் வைத்திருந்த செப்புப்பட்டயம் முத்தியூர் நிலம் அளக்கும் அளவுகோலால் குறிப்பிடப்பட்டிருந்தது. "நூறு குடிகள் தங்குவதற்கான நிலமும் அவர்கள் புழங்குவதற்குமான தரிசுகளும் இந்தச் செப்புப்பட்டயம் வைத்திருப்பவருக்குச் சொந்தம்" என செப்புப்பட்டயத்தில் அச்சிடப்பட்டிருந்தது.

தொண்டைமானை நேரில் சந்தித்துச் செப்புப்பட்டயம் பெற்றுவந்த செய்தி ஊரெங்கும் பேசும் பொருளானது.

தொண்டைமானின் புகழ் சீமை கடந்து பரவியது. பாட்டன் நத்தத்தில் நிரந்தரமாகக் குடியேறிய செய்தி அவனது இரத்த உறவுகளுக்குத் தெரிந்துவிட்டிருந்தது. மாதத்திற்கொரு முறை தம்பியைப் பார்க்க அண்ணன் வந்து செல்கிறவனாக இருந்தான். பாட்டன் இதற்கு முன்பு குடியிருந்த தோப்பவிடுதி பெரிய குடிகள் அவனைத் திரும்பவும் ஊருக்கு அழைத்துப்போக வந்திருந்தார்கள். அவன் மடியில் கட்டிக்கொண்டு திரிந்த கருப்பன் சுவாமியின் காலடி மண்ணை ஒரு பனங்குறுத்தின் அடியில் வைத்துவிட்டு மரம், செடி, கொடிகளை வெட்டி ஒரு கொட்டகை போட்டுக்கொண்டு இளைப்பாறினான். நத்தக்காடு, ஒத்தவீடு என அழைக்கத் தொடங்கியது.

மூன்று மாதங்கள் வெள்ளக்காடு. மிச்ச மாதங்களில் வெயில்காடாக இருந்தது. அவனுடைய மனைவி மகப்பேறு காலத்தில் பாலைவனம் போல இருந்தது. மூன்றாவது மகன் பிறக்கையில் தீவாகிப்போனது. தீவும் பாலைவனமும் காடுமான நத்தத்தில் பாட்டன், அவனுடைய மனைவி முத்தாயி, அவர்களுக்குப் பிறந்த நான்கு பையன்கள்.. எனத் தலைகள் சூழ்ந்த குக்கிராமமாக நத்தம் பெருகியது.

பாட்டன் வாங்கியிருந்த செப்புப்பட்டயம் இன்னார் பெயர்க்கென்று இல்லாமல் இருந்தது. நத்தம் புழங்குபவர்களுக்கு உரிமையாகிறது என அச்சாகியிருந்தது. அப்பட்டயத்தை யார் வைத்திருக்கிறார்களோ அவர்களுக்கே அந்த இடம் பாத்தியதை எனச் சொல்லும்படியாக அப்பட்டயத்தின் வடிப்பு இருந்தது.

பாட்டன் குடிசைக்குப் பலரும் வருவதும் தங்குவதும் செல்வதுமாக இருந்தார்கள். செப்புப்பட்டயத்தை எடுத்து மகன்கள் விளையாடுவதாக இருந்தனர். இரண்டு முறை தொலைந்து போயிருந்த பட்டயம் திரும்பக் கிடைத்திருந்தது. பாட்டன் ஒருநாள் ஒரு முடிவு எடுத்தான். பட்டயத்தைக் கொண்டுபோய் கல்லாக்கோட்டை அரண்மனையார்களிடம் கொடுத்து அதைப் பத்திரமாக வைத்துகொள்ளச் சொன்னான். மன்னன் கொடுத்த பட்டயம் கல்லாக்கோட்டை ஜமீன் கைக்குப் போனது. அதன்பிறகு நத்தம் யாருக்குமற்ற நிலமாகிப் போனது.

இந்தியா விடுதலை அடைகையில் பத்து குடும்பங்கள் அளவிற்கு நத்தப்பள்ளம் பெருகியிருந்தது. இந்திய விடுதலை அவர்களுக்குத் தெரிந்திருக்கவில்லை. அதன் பிறகு புதுக்கோட்டை

இந்திய அரசுடன் இணைந்ததும் ஆயிரத்து தொள்ளாயிரத்து எழுபத்து நான்காம் ஆண்டு திருச்சி மாட்டத்திலிருந்து பிரிந்து புதுக்கோட்டை தனி மாவட்டமாக உதயமானதும் அவ்வூர் மக்களுக்கு நீண்ட காலங்களுக்குப் பிறகே தெரியவந்தது.

கந்தர்வகோட்டை கல்லாக்கோட்டை இரண்டு குறு நாடுகளுக்குமிடையேயான பகையைத் தீர்க்க இரண்டையும் ஒன்றிணைத்தல் காலத்தின் தேவையாக இருந்தது. கந்தர்வகோட்டை ஜமீன்களும் பிறகு ஆங்கிலேயர்களும் பட்டுக்கோட்டைக்குச் செல்கையில் கல்லாக்கோட்டை அரண்மனை நிர்வாகிகளிடம் வழிகேட்டு சென்று வருவதை வழக்கமாகக் கொண்டிருந்தார்கள். கந்தர்வகோட்டை திருவோணம் ஒன்றியத்திற்கு உட்பட்ட பகுதியாக இருந்தது. கல்லாக்கோட்டை தொண்டைமானின் நேரடி கட்டுப்பாட்டில் இருந்த பகுதி. இரண்டு பெரு ஊர்களுக்கும் இடையில் பழைய பகை இருந்துகொண்டே இருந்தது. இந்தப் பகைக்கு முற்றுப்புள்ளி வைக்க கந்தர்வ கோட்டையைப் புதுக்கோட்டை மாவட்டத்துடன் இணைக்க வேண்டியது கட்டாயமானது.

பண்டாரம் காலத்தில் புதுக்கோட்டை சமஸ்தானத்திலிருந்து பிரிந்து போயிருந்த கந்தர்வகோட்டை புதுக்கோட்டையுடன் இணைந்ததும் கந்தர்வகோட்டைக்கு உட்பட்ட சரகமானது கல்லாக்கோட்டை. இந்திய விடுதலை, சமஸ்தானம் இணைப்பு, தனி மாவட்டம், ஒன்றியத்துடன் இணைப்பு, அனைவரும் சமம், ஒன்றே குலம்,...என எத்தனையோ மாற்றத்திற்குப் பிறகும் கல்லாக்கோட்டை அம்பு நாடு என்றும், கந்தர்வகோட்டை அந்தண நாடு என்றும் பெண் எடுக்கையில், கொடுக்கையில் அம்புநாடா, அந்தண நாடா...என்கிற கேள்வி எழுவதும், அந்தண நாட்டில் நாங்கள் பெண் எடுக்க கொடுக்க இருப்பதில்லை என அம்பு நாட்டினர் தற்பெருமை பேசுவது காலம் கடந்தும் இருந்து கொண்டிருக்கிறது.

## 16

**ரா**ஜா மார்த்தாண்ட பைரவத் தொண்டைமான் ஆயிரத்து தொள்ளாயிரத்து பதினைந்தாம் ஆண்டு ஆகஸ்ட் மாதம் பத்தாம் தேதி சிட்னியில் ஆஸ்திரேலியாவின் எஸ்மி மோலி பிங்க் என்கிற பெண்ணைத் திருமணம் செய்துகொண்டதன் பிறகு சில ஆண்டுகள் கழித்துப் புதுக்கோட்டைக்கு அவரது காதல் மனைவியுடன் நாடு திரும்பியிருந்தார்.

அவரது வருகையைக் கொண்டாடும் பொருட்டு மேளதாளங்களால் புதுக்கோட்டை அமர்க்களப்பட்டிருந்தது. கவிஞர்களும் இசை மேதைகளும் அரச சபையை அலங்கரித்தார்கள். வீணைக்குப் பெயர் பெற்றவராக இருந்த கிருஷ்ண அய்யர், சுப்புக்குட்டி அய்யர், மாத்ரு பூதம் அய்யர், ராமு சாஸ்திரி, திருக்கோகர்ணம் சுப்புராம அய்யர்,.. இவர்களின் இன்னிசையால் புதுக்கோட்டை கல்லூரி வளாகம் நிறைந்து வழிந்தது.

பிருந்தாவனத்திலிருந்து சேரி குடியிருப்புகளை அப்புறப்படுத்தி அழகுபடுத்திருந்தார்கள். வீதிக்கு வீதி தண்ணீர்ப் பந்தல் நட்டிருந்தார்கள். மார்த்தாண்ட பைரவத் தொண்டைமான் மன்னராக பதவி ஏற்றுக்கொண்டதன் பிறகு புதுக்கோட்டை நகருக்குக் கிழக்கே நான்கு மைல் தொலைவில் அவர் வடிவமைத்த விஜய ரகுநாதபுரம் அக்ரஹாரம், அவரது தந்தை நினைவாக நிறுவிய பிரசன்ன அக்ரஹாரம் இரண்டும் மன்னரை வரவேற்கும் பொருட்டு பூச்சொரிந்து அலங்கரிக்கப்பட்டன.

மார்த்தாண்ட பைரவத் தொண்டைமான் பதினொரு வயதில் மன்னராக முடி சூட்டிக்கொண்ட திருக்கோகர்ணம் பிரகதம்பாள் கோயிலும் அதன் வாசலும் புதுப்பிக்கப்பட்டன. இருபத்து நான்கு மணி நேரமும் பூஜைகள் நடந்தேறின. மன்னரின் வருகைக்கு காங்கிரஸ்காரர்கள் உட்பட பலரும் எதிர்ப்பு தெரிவித்திருந்தார்கள். சுதந்திரப் போராட்ட வீரர்கள் அவரின் திருமணத்தை அங்கீகரிக்கவில்லை. ஆங்கிலேயர்களுக்கு எதிராக போராடிக்கொண்டிருக்கையில் அவர் ஓர் ஆங்கிலப் பெண்ணை அழைத்துகொண்டு சமஸ்தானத்திற்குள் நுழைந்தது நாட்டிற்குள் சலசலப்பைக் கூட்டியிருந்தது.

பைரவத் தொண்டைமானை வரவேற்கும் பொருட்டு அவரை வழி அனுப்பி வைத்த அதே நகர் மன்றத்தில் சமஸ்தானத்திற்கு உட்பட்ட நாடுகளின் பிரதிநிதிகள் கூடியிருந்தார்கள். அவர் ஆஸ்திரேலியா நாட்டிற்குச் செல்கையில் அம்புநாடு உட்பட பல நாடுகளின் நிர்வாகங்களை அவர் சாத்தூர் மகாராஜாவிடம் ஒப்படைத்துவிட்டுச் சென்றிருந்தார். நிர்வாகத்தைத் திருப்பி அளிக்கும் பொருட்டு சாத்தூர் மகாராஜா வருகை தந்திருந்தார். அவருடன் இன்னும் பல சமஸ்தான மகாராஜாக்களும் வந்திருந்தார்கள்.

நகர் மன்றத்தின் மையத்தில் பைரவத் தொண்டைமான் வீற்றிருந்தார். மக்களின் பிரதிநிதி சபை கூடியிருந்தது. சபையின் முப்பது அங்கத்தினர்களும் கூடியிருந்தார்கள். அரசுத் துறைத் தலைவர்கள் கூடியிருந்தார்கள். பொது நிர்வாக அங்கத்தினர், ஜமீன்கள், கணக்கராயர்கள் குழுமியிருந்தார்கள். அவருக்கும் அருகில் அவரது துணைவியார் உட்கார்ந்திருந்தார். அவரை மகாராணியாக ஏற்றுக்கொள்ள சமஸ்தானத்திற்கு உட்பட்ட நாடுகளின் பிரதிநிதிகள் எதிர்ப்பு தெரிவித்தனர்.

புதுக்கோட்டை தர்பாரில் அவை கூடியது.

புதுக்கோட்டையின் நிர்வாகங்களை நிர்வகிக்கும் பொறுப்பைப் பெற்றிருந்த ஸ்டேட் சூபரின்டென்ட் சிட்னி பர்ன் துரை, பைரவத் தொண்டைமானிடம் கேள்விகள் கேட்கத் தொடங்கினார்.

‘மாட்சிமை தங்கிய மாமன்னர் ராஜ மார்த்தாண்ட பைரவத் தொண்டைமான் அவர்களே....’

பைரவத் தொண்டைமான் எழுந்து ‘ஆம்...’ என்றார்.

‘நீவிர் எம்மிடம் அளித்துவிட்டுச் சென்ற அத்தனை ராஜா மரியாதைகளையும், உரிமைகளையும் உமக்கே திருப்பி அளிக்க இருக்கிறோம்...’

‘ஆம், நான் ஏற்றுக்கொள்ள தயாராக இருக்கிறேன்.’

‘நீவிர் மீண்டும் எங்களுக்கு மாட்சிமை தங்கிய மாமன்னராக சிறந்து விளங்க வேண்டும்’

‘ஆம் சிறந்ததொறு ஆட்சியை வழங்குவேன்’

‘நீவிர் நாட்டையும் குடியையும் உம்மிடம் அடைக்கலம் தேடி வந்த வம்சத்தினரையும் காக்க வேண்டும்’

‘ஆம், காக்கிறேன்’

‘உமக்கு பிறகு மன்னர் வாரிசாக எங்களை வழி நடத்த உங்கள் இரத்த வழியில் ஒரு வாரிசைப் பெற்றுத் தர வேண்டும்’

‘ஆம், ஏற்கிறேன்’

‘நீவிர் திருமணம் முடிக்கும் மணப்பெண் நம் சமஸ்தானத்திற்கு உட்பட்டோ அல்லது நமக்கு அருகிலிருக்கும் வெறொரு சமஸ்தானத்தின் பெண்ணாகவோ இருக்கவேணும்...’

ராஜா பைரவத் தொண்டைமானுக்கு அந்த இடத்தில் புரை ஏறியது. அந்த ஒரு கணம் ஆடிப்போனார். ‘ என் நாட்டினரே, எனக்குத் திருமணம் நடந்து விட்டது உங்களுக்குத் தெரியும் தானே?’

‘ஆம் மன்னரே, காது வழிச் செய்தியாக கேள்விப்பட்டோம். தீர விசாரிப்பதன் மூலமே அதை உறுதிப்படுத்த முடியும் அரசே’

‘நல்லது, நீங்கள் கேள்விப்பட்ட அத்தனையும் உண்மையே’

‘நீங்கள் ஆங்கிலேயே பெண்ணைத் திருமணம் முடித்திருக்கிறீர்கள்’

‘ஒரு பெண்ணைத் திருமணம் செய்திருக்கிறேன். அவள் ஆங்கிலப் பெண் என்று பாகுபாடு வேண்டியதில்லை’

‘உங்களுக்குத் தெரியாதது ஒன்றுமில்லை. காந்தியடிகளை நீங்கள் அறிந்திருப்பீர்கள். ஆங்கிலேயர்களுக்கு எதிரான சுதந்திரப் போராட்டம் அவரது தலைமையில்தான் நடந்துவருகிறது. அவரை நாம் நமது சமஸ்தானத்திற்குள் அனுமதிக்கவில்லை...’

‘ஆம், எனக்குத் தெரியும்தானே...’

‘ஜவஹர்லால் நேரு. மோதிலால் நேருவின் மகன். அவர் நம் சமஸ்தானத்தின் வழியே சிவகங்கைச் சீமை செல்ல அனுமதி கேட்டிருந்தார். அவருக்கும் நாம் அனுமதி கொடுக்கவில்லை.’

‘ஆம், இதையும் நான் அறிந்தே இருக்கிறேன்.’

‘இன்னும் பல தலைவர்கள் நம் சமஸ்தானத்திற்குள் வர இருக்கிறார்கள்....’

‘யாரையும் நாம் அனுமதித்தல் கூடாது’

‘நல்லது அரசே. அந்நியர்கள் நம் சமஸ்தானத்திற்குள் நுழையக் கூடாது. அப்படித்தானே...’

‘ஆமாம், அப்படியேதான்...’

‘அப்படியானால், நீவிர் மணந்து வந்திருக்கும் அந்நியப் பெண்ணை மட்டும் எப்படி மகாராஜா நம் சமஸ்தானத்திற்குள் அனுமதிக்க முடியும்?’

வல்லத்தரசு என்பவர் இப்படியொரு கேள்வியைக் கேட்டிருந்தார். இக்கேள்வியை மன்னர் சற்றும் எதிர்பார்த்திருக்கவில்லை. அவரது கேள்வியில் ராஜா மார்த்தாண்ட பைரவத் தொண்டைமான் நடுங்கிவிட்டிருந்தார். அவரது பாதம் முதல் உச்சந்தலை வரைக்கும் நடுக்கம் கொண்டிருந்தது. அவரால் ஒரு பதிலும் சொல்ல முடியவில்லை. மன்னருக்குப் பின்புறம் திவான் நின்றுகொண்டிருந்தார். புதுக்கோட்டையின் மொத்த நிர்வாகமும் அவர் வசம்தான் இருந்தது. அவரை மன்னர் ஒரு கணம் திரும்பிப் பார்த்தார். திவான், குனிந்த தலை நிமிராது நின்றுகொண்டிருந்தார்.

ஆங்கில ஆட்சியாளர்களின் பிரதிநிதிகள் மாமன்றத்திற்கு வந்திருந்தார்கள். அவர்கள் மார்த்தாண்ட பைரவத் தொண்டைமானிடம் நெருங்கிய தொடர்பில் இருந்தவர்கள். சுதந்திரப் போராட்ட காங்கிரஸ் அமைப்பின் சார்பில் இரண்டு பேர் கலந்துகொண்டிருந்தார்கள். அவர்கள் மன்னரின் வெளிநாட்டுத் திருமணத்தை எதிர்ப்பவர்களாக இருந்தார்கள்.

ஆலங்குடி, அன்னவாசல், கரம்பக்குடி, கீழாநிலை, குளத்தூர், பெருங்களூர் பொன்னமராவதி, திருமயம், விராலிமலை இடங்களில் மன்னரால் நிறுவப்பட்ட கீழ் நிலை நீதிமன்றங்களின் நீதிபதிகள் முதல் வரிசையில் உட்கார்ந்திருந்தார்கள். அவர்களை ஒரு கணம் நிமிர்ந்து பார்த்தார். இக்கேள்வி சரிதானா, எனக் கேட்பதைப் போல அவருடைய பார்வை இருந்தது. நீதிபதிகளின் தலை குனிந்தது. அடுத்ததாக, அவர் புதுக்கோட்டையில் நிறுவியிருந்த மேல் முறையீட்டு நீதிமன்ற நீதிபதியைப் பார்த்தார். அவர் கண்களைக் கூட இமைக்காமல் மன்னரைப் பார்த்தபடி இருந்தார். மாமன்னர் கல்லூரியின் முதல்வரின் பக்கமாக அவருடைய பார்வை சென்றது. முதல்வரின் கண்கள் கலங்குவதாக இருந்தன.

‘ராஜா மார்த்தாண்ட பைரவத் தொண்டைமான் அவர்களே....’

‘ஆம், சொல்லுங்கள் வல்லத்தரசு...’

‘நம் அரசு, நாடு, ஊர் சார்பில் ஒரே கேள்வி...’

‘ஆம் கேளுங்கள்...’

‘உங்களுக்கு நாடு முக்கியமா, காதல் முக்கியமா....?’

மன்றத்தில் கூடியிருந்த அத்தனை பேரும் வாயில் கை வைத்து உட்கார்ந்திருந்தார்கள். மன்னரையும் மன்னரின் துணைவியாரையும் பார்க்க புதுக்கோட்டையை நோக்கி வந்திருந்த அத்தனை பேரும் வரும் வழியில் ஆங்காங்கே நின்றிருந்தார்கள். மாமன்றத்திற்கு வெளியே ஊர், குப்பம், குடி மக்கள் குழுமியிருந்தார்கள். அவர்களில் ஒருவனாக பாட்டனும் இருந்தான்.

‘மகாராஜா, காதலைத் துறந்து உம் நாட்டை ஏற்றுக்கொள்ளுங்கள்...’ மக்களின் கெஞ்சல் மொழி மன்றத்திற்கு வெளியே ஒலித்துக்கொண்டிருந்தது. இதைச் சொல்லுகையில் பலரின் கண்கள் கலங்கிப்போயிருந்தன.

மார்த்தாண்ட பைரவத் தொண்டைமான் பலருக்கும் பிடித்தமான மன்னராக இருந்தார். பட்டப்படிப்பு படிக்க மதராஸ் பட்டணம் ஒன்றே வழி என்கிற நிலையை மாற்ற அவர் கல்லூரி தொடங்கியிருந்தார். பெண் கல்வியை ஊக்குவிக்கும் பொருட்டு அவர் முத்துலெட்சுமிக்குத் தன் கல்லூரியில் இடம் கொடுத்திருந்தார். பெண் கொடுமைகளில் பெருங்கொடுமையான தேவதாசி முறையை முற்றிலும் எதிர்த்திருந்தார். ஆங்கிலக் கல்விக்கு அடித்தளமிட்டிருந்தார். இஸ்லாம் மக்களுக்கு மசூதி கட்டிக்கொள்ள இடமும் நிதியும் வழங்கியிருந்தார். தொண்டைமான் கோட்டை என்பதை புதுக்கோட்டை என அழைக்க சம்மதம் தெரிவித்தார். தன் பெயருக்கும் பின்னால் சாதிப்பெயர் தொட்டுக்கொண்டிருப்பதை வெறுப்பவராக இருந்தார். சாதி மறுப்பு திருமணம் செய்தவர்களுக்குப் பாதுகாப்பும் நிதி உதவியும் வழங்கினார். அவரே சாதி மறுப்பு, கலப்பு திருமணம் செய்து நான் சாதி மதத்திற்கு அப்பாற்பட்டவன், என நின்றுகொண்டிருந்த அவரின் மீது மக்களுக்கு நன்மதிப்பு கூடியிருந்தது.

‘மாமன்னர் வாழ்க’

‘அவரது குலம் வாழ்க’

‘அவரது புகழ் வாழ்க’ நகரமெங்கும் மன்னரைப் புகழ்பாடத் தொடங்கினார்கள்.

'அமைதி! அமைதி! அமைதி!'

முரசறைவோர் முரசு அறைந்து கூட்டத்தை அமைதிப்படுத்தினார்.

'மகாராஜா, நீவிர் எங்களுக்குக் கொடுத்த நிலத்தை ஆள வேண்டும். நீரே எமக்கு மகாராஜாவாக வரவேண்டும்'

நகர்மன்றத்தைச் சூழ்ந்திருந்த மக்களின் வேண்டல்கள் சன்னமாக அவருக்குக் கேட்டுக்கொண்டிருந்தன. இன்னொரு புறம் சமஸ்தானத்திற்கு எதிராக காங்கிரஸ்காரர்களின் போர்க்குரல்களும் எழுந்துகொண்டிருந்தன.

'மகாராஜா ஒழிக...'

'சமஸ்தானம் ஒழிக...'

'ஜனநாயகம் வாழ்க! காந்தி மகான் வாழ்க!வந்தே மாதரம்! வந்தே மாதரம்...'

மகாராஜா பைரவத் தொண்டைமானின் தராசுத் தட்டுகள் ஏறி இறங்கின. ஒரு தட்டில் அவன் விட்டுச்சென்ற அவனது நாடும் மக்களும், இன்னொரு தட்டில் அவரை நம்பி வந்திருக்கும் காதல் மனைவியும்.

பைரவத் தொண்டைமான் வெளிநாடு சென்றதற்குப் பிறகு நிர்வாகத் திறமையை ஆழ்ந்து கவனிப்பவராக திவான் இருந்தார். அந்தத் திவானையும் கண்காணிக்கும் பொறுப்பு வல்லத்தரசு கைக்கு வந்திருந்தது. வல்லத்தரசு மன்னரின் இரத்த உறவு.

வல்லத்தரசு விட்டிருந்த கேள்வியைத் திரும்பவும் உரக்கக் கேட்டார். 'ராஜா மார்த்தாண்ட பைரவ தொண்டைமான் அவர்களே, உமக்குத் தேவை நாடா, காதலா...?'

தொண்டைமான் நிமிர்ந்தார். சற்றும் யோசிக்காமல், 'காதல்...' என்றார்.

அவரது பதிலால் வல்லத்தரசு ஒரு நொடி ஆடிப்போனார். அவரைக் கண்டு மாமன்றம் ஆட்டம் கண்டது. மன்ற உறுப்பினர்கள் வாயில் கை வைத்தபடி இருந்தார்கள். வெளியில் வீணை, நாதஸ்வரம் வாசித்துக்கொண்டிருந்தவர்கள் சட்டென நிறுத்தச் செய்தார்கள். புதுக்கோட்டையை நோக்கி நடந்து வந்துகொண்டிருந்தவர்களின் கால்கள் ஆங்காங்கே அப்படியே நின்றன.

பிருந்தாவனத்தில் தேங்கிய கூட்டம் வடவாளம் வரைக்கும் நின்றது. கீழ்புறம் ஆலங்குடி வரைக்குமாக வரிசைக் கட்டி நின்றது. திருமயம், அன்னவாசல், விராலிமலை, அண்டக்குளம் என எங்கும் மக்கட்தலைகள். அத்தனை பேரின் முகத்திலும் நிரம்பி வழிந்தது துக்கம்.

வல்லத்தரசு நா தழுதழுத்தது. ஆனாலும் கேள்வியை விடாது கேட்டு முடித்தார். 'அப்படியானால் இந்த நாடும் இம்மக்களும், ராஜ மரியாதையும் வேண்டாம் என்கிறீர்?'

'மக்கள் வேண்டும். மரியாதை வேண்டாம் என்கிறேன்'.

இதற்குப் பிறகு வல்லத்தரசால் பேசமுடியவில்லை. அவருக்கு மயக்கம் வந்தது. சுருண்டு தரையில் விழுந்துபோனார். மாமன்றத்தில் இருந்தவர்கள் மாமன்னருக்கு எதிராகக் குரல் கொடுத்தார்கள். குரல் கொடுத்த அத்தனை பேரும் அவர்களின் இரத்த உறவுக்காரர்களாக இருந்தார்கள். அவர் ஆட்சி செய்கையில் வாய்பொத்தி இருந்தவர்களாக இருந்தார்கள். ஒருவனின் குரல் அந்தப் பேரிரைச்சலிலும் கம்பீரமாக ஒலித்தது.

'இந்த நொடி முதல் நீவிர் மகாராஜா கிரீடத்தை இழக்கிறீர்...'

மன்னர் சற்றும் தயங்கவில்லை. தலையிலிருந்த கிரீடத்தை எடுக்க கை தலையை நோக்கி நீண்டது. அவருடைய காதல் மனைவி கணவரைத் தடுத்தார். 'வேண்டாம், நீங்கள் இந்நாட்டிற்கு ராஜாவாகவே இருங்கள். எனக்கு என் வயிற்றில் வளரும் இக்குழந்தை ஒன்று போதும். என்னை விட்டு விடுங்கள். இத்துடன் என்னை மறந்து விடுங்கள்....' அவள் வயிற்றுக்கு இரண்டு கைகளையும் கொடுத்து மெல்ல காலடிகள் எடுத்து வைத்தார்.

அத்தனை நேரம் இருந்துகொண்டிருந்த பேரிரைச்சல் ஒரு புள்ளியில் அமைதிக்கு வந்தது.

மன்னர் தன் காதல் மனைவி கண் கலங்குவதைப் பார்த்து நிலைகுலைந்து போனார். மனைவியை மார்போடு அணைத்தார். அவளது கண்ணீரைத் துடைத்தார். என் தேசத்தில் எந்த பெண் அழுதல் கூடாது. பெண்ணே, எம் தேசப் பெண்களுக்குத் தேசத்தை விடவும் அவரவர் கணவன்மார் முக்கியம். ஆனால் நீ கணவன் வேண்டாம் என்கிறாயே?'

அவள் குலுங்கி அழுவதாக இருந்தாள். கணவனது காலடியில் கவிழ்ந்து கிடந்தாள்.

மாமன்னர் தலையிலிருந்த கிரீடத்தை எடுத்துத் தரையில் வைத்தார். அந்நேரம் வரைக்கும் இருந்திருந்த மகாராஜா என்கிற பட்டம் அவரை விட்டு துறந்திருந்தது. அவர் வெறும் தொண்டைமானாக மட்டும் நின்றுகொண்டிருந்தார்..

அடுத்த குரல் வேறொருவனிடமிருந்து வந்தது. ‘தொண்டைமான் பட்டத்தையும் இழக்கிறீர்....’

தொண்டைமான் பிறை அளவிற்குச் சிரித்துகொண்டார். மனமுவந்து இசைந்தார். அவரது பெயரை ஒட்டியிருந்த தொண்டைமான் அறுந்துவிட்டிருந்தது.

‘சொந்தம், பந்தம், இரத்த உறவுகளையும் நீ துறக்கிறீர்....’

அவர் மீதான மரியாதை குறைந்து வந்தது. கைகள் நடுக்கம் கொண்டன. உதடுகள் துடித்தன. படபடத்த உதடுகளால் சொன்னார். ‘ஆம், துறக்கிறேன்’

‘சாதியையும் இழக்கிறீர்?’

‘சாதி, பொல்லாத சாதி. தொலையட்டும்’

அவர் உடுத்தியிருந்த மகாராஜாவிற்குரிய ஆடை அவரையும் அறியாமல் நழுவி கீழே விழுந்துகொண்டிருந்தது. அவரைப் பார்த்து அத்தனை பேரும் சிரித்தார்கள். இதுநாள் வரைக்கும் அவரைக் கண்டு நடுங்கியவர்கள் கூனிக்குறுகியர்கள் அத்தனை பேரும் பற்கள் கழன்று விழுவதைப்போல கைகொட்டி கெலித்தார்கள்.

‘உலகின் விநோத ஏமாளி நீ. அடே மார்த்தாண்டா. நீ வெளி உலகம் தெரியாதவனாய் இருக்கிறாய். இக்காதலை விடவும் உன் கையை விட்டு போயிருக்கும் இந்த சமஸ்தானம் மிகப் பெரியது....’

தொண்டைமான் பதிலுக்குச் சிரித்தார். அவருடைய கண்கள் கலங்கியிருந்தன. இவ்வளவு பெரிய சமஸ்தானம் அவரது கையை விட்டுச் சென்றதை விடவும் சூழ்ந்து நின்றவர்களின் சிரிப்புதான் அவரை பெரிதும் வதைத்தது. தொண்டைக்குள் சிக்கிய விக்கலை உடைத்துக்கொண்டு சொன்னார் ‘ மறுக்கிறேன். உங்கள் கூற்றை மறுக்கிறேன். இந்த நாட்டை விடவும் காதல் பெரியது...’

‘பைரவா, காலம் உன்னை மறந்துவிடும்..’

‘இருக்கலாம். வரலாறு திரும்பவும் என்னை நினைவூட்டும்...’

‘வந்தே மாதரம், வந்தே மாதரம்.’

மார்த்தாண்டர் ஒரு நொடி அவ்விடத்தில் நின்றார். வந்தே மாதரம் எனக் கூக்குரலிட்டவனை அருகினில் அழைத்தார். ‘நீ காங்கிரஸ் பேரியக்கத்தைச் சேர்ந்தவன், அப்படித்தானே?’

‘ஆமாம்’

‘நீங்கள் அந்நிய இரத்த வாரிசுக்கு எதிராக நிற்பவர்கள்...’

‘ஆமாம், வெள்ளையனே வெளியேறு...’

‘நீங்கள் பார்க்கத்தான் போகிறீர்கள். இந்தியா சுதந்திரம் அடையத்தான் போகிறது. நீங்கள் உங்கள் காங்கிரஸ் இயக்கத்தையும் இந்த தேசத்தையும் அந்நிய இரத்த உறவிடம் கொடுக்கத்தான் போகிறீர்கள்....’

‘அப்படியொன்று ஒரு போதும் நடக்கவே நடக்காது. வந்தே மாதரம்...’

மார்த்தாண்டர் அச்சிறுவனின் முதுகைத் தட்டியபடி சொன்னார் ‘வந்தே மாதரம்’

# 17

மார்த்தாண்ட பைரவர், காதல் மனைவியின் கரத்தை இறுகப் பற்றினார். மனைவியை மார்போடு அணைத்தார். மாமன்றத்தை ஒரு கணம் ஏறிட்டு பார்த்தார். அவருக்காக கண் கலங்க அம்மன்றத்தில் கொஞ்சப் பேர் இருந்தார்கள். அவர்களைப் பார்த்து கண்களால் பனித்தார். மெல்லத் தலையை ஆட்டினார். மனைவி நிறைமாதக் கர்ப்பிணியாக இருந்தாள். அவளது ஒரு கையை இறுகப் பற்றிக்கொண்டு மாமன்றத்தை விட்டு வெளியேறினார்.

புதுக்கோட்டை கண்ணீர் வெள்ளமானது. கீழ ராஜவீதி, வடக்கு வீதி, தெற்கு வீதி, பிருந்தாவனம், அரண்மனைத் தெரு, கோட்டை வாசல், அரண்மனைவாசல், பிரகஹதம்பாள் முற்றம்.. என நிறைந்திருந்த மக்கள் கண்ணீர் கம்பலையுடன் நின்று கொண்டிருந்தார்கள்.

அவர் காதலைத் துறந்தால் அரண்மனைக்கு ஏற்றிச் செல்வதாக இருந்த குதிரைகள் பின்னங்கால்களால் தரையை உராய்த்து, உரக்க ஒரு கனைப்பு கனைத்து, தலையைக் கீழே தொங்கவிட்டபடி நின்றன. தெற்கு அரண்மனைத் தெருவில் ஆரத்தி எடுக்க நின்ற புதுமைப் பெண்கள் ஆரத்தித் தட்டை தரையில் எறிந்து, கண்ணீர் சிந்தி நின்றார்கள்.

அத்தனை நேரம் அரண்மனை வாயிலில் காவலுக்கு நின்றிருந்தவர்கள் ஆள் மாறியிருந்தார்கள். கோட்டை பணியாளர்கள் கோட்டையை விட்டு வெளியேறினர். கோட்டைக்கு வெளியில் இருந்தவர்கள் கோட்டைக்குள் குடியேறினர்.

நகர வீதிகளில் மகளிர் கூட்டத்தினர் கண்ணீர் கம்பலையுடன் நின்றிருந்தார்கள். ஆடவர்கள் தலையில் கை வைத்தபடி உட்கார்ந்திருந்தார்கள். மார்த்தாண்ட பைரவர், சென்னை துறைமுகம் சென்று சேர்ந்திருக்க மாட்டார். அதற்குள் சிலரின் கைக்குச் சமஸ்தானம் போயிருந்தது. சிலருக்குப் பொன்னும், சிலருக்குப் பொருட்களும் போயிருந்தன. சிலருக்கு அரண்மனையே போதுமென இருந்தது. சிலருக்குத் தோட்டமும் துரவும். சிலருக்கு ஊழியம். சிலருக்கு அதிகாரம். அரண்மனைக் காப்பாளர்கள்

மெய்க்காப்பாளர் ஆனார்கள். மெய்க்காப்பாளர்கள் மணியக்காரர் ஆனார்கள். மணியக்காரர்கள் அம்பலகாரர்கள் ஆனார்கள்.

குடிகள், விடுதிகள், நகர்கள், பட்டித்தொட்டிகள்,... யாவும் மார்த்தாண்ட பைரவத் தொண்டைமானை முற்றிலும் மறந்து, புதிதாக மன்னர் பதவி ஏற்றிருந்த ராஜா ராஜகோபாலத் தொண்டைமான் பெயரை உச்சரிக்கத் தொடங்கின.

பாட்டன் எத்தனை முயற்சிகள் எடுத்தும் கடைசியாக மார்த்தாண்ட பைரவத் தொண்டைமானைப் பார்க்க முடிந்திருக்கவில்லை. சமஸ்தானத்தின் மன்னர் மாறி சமஸ்தானம் இந்திய குடியரசுடன் இணைந்ததற்குப் பிறகு அவனுடைய மனதில் மன்னராக இருந்தவர் மார்த்தாண்ட பைரவத் தொண்டைமானாகவே இருந்தார்.

மன்னரைத் தினம் தினம் அவரால் நினைக்காமல் இருக்க முடிந்ததில்லை. கணநேரமும் அவர் நினைப்பாகவே இருந்தார். பகல் நேரத்தில் வேட்டைக்குச் செல்கையில் அவரது ஆட்சியைக் குறித்த செய்தியை மரங்களிடம் சொல்லிச் செல்வதாக இருந்தார். தொட்டிலில் தூங்கும் குழந்தைக்கு மார்த்தாண்ட தொண்டைமான் கதையைச் சொல்லி தூங்க வைப்பதாக இருந்தார். பெரியவர், சிறியவர் என்கிற பேதமின்றி யாரையேனும் வழியில் பார்த்தால் அவரைப் பற்றிய கதையைச் சொல்லி தேம்பி அழுவதாக இருந்தார். மகன்களை மார்போடு அணைத்து மார்த்தாண்ட பைரவத் தொண்டைமான் கதையைச் சொல்லி குழந்தைகளைத் தூங்க வைத்தார். அவர் மீதான அழுகையில் அவரே கொஞ்ச நேரம் தூங்கவும் செய்தார். அவர் கடைசியாக உச்சரித்த பெயரும் நினைவும் மார்த்தாண்ட பைரவத் தொண்டைமான் பற்றியதாக இருந்தன.

# 18

‘எங்க குலசாமி கருப்பண்ணாசாமிக்குப் பிறகு நாங்க தெய்வமா நினைக்கிறது பாட்டனைத்தான். பாட்டன் வாழ்ந்த காலம் வரைக்கும் அவர் நல்ல மரியாதையோடதான் வாழ்ந்திருந்தார். அவருக்குப்பின்னே எங்க பாடுதான் நாய்ப்பாடாயிருச்சு. அவருக்கு இருந்த மரியாதயில பாதிகூட எங்களுக்குக் கிடைக்கிறதில்ல. மற்ற ஜாதிய விடுங்க, எங்க ஜாதிச் சனங்க கூட எங்கள மனுசனா மதிக்கிறதில்ல.

எங்க பசங்களுக்குப் பொண்ணுக்கேட்டு பக்கத்து ஊரு சாதி சனத்துக்கிட்ட போனால் நாங்க படுற அவமானம் சொல்லி மாளாது. நாங்க வேட்டையாடிகளாம். நாடோடியாம்... அணில், எலி, நரினு கண்டத அடிச்சி ஆக்கித் திங்கிறவங்கனு பேசுவாங்க. எங்களோட சம்மந்த ஒறவு வச்சிக்கிற யாரும் விரும்புறதில்லை. ஒரு பொண்ண நாங்கப் பெத்து வளர்த்து அதைப் புடிச்சிக் கொடுக்கிறதுக்குள்ள நாங்க படாதபாடு பட்டுப்போயிடுறோம். எங்க சம்மந்த ஒறவு தீத்தான்விடுதி, ஊரணிபுரம், வல்லம், தஞ்சாவூரு சீம பக்கந்தே. அதையும் பொண்ணுகள கட்டிக்கொடுத்த இடத்தில பொண்ணுக பொறந்தா பொண்ணு எங்களுக்குத்தா வேணுமெனச் சொல்லிவச்சி பையங்களுக்குப் பேசி முடிக்கணும்...

கல்யாணத்த பெரிசா பண்ணிக்கிறதில்ல. பெரிசா பண்ணி என்னத்துக்கு ஆகுது. தாலிகட்டி பொண்ணையும் மாப்பிளையும் நாலு மைல் தூரம் நடந்தேல்ல அழச்சிக்கிட்டு வரணும். எதாவது கோயில்ல தாலிகட்டி பக்கத்து ஓட்டல்ல சாப்பிட்டு வீடு வந்து சேர்ந்திடுவோம்.

இன்னைக்கும் நாங்க வேட்டையாடுறத நிறுத்துறதில்ல. வீட்ல ஆடு, மாடு வளர்க்கிறமோ இல்லையோ வீட்டுக்கு வீடு நாய் வளப்போம். எங்க ஊர் நாய்ங்கக்கிட்ட வேற எந்த ஊரு நாயும் வாலாட்ட முடியாது. தொடைத்தண்டி உடும்ப ஒத்த நாய் கடிச்சித் தூக்கிக்கிட்டு வரும்...

மழக்காலத்தில ஊரவிட்டு வெளியே போக முடியாது. கோடக் காலத்தில ஊருக்குள்ள இருக்க முடியாது. எல்லா ஊரு வெயிலப் போலல்ல எங்க ஊரு வெயிலு. தரையில கால வச்சா ஏன்டா

ணைவக்கிறேனு உதைக்கும். களியும் உவரும் கலந்த மண்ணு. கோடையில பித்த வெடிப்பைப் போல தரை பொளந்து கிடக்கும். பொந்துக்குள்ள தேளு, பூரான், சுருட்ட, புடையன், கண்ணாடி விரியன்னு பூச்சிப்பட்டைங்க ஒளிஞ்சி மறைஞ்சிருக்கும்.

ராத்திரிப்பட்டா கால்ல குத்தினது விஷமா, முள்ளா, தரையானு தெரியாது. மழக்காலத்தில பதிஞ்ச காலடித் தடங்க கோடைக்காலத்தில முள்ளா, ஊசியா மாறி காலப் பதம் பார்க்கும். இதுல தான் எங்க ஊரு பிள்ளைங்க பள்ளிக்கோடத்துக்கு போயிட்டு வந்துக்கிட்டிருக்குங்க.

அஞ்சாவது ஆறாவதுதான் எங்க ஊரப் பொருத்த வரைக்கும் பெரிய படிப்பு. ஒரே ஒரு புள்ள மட்டும் காலேஜ் வரைக்கும் போயிட்டு வந்திருக்கு. அதுவும் அம்மாச்சி ஊர்ல இருந்து படிச்சதாலே அதுவும் முடிஞ்சிருக்கு. பசங்க கோடைப்பட்டா கரூரு, திருப்பூரு, ஈரோடு பக்கம் போயிடுவாங்க. மழக்காலத்தில ஊருக்கு வந்திடுவாங்க. மழக்காலத்தில வீட்ல ஆளு இருக்கணும். ஒரு வருசம் இல்லாமதான் ரெண்டு மூணு பேர ஆத்து வெள்ளத்தில இழந்தோம்.

இப்ப கன்னுக்குடிப்பட்டிக்கு அங்காடி வந்திருச்சு. அதுக்கு முன்னாடி கல்லாக்கோட்டை வரைக்கும் போவணும். ஆறு மைல் தூரம். நாங்க போய் சேர்வதுக்குள்ள புழுத்துப்போன அரிசிதான் வாய்க்குக் கிடைக்கும். மண்ணெண்ணெ முடிஞ்சி போய் ஏமாற்றம்தான் மிஞ்சும்.

ஊருக்குள்ள கடைக்கண்ணி கிடையாது. எங்களுக்குப் பள்ளிக்கொடம் இல்லாட்டியும் பால்வாடியாவது இருந்தா, அதையும் வாரத்துக்கு ஒரு நாளைக்கேனும் தொறந்தாக்கூடா புள்ளைங்க வாரத்துக்கு ஒரு நாளாவது அரசாங்க சோத்துல பசியாறுங்க. பால்வாடிக்கு போறதின்னா கன்னுக்குடிப்பட்டிக்குத்தான் போகணும். ஒரு ஆப்பச் சோத்துக்காக தட்டைத் தூக்கிக்கிட்டு அவ்ளோ தூரம் போக முடியுங்களா? அரசாங்கச் சோத்துக்குப் பதிலா மழக்காலத்தில நண்டு நத்தைகளயும், கோடைக்கு அணிலும், உடும்பும் அடிச்சி சமைச்சு சாப்பிட்டுக்கிறுவோம். நரி எப்பவாச்சும் கிடைக்கும். அதையும் நல்ல விலை வந்தா வித்திடுவோம்.

இப்பதான் டாஸ்மாக். அப்ப எரி சாராயந்தே. எரிசாராயக் கடை முக்கத்துக்கு முக்கம் எரிச்சி வித்த காலத்தில போலீஸ் கெடுபிடி

அதிகரிக்க ஒரு நாளைக்கு நாலைஞ்சு பேரென வருவாங்க. வந்து விடிய விடிய ஆச வார்த்தையாப் பேசுவாங்க. நீங்க ஒரு வசதியுமில்லாம இருக்கீங்க. நீங்க இருக்கிற எடத்துக்குப் பட்டாக்கூட கிடையாது. பட்டா வாங்கித்தாறதும் புழங்க எடம் வாங்கித் தாறதும் எங்கப் பொறுப்பு. நாங்க கொடுக்கிற வேலைய நீங்க செஞ்சா அத்தனையும் செஞ்சுத் தருவோமெனச் சொன்னாங்க. நாங்களும் தலைய ஆட்டினோம். அத்தன நேரம் சத்தமாப் பேசுனவங்க அதுக்குப் பிறகு குசுகுசுனு பேசுனாங்க. என்னனு காதுக்கொடுத்து கேட்டா, எரிசாராயம் எரிச்சித்தரணுமெனக் கேட்டுக்கிட்டாங்க. சாராயமா, நாங்க மறுத்தோம்.

நாங்க கொடுக்கிற வேலையச் செய்யலைன்னா.. நீங்க வெளியூரு போயிட்டு வர பாதை விட மாட்டோம். நீங்க சுடுகாடு பயன்படுத்திற எடம் எங்க இடத்தில இருக்கு. அதை விட்டுக்கொடுக்க மாட்டோமென மிரட்டினாங்க. வேற வழியில்லாம சம்மதிச்சோம்.

இப்ப இருக்கிறத விடவும் அப்போதைக்குப் பெருங்காடு. போலீஸ்க்காரங்க உள்ளே வந்திட்டு வெளியே போக முடியாது. அப்படியான காடு. எரிச்சிக்கொடுக்கிறது மட்டுந்தே நாங்க. அதைக் கடத்துறது, விற்கிறது, மாமூல் கட்டுறது எல்லாம் அவங்கதே.

ஒரு நாளு அவங்க கொடுத்த வாக்குறுதியக் கேட்டோம். ஊருக்குப் பாதையும் நாங்க இருக்கிறதுக்குப் பட்டாவும் புழங்க எடமும் தருவதாகச் சொன்னீங்களே எப்ப தருவீங்கனு கேட்டோம். ஆளுக்குப் பத்தாயிரம் ரூவா தாங்கனு சொன்னாங்க. பொண்டாட்டிப்புள்ளை கழுத்து, கையில கிடந்த குண்டுமணி நகைகல வித்து கையில இருந்த அஞ்சுப்பத்து பணத்தைச் சேர்த்து நம்பிக்கப்பட்ட ஆளுக்கிட்ட கொடுத்தோம். இந்தா பட்டா போட்டுத் தாறேன், அந்தா பட்டா போட்டுத் தாறேனு இழுக்கடிச்சாங்க. ஒரு நாளு புள்ள, பொண்டாட்டிங்க அத்தன பேரும் திரண்டுப் போய் பணம் கொடுத்தவருக்கிட்ட கேட்டோம். அவர் ஏற்பாடு பண்ணிக்கிட்டுதான் இருக்கேன்னாரு.

அவரு மேல எங்களுக்கு நம்பிக்க இல்ல. கொடுத்தப் பணத்தைக் கேட்டோம். போங்க நாளைக்கு வருவோமெனச் சொன்னாங்க. மறுநாளு அர்த்தராத்திரியில நான்கைந்துப் பேருங்க வந்தாங்க. அத்தன பேரும் போலீஸ்காரங்க. குடிசையத் தட்டி

எழுப்பினாங்க. குடிசைக்குள்ள நுழைஞ்சு தேடினாங்க. என்னதத் தேடுறீங்கனு கேட்டோம். உங்கள்ள எத்தன பேரு சாராயம் எரிக்கிறீங்கனு கேட்டாங்க. எப்பவெல்லாம் கொடுத்த பணத்தைக் கேட்டு போகிறோமோ அப்பவெல்லாம் போலீஸ்காரங்க வீட்டுக்கு வருவதா இருந்தாங்க...

அதுக்குப் பொறகு நாங்க சாராயம் எரிக்கிறத்த அடியோட நிறுத்திட்டோம். ஆனா ஆங்காங்கே சாராயம் எரிக்கிறதப் பார்த்தோம். அவங்க எங்க ஊரச் சொல்லி எரிச்சவங்களா இருந்தாங்க.

இன்றைக்கு மாதிரி அன்றைக்கு முத்தன் பள்ளமுனா யாருக்கும் தெரியாது. ஒத்த வீடெனச் சொல்லணும். ஒத்த வீடுனாலே அது சாராயம் எரிக்கிற எடமென சுற்று வட்டார ஊருங்க பேசும் படியாப் பண்ணிட்டாங்க. இதெக் காரணமா வச்சு எங்கச் சாதி சனம் மக்களே எங்கள புறக்கணிச்சிட்டாங்க. எங்க சாதிக்குள்ள நாங்க ரெண்டாம் குடிதான்.

நாங்க புழங்கிற, ஓடி விளையாடுற எடம் எங்க எடமுனுதான் நாங்க நினைச்சிக்கிட்டு இருந்தோம். ஒரு நாளு எல்லா எடத்தையும் ஏரு கட்டு ஓட்டுனாங்க. நாங்க வாய், வயித்தில அடிச்சிக்கிட்டு ஏருகளத் தேக்கினோம். அவங்க அய்யாங்க ஓட்டச் சொன்னாங்க, ஓட்டுறோமெனச் சொன்னாங்க. அவங்க சொல்ற அய்யாங்கள போய் கேட்டோம். அவங்க, அவங்கப் பேர்ல இருந்த பட்டா, பத்திரத்த எடுத்துக்காட்டுனாங்க. எங்க தலையில இடிதான் விழுந்துச்சு.

நாங்க புழங்கிய எடம் எங்களுக்கில்லாம மத்தவங்கப் பேர்ல இருக்கே, எனக் கேட்டோம். இது எங்க பரம்பர சொத்தென உரிமை பேசுனாங்க. கடைசி கடைசினு ஒரு வழி இருந்துச்சு. நாங்க புள்ள பொண்டாட்டி நகைய வித்து கொடுத்த பணம் இருக்கிது இல்லையா அதையாவுது வாங்கலாமென ஓடினோம். அவருகிட்ட பணத்தைக் கேட்டு கைக்கட்டி நின்னோம். போங்க, உங்களுக்கான எடத்துக்கு ஏற்பாடு பண்ணிக்கிட்டுதான் இருக்கேன்னாங்க. இன்னைக்கு வரைக்கும் பணம் வந்து சேரல. எடமும் கைகூடல.

வெயில் காலம் வந்தா கீழச் சீமப்பக்கம் பொழைக்க போயிடுவோம். மழக்காலம் வருவதுக்குள்ள ஊருக்குத் திரும்பி

வந்திருவோம். இல்லேன்னா கூலி நெல் மூட்டைகள வீட்டுல கொண்டுபோய்ச் சேர்க்க முடியாது. வண்டிய அம்புக்கோயிலு ரோட்டுல நிறுத்தி வச்சிட்டு நெல் மூட்டைகள நாலு மைல் தூரம் நடந்தே தூக்கிட்டு வருவோம்.

நாங்க கையெடுக்கிற சாமிக்கிட்ட வேண்டிக்கிறது ஒன்னுதான். எங்கள பெத்த தாயி, தங்கப்பனுங்க உசிரு போவதா இருந்தா கோடையில போகணும்.. நாலஞ்சு வருசத்துக்கு முன்னாடி மழக்காலத்தில ஏ அப்பன் செத்துப் போனுச்சு. கேதம் சொல்லிப்போக முடியல. வாச முழுக்க நரியாத்து வெள்ளம். கூரை வரைக்கும் தண்ணீ. இருபது நாளு விட்டத்து மேல ஏ அப்பன வச்சிருந்து நாறிப்போயி, புழு மொய்க்க வாசல்ல வச்சி எரிச்சி ஆத்துக்குள்ள கொட்டுனோம்.

ஊருக்குப் பாதைகேட்டு, பல தடவ கலெக்டருக்கிட்ட மனு கொடுத்திருக்கோம். ரெண்டு முற எங்க ஊருக்கு ஆபிசருங்க வந்திருக்காங்க. அவங்க வந்து பார்த்திட்டு சொல்றது ஒன்னுதான். 'இந்த எடத்த விட்டு வந்திருங்க. உங்களுக்கு நாங்க சிமெண்ட் வீடு கட்டித் தாறோம்...'. எப்படிங்க இந்த எடத்த விட்டுட்டு நாங்க போக முடியும்? போனா என்ன நடக்கும். இந்த எடம் ஏ பேர்ல இருக்குதென யாராச்சும் பட்டா போட்டுக்கிருவாங்க. நாங்க புழங்கிய எடமே எங்களுக்குக் கிடைக்காதப்போ எடத்த விட்டு போனால் என்ன நடக்குமென எங்களுக்குத் தெரியாததில்ல என்ன? இந்த எடத்த விட்டு போறதுக்கா நாங்க இத்தன வருசம் இந்த ஊர்ல மழயிலயும் வெயில்லயும் கிடந்து தவிச்சோம்.

குடிதண்ணீக்கு வழியில்ல. தண்ணீ எடுக்க அதோ பாருங்க தெரியுது மானிய வயலு. அங்கே போகணும். மானிய வயலு எங்க ஊரப் போல தீவுதான். அதில வாழுறது சேரி சனமுனாலும் அதில குடியானவங்க வீடு ரெண்டு, மூணு இருக்கு. அதனால அந்த ஊர்ல எல்லா வசதியும் இருக்கு. எங்க ஊர்ல நாங்க மட்டுந்தே குடி. அதான் இப்படி! தண்ணீ எடுக்க காலையில போனா திரும்பி வர மத்தியானமாயிடும். என்ன செய்ய, வாயில சோத்த வைக்காம இருந்திடலாம். நாக்குல தண்ணிய படாம இருக்க முடியுங்களா?

எங்க ஊருக்குள்ள ஓட்டுக்கேட்டு எந்தக் கட்சியும் வந்ததில்ல. இத்தனைக்கும் நாங்க எம்.ஜி.ஆர் விசுவாசிங்க. ரெண்டு மூணு வருசத்துக்கு முன்னாடி ஒரு முற கம்யூனிஸ்ட் கட்சிக்காரங்க

வந்தாங்க. அவங்க நாங்க படுற கஷ்டத்தப் பார்த்து நோட்டீஸ் போட்டாங்க. உண்ணாவிரதமிருந்தாங்க. அதில எங்கள்ல ஒன்றிரண்டு பேரும் கலந்துகிட்டோம் அந்தப் போராட்டத்தினாலே ஒரே ஒரு போர்வெல் கிணறு கிடைச்சது. அதுக்குப் பிறகுதே தண்ணீ பஞ்சம் தீர்ந்துச்சு. ஆறு மாசத்துக்குப் பிறகு அதுவும் சீர்க்கெட்டு போயிருச்சு. ஆறு மாசம் அப்படியே கிடந்துச்சு. மறுபடியும் தண்ணீக்கா மானியவயல் ஊரைத் தேடி போக வேண்டியதாயிருச்சு.

தூறல் கனமாகத் தூறுனா தரையில கால் வைக்க முடியாது. அதலப்பாதாள மனுசன் பூமிக்குள்ள இழுக்கிற மாதிரி கால்கள உள்ளே இழுக்கும். மாட்டு வண்டிக்கூட ஊருக்குள்ளே வர முடியாது. பிறகு மனு மேல மனுக்கொடுத்து நாளு தம்பிங்க வந்து சீர்ப்பண்ணிக் கொடுத்திட்டு போனாங்க.

எங்க ஊர்ல நின்னு பார்த்தா எல்லா ஊர்லயும் லைட்டு எரியுறது தெரியும். எங்களுக்கென ஒரே வெளிச்சம் வானத்து வெளிச்சம்தான். கலைஞரும், ஜெயலலிதாம்மாவும் குடிசைக்கு லைட்டு கொடுத்து, ஊர் ஒலகமே லைட்டா எரிஞ்சுச்சு. எங்க ஊருல மட்டும் காண்டா விளக்குதான். கலைஞரு கொடுத்த டீவி, ஜெயலலிதாம்மா கொடுத்த மிக்ஸி, கிரேண்டரு எல்லாத்தையும் வித்துதான் தின்னோம். வேற வழி? கரெண்ட் வேணுமில்லையா!

ஒரு நாளு நாலைஞ்சு வாலிப தம்பிங்க வந்தாங்க. யாரோ அவங்களுக்குச் சொல்லித்தான் அவங்களும் வந்தாங்க. வந்தவங்க நாங்க இருட்டுல வசிக்கிறதப்பத்தி ரொம்பக் கவலப்பட்டாங்க. அவங்க ஜனநாயக வாலிபச் சங்கத் தம்பிங்க. அவங்க ஆங்காங்கே வசூல் பண்ணி போராட்டம் நடத்தி கரம்பக்குடி, கந்தர்வகோட்ட ரெண்டு ஒன்றியத்திலயும் மனு மேல மனு கொடுத்து எங்க ஊருக்குக் கரெண்ட் வசதி செஞ்சுக் கொடுத்தாங்க. போன வருசம் தான் அந்தக் கரண்டும் வந்து சேர்ந்துச்சு.

குடிசை லைட்டுனாலும் குடிசைக்குப் பட்டா வேணும்ல. இதிலிருந்து இது வரைக்கும் எங்க எடம், இதுக்கு அங்கிட்டு அவங்க எடமென அத்து வேணும்ல. எங்கக்கிட்ட அதெல்லாம் இல்லெ.

ரெண்டு மாசத்துக்கு முன்னாடி கூட ஒரு பேப்பரு பாக்கியில்லாம எங்க ஊரைப் பத்திய செய்தி வந்துச்சு. பிறகு கலெக்டரு வந்தாரு. அவரு நாலு மைல் தூரம் நடந்தே வந்தாரு. எல்லாரும் எங்களப்

பார்க்கிற மாதிரிதான் அவரும் பார்த்தாரு. எல்லா ஆபிசரும் கேட்கிற அதே கேள்வியத்தான் அவரும் கேட்டாரு. 'எப்படி இந்த ஊர்ல இருக்கீங்க. இந்த ஊர விட்டு வெளியே வாங்க. உங்களுக்குச் சகல வசதியோட வீடு கட்டித் தாறோம்.' நாங்கச் சொல்லிட்டோம். இந்த ஊருக்கு வசதி செய்து தருவதா இருந்தா தாங்க. முடியாதுனா விட்டுடுங்க. இந்த ஊர்ல எப்படிக் காலம் தள்ளுறதுனு எங்களுக்கு எங்க பாட்டன் சொல்லிக்கொடுத்திருக்கான். அத வச்சி நாங்க பொழச்சிக்கிறுவோமெனச் சொன்னோம். அதுக்குப்பொறகு யாரும் இந்த ஊருக்குள்ள வந்ததில்ல. நீங்கதான் வந்திருக்கீங்க...

பாட்டன் மட்டும் இந்த எடத்துல சிங்கப்பூர்னு நினைச்சி கால் வைக்காம இருந்திருந்தா, இப்படியான வாழ்க்க விதி எங்க தலையில விழுந்திருக்காது. இந்தக் கதைய நான் சொல்லிருக்க வேண்டியதில்ல. நீங்களும் இவ்ளோ நேரம் காதுகொடுத்து கேட்டிருக்க வேண்டியதுமில்ல. எல்லாம் பாட்டன் செய்த சித்தம்....' என்ற அவர் வெற்றிலையை எடுத்து காம்பைக் கிள்ளி கடாவாய்க்குள் குதப்பிக்கொண்டு மாடுகளை விரட்ட ஓடினார்.

# 19

**நா**ன், பாட்டன் வழியே முத்தன் பள்ளத்தை நினைத்து பார்த்தேன். என் மனம் கனப்பதாக இருந்தது. பணம், வசதி, ஆடம்பரம், கேளிக்கை என இருந்துகொண்டிருந்த நான் முத்தன் பள்ளத்திற்குள் கால் வைக்கையில் என் மனம் என்னையும் அறியாமல் நிலைகுலைந்தது.

இதற்குப் பிறகும் இந்தப் போக்கிமான் விளையாட்டை விளையாடத்தான் வேண்டுமா, என்கிற கேள்வி மனதில் எழுந்தது. எனக்கு முத்தன் பள்ளத்தைக் காட்டிக்கொடுத்தது போக்கிமான் விளையாட்டு தானே. இதைக் கடைசி வரைக்கும் விளையாண்டு பார்த்துவிடுவோம், என்றவனாய் அவ்விளையாட்டை விட்ட இடத்திலிருந்து தொடங்கினேன்.

ஒரு மைல் தூரத்தில் அவ்வூர் இருப்பதாக கூகுள் வரைபடம் காட்டியது. வரைபடம் காட்டும் வழியில் போக்கிமான நடந்துகொண்டிருந்தது. நான் அவ்வழியில் நடையைக் கூட்டினேன். வெள்ளப் பெருக்கிலிருந்து மீண்டு குளத்தின் கரையில் ஏறினேன். பாதை வளைந்து நெளிந்து சென்றது. ஆயிரத்து எண்ணூறுகளில் இருந்த கிராமத்தைப்போல அவ்வூர் இருந்தது. இரண்டாயிரத்து பதினாறு காலத்தைப் பிடிக்க அவ்வூருக்கு இன்னும் நூற்றாண்டு தேவைப்படும் போலிருந்தது.

என் கண் முன்னே தெரிந்த வீடுகளைக் கூகுள் வரைபடமாக காட்டியது. ஊருக்குள் நுழையுமிடத்தில் ஒரு பனை மட்டையால் வேயப்பட்ட ஒரு வீட்டினைக் கூகுள் காட்டியது. அதையொட்டி ஒரு குடிசை தெரிந்தது. அவ்வீட்டினையொட்டி ஒத்தையடிப் பாதை போனது. அங்கொன்றும் இங்கொன்றுமாக குடிசைகள். ஊருக்குள் சற்று ஒதுக்குப்புறமாக ஒரு குளம். குளத்தைச் சுற்றிலும் புதர்க்காடுகள். பள்ளிக்கூடம் என்கிற ஒன்று இல்லை. அங்கன்வாடி இல்லை. அங்காடி, பெட்டிக்கடைகள் இல்லை. இத்தனையும் இல்லாத ஊரில் வீட்டுக்கொரு பதாகைகள் இருந்தன.

முத்தன் பள்ளம் ஊருக்குள் நுழையுமிடத்தில் ஒரு தலைவர் வீரியத்துடன் நின்றுகொண்டிருந்தார். முத்தரையர் எனும் ஒரே இனத்தவர்கள் வாழும் ஊராக அவ்வூர் இருந்தது. அவ்வூரைச் சுற்றியிருந்த அம்புக்கோவில், கரம்பக்குடி, புதுப்பட்டி,

அண்டனிவயல், மனவயல் ஊரார்களின் மொத்த விளைச்சல் நிலங்களும் முத்தன் பள்ளத்தில்தான் இருந்தன. அத்தனை பரந்து விரிந்த நிலம் யார்யார் பெயருக்கோ பட்டாவாகி இருந்தது.

முத்தன் பள்ளம் குடியிருப்பில் ஐம்பது குடியிருப்புகள்; கூரைத் தண்ணீர் வழிந்தோட ஓரங்குலம் நிலம், எச்சில் துப்பத் துண்டுகாணி இடம் இல்லாமல் இருந்தன. இந்த இடங்கள் தம் பெயருக்குப் பட்டா மாற்றித் தருவதாகச் சொல்லி வந்தவர்களிடம் பணத்தைக் கொடுத்து ஏமார்ந்துபோனவர்களாக அவ்வூர் மக்கள் இருந்தார்கள்.

முத்தன் பள்ளம் கிராமக் குழந்தைகள் ஓடித் திரிந்திருந்த இடங்கள் வேறொருவருக்குப் பெயராகி இருந்தன. குடியிருப்பிற்குள் வந்துபோக அவர்களுக்குச் சாலை வசதி இல்லை. செத்தால் தூக்கிச் செல்லப் பாதையில்லை. ஊரே சுடுகாடாக இருக்கையில் அவ்வூருக்கென தனியே சுடுகாடு தேவையில்லை, என்பதாக இருந்தது.

ஐம்பது குடிசைகள் இருந்தன. அத்தனையும் பனை மட்டைகள் வேயப்பட்ட குடிசைகள். ஒவ்வொரு வீட்டைச் சுற்றிலும் கருவை, சூரப்பத்தைப் படர்ந்த புதர்க்காடுகள். இரட்டைப் பனை மரங்கள் இருந்தன. அதன் அடிவாரததில் ஒரு வேல் ஒன்று ஊன்றியிருந்தது. அதன் கீழ் விபூதி பொட்டலங்கள் இருந்தன.

வீடுதோறும் நாய்கள் இருந்தன. ஆடுகள் இருந்தன. ஒன்றிரண்டு வீட்டில் காளைகளும் பசுக்களும் இருந்தன. ஒரு வீட்டில் மட்டும் மாட்டு வண்டி இருந்தது. எந்த வீட்டிலும் கழிப்பறை என்கிற ஒன்று இல்லை. இரண்டு பேர் மட்டும் அதிகபட்சமாக பத்தாம் வகுப்பு படித்திருந்தார்கள். ஆண்கள் உடம்பில் மேற்சட்டை இல்லாமல் இருந்தார்கள். ஒருவரேனும் அந்த ஊரிலிருந்து வெளிநாடு போயிருக்கவில்லை. பெண்கள் தலைவிரிக்கோலமாக நின்றார்கள். உழைத்த அசதி முகத்தில் தெரிந்தது. அவர்களின் வயிறு முத்தன் பள்ளத்தைப் போலவே குழி விழுந்துபோயிருந்தது.

பலரும் பசி நோயினால் தோய்ந்துபோயிருந்தார்கள். அவர்களின் கண்கள் இடுங்கிப்போயிருந்தன. பற்களில் கறை இருந்தது. சிறுவர், சிறுமிகள் ஆடையில்லாமல் ஓடித் திரிந்தார்கள். ஆண்கள், பெண்கள் இருவரும் ஒரு புதரின் மறைவிடத்தில் ஒருவரையொருவர் முதுகு தெரிய வெளிக்குப் போய்க்கொண்டிருந்தார்கள்.

ஒரு வீட்டில் மட்டும் இருசக்கர வாகனமிருந்தது. இன்னொரு வீட்டில் சைக்கிள் இருந்தது. பெண்கள் வரிசையாகத் தண்ணீர்க்குடம் சுமந்துகொண்டு வந்தார்கள். ஆண்கள் மாடுகளுக்குத் தண்ணீர் காட்டிக்கொண்டிருந்தார்கள்.

சிறுமிகள் பதாகையை விரித்து வட்டமாக உட்கார்ந்து கோலி விளையாடினார்கள். சிறுவர்கள் தாயம் உருட்டினார்கள். சிறுவர், சிறுமிகள் அம்மணமாக நின்றார்கள். பெரியவர்கள் கோமணத்துணியோடும் கிழவிகள் மேலாடை இன்றியும் இருந்தார்கள்.

வீட்டுக்கு வீடு நான்கு கற்கால்களை ஊன்றி பரண் அமைத்திருந்தார்கள். அதன்மேல் கடலைக்கொடி சருகுகளாக இருந்தன. கட்டித்தறியில் கட்டிக்கிடந்த காளைகள் தலையை நீட்டி எட்டி அதை இழுத்துத் தின்றுகொண்டிருந்தன. ஆடுகள் புழுக்கையைப் போட்டவாறு 'ம்மே....' எனக் கத்திக்கொண்டு அசைபோட்டுக்கொண்டிருந்தன. சேவல்கள் பெட்டைகளை விரட்டிக்கொண்டிருந்தன.

நான் தெருவிலிருந்து பார்வையை எடுத்து ஆண்ட்ராய்டில் குவித்தேன். நான் நின்று கொண்டிருந்த இடத்தைத் திரை காட்டியது. நான் போக வேண்டிய வழியில் போக்கிமான் பொம்மை நடந்தவண்ணமிருந்தது. நான் அதன் வழியில் நடக்கத் தொடங்கினேன். ஒரு நாய் என்னைப் பார்த்து உறுமியது.

ஆண்ட்ராய்டு திரையில் ஒரு வீடு தெரிந்தது. வீட்டின் முன் ஒரு வைக்கோல் போர் இருந்தது. திரையிலிருந்து பார்வையை எடுத்து வெளியைப் பார்க்கையில் அதேபோன்று வீடும் வைக்கோல்போரும் இருந்தன.

ஒரு வைக்கோல்போர் மடிந்து சிவந்து போயிருந்தது. அதை ஒரு பெரிய பதாகை மூடியிருந்தது. வைக்கோல் போரினையொட்டி இடது புறமாக ஒரு குறுகலான சந்து போனது. ஒரு திருப்பத்தில் போக்கிமான் பொம்மை திரும்பியது. நானும் திரும்பினேன். திருப்பத்தில் ஒரு வீடு இருந்தது. வீட்டின் குளியலறை ஒரு நடிகரின் பதாகையாக இருந்தது.

அவ்வூர் கல்லாக்கோட்டை பஞ்சாயத்திற்கு உட்பட்ட கிராமம். அவ்வூரின் அத்தனை பேர்களும் எம்.ஜி.ஆர் அரசியல் பேசினார்கள். பலர் அவரது முகத்தைப் பச்சை குத்தியிருந்தார்கள்.

மாட்டின் கொம்புகளில் கறுப்பு, வெள்ளை, சிவப்பு வண்ணப் பசைகள் அடிக்கப்பட்டிருந்தன.

நான் ஆண்ட்ராய்டில் போக்கிமான் பூச்சியைத் தேடினேன். கூகுள் திரை போக்கிமான் பூச்சி கடைசி வீட்டில் இருப்பதாகக் காட்டியது. நான் திரையிலிருந்து பார்வையை எடுத்துக் கடைசி வீட்டை நோக்கி நடக்கத் தொடங்கினேன்.

# 20

**மு**த்தன் பள்ளம் கிராமத்தின் கடைசி வீடு தனித்த வீடாக இருந்தது. குடிசை வீடு அது. வரகு வைக்கோலால் வேயப்பட்டு கூரை மக்கி ஒழுகி சுவரெல்லாம் கரைந்து, விழுந்து, கவிழ்ந்துபோயிருந்தது. கூரையை ஒரு பெரிய திருமண வரவேற்பிற்காக அடிக்கப்பட்ட பதாகை மூடியிருந்தது. இந்த வீட்டிற்குள்தான் போக்கிமான் பூச்சி இருப்பதாக எனது இணைய கேமரா காட்டியது.

நான் அந்த வீட்டை நெருங்கியிருந்தேன். வீட்டின் சுவர்கள் கிழிந்த பதாகைகளாக சுற்றப்பட்டிருந்தன. கழிப்பறைக்கென ஒரு பதாகை. மாட்டுக்கொட்டகைக்கு ஒரு பதாகை. நான் அவ்வீட்டு வாசலில் போய் நின்றேன். வாசலில் ஒரு பெரிய பதாகை விரித்துக் கிடந்தது. அதில் நிலக்கடலை காய்ந்துகொண்டிருந்தது. மற்றொரு பதாகையில் மிளகாயும் இன்னொரு பதாகையில் புளியும் காய்ந்து கொண்டிருந்தன. வாசலில் ஒரு பெண் நின்றுகொண்டிருந்தாள். அவளுக்கு அருகில் கிழிந்த ஆடையுடன் மேலாடை இல்லாமல் ஒரு சிறுமி நின்றாள். அவள் அம்மாவின் முந்தானையைப் பிடித்தவளாய் இழுத்துகொண்டு அழுதுகொண்டிருந்தாள்.

'நீங்க யார்..?' குழந்தையின் தாய் கேட்டாள்..

நான், 'போக்கிமான் கோ விளையாடிக்கொண்டிருக்கிறேன். நான் தேடி வந்த போக்கிமான் பூச்சி உங்க வீட்டில்தான் இருக்கிறது....' என்றேன். அத்தாய், 'அய்யோ, எங்க வீட்டில் பூச்சியா?!' என்றவாறு அலறினாள். 'எனக்குப் பயமாக இருக்கே. நேத்தைக்குத்தான் வீட்டுக்குள்ள பாம்பு அடிச்சேன். கண்ணாடி விரியன். இப்ப என்னவோ ஒரு பூச்சி இருக்கெனச் சொல்றீங்களே, முடியாத ஆம்பள வச்சிருக்கேனே கை கால்கள் விளங்காதவராச்சே. நான் என்ன செய்யபோறேன்' என்றவாறு தவித்தவள் பிறகு என்னைப் பார்த்து 'பூச்சி விஷப் பூச்சியாங்க?' எனக் கேட்டாள்.

நான் அவர்களுக்கு விளக்கத் தொடங்கினேன். இது ஒரு வகை விளையாட்டு என்றேன். தாய் மகளும் என்னை ஒன்றும் விளங்காதவர்களைப் போல பார்த்தார்கள்.

சிறுமி கேட்டாள். 'மாமா எங்க வீட்லயா போக்கிமான் பூச்சி இருக்கு?'

நான் அவளது கன்னத்தை அள்ளிக் கொஞ்சியவாறு 'ஆமாம், உங்க வீட்லதான் இருக்கு' என்றேன். அவளுக்கு அப்பெயர் மட்டும் பரிச்சயமாக இருந்தது. மற்றபடி அப்பூச்சி பற்றி அவளுக்குத் தெரிந்திருக்கவில்லை.

அவள் ஒவ்வொரு வீடாகச்சென்று எங்கள் வீட்டில் போக்கிமான் பூச்சி இருப்பதாக சொல்லிக்கொண்டு ஓடி வந்தாள். அவளுக்குப் பின்னே ஓடிவந்தவர்கள் குச்சியுடன் ஓடி வந்தார்கள். அவர்களைப் பார்க்கவே எனக்கு பாவமாக இருந்தது. அவர்கள் நல்ல பாம்மை அடிக்க வசதியாக நிற்பதைப்போல நின்றுகொண்டிருந்தார்கள்.

நான் அந்தச் சிறுமியின் கன்னத்தை செல்லமாகக் கிள்ளி, 'உன் பெயரென்ன?' என்று கேட்டேன். அவள் திக்குவாயால் 'கோடீஸ்வரி...' என்றாள்.

நான் என் அலைபேசியை எடுத்து கூகுள் காட்டும் வரைபடத்தைக் காட்டி இது உங்கள் ஊர் தானே எனக் கேட்டேன். அத்தனை பேரும் என்னை சூழ்ந்து அலைபேசி திரையில் மொய்த்தார்கள். 'ஆமாம், எங்க ஊரேதான்...' என்றார்கள். வரைபடத்தைக் கொஞ்சம் நகர்த்தி 'இது உங்கள் வீடு தானே?' எனக் கேட்டேன்.

அவள் இன்னும் ஓரடி முன்னால் எடுத்து வைத்து திரையை எட்டிப் பார்த்தாள். பிறகு என்னைப் பார்த்தாள்.' ஆமாம், ஆமாம்.....' என்றவாறு பற்கள் சிரிக்க சிரித்தாள்.

'உங்க வீட்டுக்குள் தான் போக்கிமான் பூச்சி இருக்கு' என்றேன்.

அவளுக்கு என்ன புரிந்ததோ, முந்தானையை எடுத்து இடுப்பில் செருகிக்கொண்டு 'உள்ளே வாங்க...' என்றவாறு என்னை வீட்டிற்குள் அழைத்தாள். குறுகலான குடிசையாக அது இருந்தது. குடிசையில் சுவர்களுக்குப் பதிலாக சுற்றிலும் பதாகைகள் நிறுத்தி கட்டப்பட்டிருந்தன. நான் தயக்கத்தோடு குடிசைக்குள் நுழைந்தேன். மேற்கூரையைப் பார்த்தேன். வீடு பதாகை மூடிய கூரையாக இருந்தது. கூரையில் அத்தனை துளைகள் இருந்தன. துளையின் வழியே சூரியக் கதிர்கள் பொட்டுகளாக வீட்டிற்குள் விழுந்துகொண்டிருந்தன.

ஒரு பதாகையை எடுத்து, விரித்து அதில் உட்காரச் சொன்னாள். நான் உட்காரக் குனிந்தேன். அதற்குளிலிருந்து ஒரு பெருச்சாளி

விழுந்தடித்து ஓடியது. அவள் விரித்திருந்த பதாகையில் காய வைத்திருந்த புளியில் ஒரு துண்டு ஒட்டியிருந்தது. நான் மெல்லக் கையை ஊன்றி அமர்ந்தேன்.

திருமண மண்டபங்களின் ஆடம்பரப் பதாகைகள் இங்கு அத்தியாவசிய ஒன்றாக இருந்தன. நகரங்களில் பதாகை என்பது ஆடம்பரம். முத்தன் பள்ளத்தில் அதுதான் கூரை. அதுதான் சுவர். அதுதான் தரை. அதுதான் காப்பகம்.

நான் குடிசைக்குள் இருந்தவாறு பார்வையை நாலாபுறமும் ஓடவிட்டேன். குடிசையின் ஓரத்தில் ஒன்றிரண்டு பதாகைகள் மடித்து வைக்கப்பட்டிருந்தன. குடிசையின் ஒரு மூலையில் பதாகை விரிக்கப்பட்டு அதில் தண்ணீர்க் குடம், சோற்றுப்பானை, குழம்புச் சட்டி,...என பல பாத்திரங்கள் அடுக்கி வைக்கப்பட்டிருந்தன. என் கவலையெல்லாம் போக்கிமான் பூச்சியைத் தேடிக் கண்டுபிடிப்பதிலேயே இருந்தது.

நான் போக்கிமான் பூச்சியைத் தேடினேன். எங்கே இருக்கும், ஏதோ ஒரு மூலையில்தான் இருக்க வேணும், என்று ஆண்ட்ராய்டைத் திறந்து இணைய கேமரா மூலம் பார்த்தேன்.

கேமராவில் ஒரு கயிற்றினால் பின்னப்பட்ட ஒரு கட்டில் தெரிந்தது. அதிலொரு பதாகை விரிக்கப்பட்டிருந்தது. அதிலொரு நோயாளி படுத்திருந்தார். நடுத்தர வயதினராக இருந்தார். கால், கைகள் விளங்காமல் ஒரு மழைக்கால நோய் அவரை முழுவதுமாகத் தின்று எலும்புகளை மட்டும் மிச்சம் வைத்திருந்தது.

நான் கேமராவிலிருந்து பார்வையை எடுத்து, கட்டிலின் மீது பாய்ச்சினேன். கூகுள் சொன்ன திசையில் ஒரு கட்டில் இருந்தது. கட்டிலில் ஒரு பதாகை விரிக்கப்பட்டிருந்தது. பதாகையில் அவர் படுத்திருந்தார். அவரை ஒரு பதாகை மூடியிருந்தது.

நான் மறுபடியும் இணைய கேமரா வழியே போக்கிமான் பூச்சியைத் தேடினேன். கட்டிலில் படுத்திருந்தவரின் பதாகை போர்வைக்குள் போக்கிமான் பூச்சி உட்கார்ந்திருந்தது.

என்னைச் சூழ்ந்திருந்த சிறுவர், சிறுமிகள், பெண்கள் கேமரா வழியே போக்கிமான் பூச்சியைப் பார்த்தார்கள். நான் பூச்சியைக் கண்டுவிட்ட திகைப்பில் ‘ஜீயே..’ என்றேன். அவர்கள் என்னைத் தொடர்ந்து ‘ஜீயே...’ என்றார்கள்.

அவர்களுக்கு அவர்களின் வாழ்தல் கொண்டாடும் படியாகவே இருந்தது. அவர்கள் குதூகலமாக ‘ஜீயே, ஜீயே....’ எனக்

குதித்துகொண்டிருந்தார்கள். என்னால் அவர்களை இரு கண்கள் கொண்டு பார்க்க முடியவில்லை. அவர்களின் செய்கை என்னைக் கலங்கடித்தது. நான் குடிசையை வைத்தகண் எடுக்காமல் பார்த்தவனாக இருந்தேன். அவர்களைப் பார்க்கப் பார்க்க என் கண்கள் உப்பு கரிப்பதாக இருந்தன.

நான் குடிசையிலிருந்து பார்வையை எடுத்து அலைபேசி திரையைப் பார்த்தேன். போக்கிமான் மென்பொருள் ஓர் உலகக் கோப்பையைத் தூக்கி என்னிடம் நீட்டிக்கொண்டிருந்தது. திரையில் 'வாழ்த்துகள்...' என்றொரு வாசகம் ஓடிக்கொண்டிருந்தது.

என்னைச் சூழ்ந்திருந்த சிறுமிகள் போக்கிமான் பூச்சியை இன்னொரு முறை பார்க்க, என்னிடம் கெஞ்சிக்கொண்டிருந்தார்கள். இந்த விளையாட்டும் அலைபேசிக்குள் தெரியும்படியான அவர்களின் குடிசையும் அவர்களுக்குப் பிரமிப்பைக் கொடுத்திருந்தது.

என் கையிலிருந்த அலைபேசியை ஒரு சிறுமி பிடுங்கியிருந்தாள். அதன் வழியே போக்கிமான் பூச்சியைத் தேடினாள். கட்டிலில் படுத்திருந்த ஒரு நோயாளியின் போர்வைக்குள் உட்கார்ந்திருந்த பூச்சியை அவள் கண்டிருந்தாள். பூச்சி அடர் கறுப்பு நிறத்தில், முகமெங்கும் மீசை முளைத்துபோய் உட்கார்ந்திருந்தது.

மற்ற சிறுமிகள் அதைப் பார்க்க முண்டியடித்தார்கள். அவர்களுக்கு அப்பூச்சி சரியாகத் தெரியவில்லை. கோடீஸ்வரி, கட்டிலில் உணர்வற்று படுத்திருக்கும் தன் தந்தையின் மீது போர்த்திருந்த பதாகையை மெல்ல விலக்கி அம்மணமாக கிடந்த தன் தந்தையின் வயிற்றுக்கும் தொடைகளுக்குமிடையில் சூம்பி சுருங்கிப் போயிருந்த உறுப்பைக் காட்டி, இதுதான் போக்கிமான்பூச்சி என்றாள்.

கட்டிலில் படுக்கையாகக் கிடந்தவர் நிர்வாணமாகக் கிடந்தார். சிறுமிகள் 'கொல்'லெனச் சிரித்தார்கள். எனக்கு ஏன்தான் இந்த விளையாட்டை விளையாடினேன் என்றிருந்தது. என் உள்ளக்கிடக்கை எனக்குள் கேலியாக நகைத்தது. தலையில் அடித்துகொள்ள வேண்டும் போலிருந்தது. நான் அக்குடிசையிலிருந்து மெல்ல வெளியேறுபவனாக இருந்தேன். அத்தனை நேரம் என்னைச் சூழ்ந்து நின்றிருந்தவர்கள் என்னிடமிருந்து விலகி ஓடத் தொடங்கினார்கள்.

# 21

சற்றுநேரத்திற்குள் சிறுவர்களின் முகத்தில் அத்தனை நேரம் இருந்த மகிழ்ச்சி இல்லாமல் போனது. அவர்களை ஆட்கொண்டிருந்த துள்ளலும் சந்தோஷமும் அறுந்துவிட்டிருந்தன.

சிறுவர்கள் கருவேல மரத்தில் பதற்றத்துடன் ஏறுவதும் எட்டிப்பார்ப்பதுமாக இருந்தார்கள். ஒரு கிளையில் நின்றுகொண்டு இன்னொரு கிளையை இறுகப் பற்றியவாறு வடக்குப் பக்கமாகப் பார்த்தார்கள். ஒரே மரத்தில் நான்கைந்து பேர் ஏறியதால் கிளை முறிந்து தொங்கியது. அவர்கள் அடுத்த கிளையைப் பிடித்து முட்டி மோதி பார்த்தார்கள். சிலர் வாயிலும் வயிற்றிலும் அடித்துக் கொண்டார்கள். சிலர் வாயை இறுகப் பொத்திக்கொண்டார்கள். சிலருக்கு அலைபேசியின் அழைப்பு வந்தவண்ணமிருந்தது. அதை எடுத்துப் பேசமுடியாதவர்களாக இருந்தார்கள்.

பெண்கள் மார்பிலும் தலையிலும் அடித்துக்கொண்டு, தலைவிரிக் கோலமாய் நெருப்பில் நடப்பதைப் போல நடந்தார்கள். ஒரே இடத்தில் நின்றுகொண்டு குதித்தார்கள். வாசலில் உருண்டு புரண்டார்கள். மண்ணை அள்ளி தலையில் கொட்டிக்கொண்டு அடித்தொண்டை அதிர ஓலமிட்டார்கள். வயிற்றில் குத்திக்கொண்டார்கள். குடிசைக்குளிலிருந்து ஒவ்வொருவராக வெளியே ஓடி வந்தவர்களின் கூந்தல் அவிழ்ந்து, முகத்தை மூடியது. அவர்களின் அழுகை ஓலமானது. ஓலம் ஒப்பாரியானது.

மாடுகள் அசைபோடுவதை நிறுத்திவிட்டிருந்தன. ஆடுகள் வெளியே தள்ளிய பாதி புழுக்கையோடு நின்றிருந்தன. நாய்கள் வடக்குத் திசையைப் பார்த்து ஊளையிட்டன. காக்கைகள், பருந்துகள், கழுகுகள் உயரத்தில் வட்டமிட்டன.

நான் நின்றுகொண்டிருந்த இடத்தில் ஒரு கருவேலம் மரம் இருந்தது. அம்மரம் நீரோட்டத்தின் கரையில் இருந்தது. அதில் ஏறி நின்று நீர்வெளியை எட்டிப் பார்த்தேன். நான்கைந்து பேர் நீரோட்டத்தைக் கிழித்துக்கொண்டு நடந்து வந்தவர்களாக இருந்தார்கள். அவர்களின் முகம் சோர்ந்துபோயிருந்தது. அவர்கள்

யாரும் யாருடனும் பேசிக்கொள்ளவில்லை. அவர்கள் கைகளை வீசி நடக்க முடியாதவர்களாக நடந்து வந்தார்கள்.

ஒருவர் மட்டும் தனியே நடந்து வந்துகொண்டிருந்தார். என் கால்கள் அவரை நோக்கி இழுத்தன. அவரது தோளில் வேட்டியால் சுற்றப்பட்ட ஒரு பொதி இருந்தது. துக்கம் அவருடைய முகத்தில் தழும்பி கண்களில் வழிவதாக இருந்தது. அப்பொதியை வாங்கி என் தோளில் கிடத்திக்கொண்டேன். பொதிக்கு வெளியே இரு பிஞ்சுக்கால்கள் தெரிந்தன. அவை பார்க்க விடைத்த பாம்புகள் போலிருந்தன. உடம்பு சில்லிட்டு உள்ளங்கைகளும் கால்களும் வெளிறியிருந்தன. தலை தனியே தொங்குவதாக இருந்தது.

நான் பொதியைச் சுமந்தவனாய் இடுப்பளவு தண்ணீருக்குள் நடந்தேன். என் உள்ளக்கிடக்கைக்குள் முத்தன் பள்ளம் கிராமம் குதிப்பதாக இருந்தது.

**முற்றும்**

www.ingramcontent.com/pod-product-compliance
Lightning Source LLC
LaVergne TN
LVHW100258051026
849517LV00006B/2137

* 9 7 8 9 3 9 5 7 7 6 7 7 6 *